ஜனநாயகத்தின்
சமூக இருப்பு

ஜனநாயகத்தின் சமூக இருப்பு

சுந்தர் சருக்கை

தமிழில்

சீனிவாச ராமாநுஜம்

எதிர் வெளியீடு

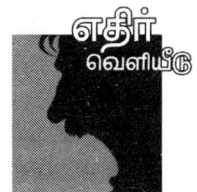

ஜனநாயகத்தின் சமூக இருப்பு
சுந்தர் சருக்கை
தமிழில்: சீனிவாச ராமாநுஜம்
முதல் பதிப்பு: ஜனவரி 2024

எதிர் வெளியீடு,
96, நியூ ஸ்கீம் ரோடு, பொள்ளாச்சி – 642002.
தொலைபேசி: 04259 – 226012, 99425 11302.

வடிவமைப்பு: பா. ஜீவமணி

விலை: ரூ. 499

The Social Life of Democracy
Sundar Sarukkai
Translated by Srinivasa Ramanujam

Originally published in English by Seagull Books

© Sundar Sarukkai, 2022

Translation published in arrangement with Seagull Books

First Edition: January 2024

Published by
Ethir Veliyeedu, 96, New Scheme Road, Pollachi – 2.
email: ethirveliyedu@gmail.com
www.ethirveliyeedu.com

Layout: B. Jeevamani

Price: ₹ 499

ISBN: 978-81-19576-16-6

Printed by: Jothy Enterprises, Chennai.

All rights reserved. No part of this book may be reprinted or reproduced or utilised in any form or by any electronic, mechanical or other means, now known or hereafter invented, including Photocopying and recording, or in any information storage or retrieval system, without permission in writing from the Publisher.

ஒரு சமூகத்தில் ஜனநாயகச் செயல்பாடு, அதன் வடிவத்திலும் கட்டமைப்பிலும் ஜனநாயகபூர்வமாக இல்லையென்றால் அது ஜனநாயகரீதியான அரசாங்கத்தைக் கொண்டிருக்க முடியாது.

தனிநபர்களின் மனக் கட்டமைப்பு ஜனநாயகபூர்வமாக இருக்குமென்றால், ஜனநாயக வடிவத்திலான அரசாங்கம் நல்லாட்சியைக் கொடுக்கும் என்று எதிர்பார்க்கலாம்.

பீம்ராவ் ஆர். அம்பேத்கர்
'இந்து மதத்தின் புதிர்கள்'

7

உள்ளடக்கம்

- தமிழ் பதிப்புக்கான முன்னுரை: **கோபால் குரு** 9
- நன்றி 19
- முன்னுரை 21

1. ஜனநாயகத்தின் இயல்பு 25

2. ஜனநாயகம் என்ற கருத்தாக்கம் 35

- ஜனநாயகத்தின் இந்திய மாதிரி
- ஜனநாயகத்தின் சீன மாதிரி
- 'மக்கள்' என்ற தொன்மம்

3. ஜனநாயகத்தின் புலங்கள் 77

- ஜனநாயகபூர்வமான சுயம்
- உழைப்பு
- அறிவியல் மற்றும் தொழில்நுட்பமும் ஜனநாயகமும்
- மதமும் ஜனநாயகமும்

4. ஜனநாயகத்தின் அறரீதியான செயற்பாங்குகள் 127

- வாக்களித்தல் என்ற அறரீதியான செயல்
- அறங்காவல் கொள்கை
- 'பொது' என்பதன் அனுபவத்தைப் படைத்தல்

5. ஜனநாயகமும் உண்மையும் 153

- உண்மை, அரசியல் மற்றும் ஜனநாயகம்

6. ஜனநாயகமும் சுதந்திரமும் 184

- பேச்சுச் சுதந்திரம்
- எதிர்ப்புச் சுதந்திரம்
- சுதந்திரத்தின் பிரச்சினை

- துணை நூல்கள் 207

தமிழ் பதிப்புக்கான முன்னுரை

கோபால் குரு

இந்திய ஜனநாயகத்தை எது சுமந்துகொண்டிருக்கிறதோ அதை மதிப்பீடு செய்யும் முறையானது அறிஞர்கள் தத்தமது அறிவுபூர்வமான ஆக்கங்களில் முன்வைக்கும் மதிப்பீட்டுத் தரவரையறைகளிலிருந்து தொடங்குவதில்லை. சொல்லப்போனால், ஜனநாயகத்தை மதிப்பீடு செய்வதும், அது குறித்துப் பிரதிபலித்து ஏற்றுக்கொள்வதும் சமூக வாழ்க்கையை அமைப்பாக்கம் செய்யும் நெறிமுறைகளிலிருந்துதான் தொடங்குகிறது. இதற்குள்ளிருந்துதான், ஜனநாயகம் அதற்கான அறரீதியான அடிப்படைகளையும் பெற்றுக்கொள்கிறது. சுந்தர் சருக்கை எழுதியிருக்கும் 'ஜனநாயகத்தின் சமூக இருப்பு' என்ற இந்தப் புத்தகம் சந்தேகத்துக்கு இடமில்லாமல், ஜனநாயகத்தின் நெறிமுறைகளுக்கும் அதன் அறத்துக்கும் இடையேயான உறவுமுறைகளை மையமாக எடுத்துக்கொள்கிறது — சமூக இருப்பே ஜனநாயகத்தை வடிவமைப்பதாகவும் நெறிப்படுத்துவதாகவும் இருப்பதால் இது பொருத்தமானதாகவும் இருக்கிறது. சுந்தரின் புத்தகம் ஜனநாயகத்தின் சமூக இருப்பு குறித்த ஆழமான தத்துவார்த்தப் பார்வைகளைக் கோவையாக முன்வைக்கிறது. சிந்திக்கக்கூடிய எல்லோரும் இந்த ஆழமான பார்வைகளை உள்வாங்கிக்கொள்ள முடியும். ஏனெனில், இந்தப் புத்தகத்தில் உள்ள ஒவ்வொரு இயலும் ஜனநாயகம் குறித்து முன்வைக்கப்படும் ஒவ்வொரு கருத்தாக்கத்தின் மீதும் அக்கறைகாட்டுகிறது; இதில் முன்வைக்கப்படும் சிந்தனைகள் ஆய்வுபூர்வமாக எழுதப்பட்டுள்ளன; இந்தியாவில் பொதுமக்களின் தீர்ப்பளிக்கும் ஆற்றல் மீது அறரீதியான தாக்கத்தை ஏற்படுத்துகின்றன. இந்த அர்த்தத்தில், இந்தப் புத்தகம் ஜனநாயகம் என்ற கருத்து குறித்து வெறுமனே விளக்கங்களை முன்வைப்பவர்களைவிட, ஜனநாயகம் என்ற அனுபவத்துக்கு நெருக்கமாக இருப்பவர்களுக்கு மேலும் அர்த்தமுள்ளதாக இருக்க முடியும். அல்லது கதையாடல் முறையிலான ஜனநாயகத்தை முன்வைப்பவர்களைவிட ஜனநாயகத்தை அனுபவிப்பவர்களால் வடித்தெடுக்கப்படும் பார்வைகளுக்கு முக்கியத்துவம் கொடுக்கிறது என்று சொல்லலாம்.

'மக்கள்' வாழ்வனுபவத்தை ஜனநாயகத்தின் லட்சியம் சார்ந்து புரிந்துகொள்வது என்ற தளத்திலிருந்து மட்டுமல்லாமல், ஜனநாயகத்தைப் பிற புலங்களுக்குத் தத்துவார்த்த மொழியை விரித்தெடுத்துச் செல்லும் சாத்தியப்பாட்டிலும் 'ஜனநாயகத்தின் சமூக இருப்பு' மிக முக்கியமான குறுக்கீடு செய்கிறது. இவ்விஷயத்தில், சுந்தர் புதிய பரிமாணத்தை உருவாக்கிக்கொடுக்கிறார் என்று சொல்ல முடியும் - அதாவது, இந்திய ஜனநாயகம் குறித்த புரிதலை மேம்படுத்துவதற்கு அவர் முன்வைக்கும் சமூகரீதியானவையும் அறரீதியானவையும் புதிய பரிமாணங்களைத் திறந்துகாட்டுகின்றன. ஜனநாயகத்தின் சமூகரீதியான முக்கியத்துவம், அரூபமான வரையறைகளிலிருந்து தோன்றுவதில்லை; அது மக்களின் சமூக மனங்களில் வெளிப்படும் உயிர்ப்புள்ள உணர்வுகளிலிருந்தே தோன்ற முடியும். என்னைப் பொறுத்தமட்டில், இந்தப் புத்தகத்தின் தத்துவார்த்தப் பார்வை இப்படியான அடிப்படைக் கேள்விகளைச் சார்ந்திருக்கிறது: ஒரு சமூக லட்சியமாக ஜனநாயகத்தைப் புரிந்துகொள்ள, சமூகரீதியாக எவையெல்லாம் அவசியமாகின்றன? சுந்தர் தனது கதையாடல் முறைக்கு எப்படியான புதிய கோட்பாட்டுரீதியான கருத்தாக்கங்களைக் கொண்டுவருகிறார்? லட்சிய ஜனநாயகம் குறித்து மக்கள் முன்வைக்கும் அல்லது முன்வைக்காதவற்றைப் புரிந்துகொள்வதற்கு இந்தக் கருத்தாக்கங்கள் எந்த அளவுக்கு உதவியாக இருக்கின்றன?

ஜனநாயகம் குறித்து மக்கள் கொண்டிருக்கும் உணர்வுபூர்வமான லட்சியத்துக்கும் அதன் பொது மற்றும் அரசியல் (நடைமுறை என்ற அர்த்தத்தில்) வெளிப்பாடுகளுக்கும் இடையேயான முரண்பாடுகளின் தார்மீக இறுக்கத்தை வெளிப்படுத்தும் புள்ளிகளை சுந்தர் மிக விரிவாக முன்வைக்கிறார். சொல்லப்போனால், ஏற்றுக்கொள்ளத்தக்க சமூக வாழ்க்கை குறித்தும், ஜனநாயகம் எதிர்கொள்ளும் அரசியல்ரீதியான எதிர்ப்புகள் குறித்தும் பல முக்கியமான பார்வைகளைத் தொடர்ந்து முன்வைக்கிறார். இது குறித்துப் பல ஆழமான வாசிப்புகளை முன்வைக்கிறார். எடுத்துக்காட்டாக, வாக்களித்தல் என்ற செயலை அவர் அர்த்தப்படுத்தும் முறையைச் சொல்லலாம். வாக்களிக்கும் செயலை அரசியல் மதிப்பு மட்டுமே கொண்டதாகப் பார்க்காமல், மக்களுடைய ஜனநாயகபூர்வ உணர்வுகளில் அது ஏற்படுத்தும் அறரீதியான தாக்கத்தை முன்வைக்கிறார். அறரீதியான நிலைப்பாட்டிலிருந்து, வாக்களித்தல் என்பது வாக்காளர்களாலும் அரசியலாளர்களாலும் வெறுமனே நடைமுறையிலானதாக ஆக்கப்பட்டுள்ளது என்றும், அதனால் வாக்களிக்கும் செயல் பயன்பாட்டு மதிப்பின் அடிப்படையிலேயே அணுகப்படுகிறது என்றும் சுந்தர் சரியாகவே வாதிடுகிறார். பயன்பாட்டு மதிப்பு என்ற தளத்தில், வாக்களித்தல் என்பது வாக்காளர்களுக்கும் அரசியலாளர்களுக்கும் இடையேயான வியாபாரப் பரிவர்த்தனையாக

மாறுகிறது. ஆனால், இந்த வியாபாரப் பரிவர்த்தனையைப் பொதுபுத்தி சார்ந்தில்லாமல் கோட்பாட்டுரீதியானதாக சுந்தர் உயர்த்துகிறார். தேர்தல் ஜனநாயகத்தில் நடந்துகொண்டிருக்கும் வியாபாரப் பரிவர்த்தனை குறித்த சுந்தரின் வாசிப்பு மூன்று வழிகளில் வெளிப்படுகிறது.

முதலாவதாக, சுந்தரின் கோட்பாட்டுரீதியான வாசிப்பு, வாக்களித்தல் என்ற செயலை மதிப்பீடு செய்யும் ஆற்றலே ஜனநாயகத்தின் முதல் அடியாக இருக்க முடியும் என்ற முக்கியமான பார்வையை முன்வைக்கிறது. வேறு வார்த்தைகளில் சொல்வதென்றால், வாக்களிக்கும் செயலை மதிப்பீடு செய்யும் ஆற்றலை நாம் ஜனநாயகப்படுத்த வேண்டியுள்ளது. தேர்தல் ஜனநாயகத்தில் வாக்களித்தல் என்ற செயல் குறித்த சுந்தரின் மேலான வாசிப்பில், குடிநபருக்கும் அரசியலாளருக்கும் இடையே ஒருவிதமான வியாபாரப் பரிவர்த்தனை உறவு வெளிப்படுகிறது. அதாவது, தங்களை ஆட்சிசெய்யும் அரசியலாளர்கள் மீதான நம்பிக்கையைக் குடிநபர்கள் வெளிப்படுத்துகிறார்கள் என்றால், உண்மையைத் தீர்மானிப்பதற்கு மிக அவசியம் என்று சுந்தர் அழுத்தம்கொடுக்கும் சுதந்திரத்தை நடைமுறைப்படுத்துவதற்கான அரசியல் மற்றும் சமூகச் சூழ்நிலைகளை அரசியலாளர்கள் உருவாக்கிக்கொடுக்க வேண்டும் என்று குடிநபர்கள் எதிர்பார்க்கிறார்கள். எதிர்ப்புச் சுதந்திரத்தை நடைமுறைப்படுத்துவதன் ஊடாகவே நாம் உண்மையை உறுதிப்படுத்திக்கொள்ள முடியும். சுந்தரைப் பொறுத்தமட்டில், எதிர்ப்புக்கான சுதந்திரமே ஜனநாயகக் கொள்கைக்கு அவசியமான அறரீதியான அடிப்படையை உருவாக்கிக்கொடுக்கிறது. இது ஜனநாயகத்தை இன்னும் மேலாக நடைமுறைப்படுத்துவதற்கான கருவி மட்டுமே அல்ல. இது, ஜனநாயகத்தின் தர்க்கத்தை ஒன்றிணைத்து வைத்திருக்கும் கருத்தாக்கரீதியான பசையாக இருக்கிறது. மேலும் சுந்தரைப் பொறுத்தமட்டில், எதிர்ப்பு என்பது அறரீதியான செயலாக இருப்பதோடு, ஒடுக்கப்பட்டவர்களுக்கும் விளிம்பில் இருப்பவர்களுக்கும் சமூகரீதியாக அவசியமானதாகவும் இருக்கிறது.

உண்மை குறித்துத் தீர்மானிக்க முடியாத நிலையில் குடிநபர்கள் இருப்பதால், உண்மையைச் சொல்வதற்குப் பதிலாகப் போலி ஊடகங்கள் அந்த வெளியை முழுமையாக ஆக்கிரமித்துக்கொள்கின்றன. இப்படியான போலி ஊடகங்களே ஒரு குறிப்பிட்ட அரசியலாளர் செய்த தியாகத்தை அல்லது செய்ததாகச் சொல்லப்படும் தியாகத்தை வியாபாரம் செய்துகொண்டிருக்கின்றன. மக்களுடைய அக்கறையற்ற தன்மை என்பது, சுந்தர் சுட்டிக்காட்டுவதுபோல், பொது என்ற புதிய புலத்தை உருவாக்க முடியாத பிரச்சினையோடு தொடர்புடையதாக இருக்கிறது. அதாவது பொய்யான செய்திகள், போலிச் செய்திகள் தங்கள் மீது தொடர்ந்து திணிக்கப்படுவதற்குப் பதிலாக உண்மை குறித்துத் தீர்மானிப்பதற்குக் குடிநபர்கள் கொண்டிருக்கும் சுதந்திரத்தோடு

தொடர்புடைய பிரச்சினையாக இருக்கிறது. மக்களில் ஒருசிலரால் ஜனநாயகத்தின் வெற்றுக் கோரல்களை அடையாளம் காண முடிவதன் மேல் சுந்தர் நம்பிக்கை கொண்டிருந்தாலும்கூட, பெரும்பாலானோர் இந்த வெற்றுக் கோரல்களை அடையாளம் காண்பதுபோல் தெரியவில்லை. சுந்தரின் வாதத்தை வளர்த்தெடுக்கும் விதமாக, 'மக்களாகிய நாம்' என்பது மிதக்கும் வெற்றுக் குறிப்பான் என்று சாட்டர்ஜி முன்வைப்பதை இங்கே கொடுப்பது அர்த்தமுள்ளதாக இருக்கும். ஜனநாயகச் சட்டகம் நெறிமுறைப்படுத்தப்பட்ட அல்லது அறங்காவல் கொள்கை போன்ற தார்மீக உள்ளடக்கங்களால் நிரம்பியிருக்க வேண்டியுள்ளது.

இரண்டாவதாக, வாக்காளர்களுக்கும் வேட்பாளர்களுக்கும் இடையேயான வியாபாரத் தர்க்கத்துக்கு உட்பட்ட பரிவர்த்தனை என்பதும், வாக்களிக்கும் தங்களுடைய உரிமையை வாக்காளர்கள் பணமாகப் பண்டமாற்றிக்கொள்வது என்பதும் எதிர்காலத்தில் மிக மோசமான விளைவுகளை ஏற்படுத்தக்கூடியவையாகவே இருக்க முடியும். இவ்வாறு வியாபாரம் செய்வதானது சாதாரண வாக்காளர்களின் வாழ்க்கைத் தரத்தை மேம்படுத்துவதிலிருந்து விலகிச்செல்லும் வேட்பாளர்களைக் கேள்விகேட்பது என்ற முக்கியமான தார்மீக உரிமையை இழப்பதாகிறது. இறுதியாக, மக்கள் பிரதிநிதிகளைக் கொண்டிருக்கும் மோசமான, அக்கறையற்ற, உணர்வற்ற அரசாங்கத்தைக் கேள்விகேட்கும் உரிமையை இழப்பதற்கே இந்த வியாபாரம் கொண்டுவிடுகிறது.

உண்மை என்பது அரசமைப்பால் உத்தரவாதப்படுத்தப்படும் வாக்களிக்கும் உரிமையில் குடிகொண்டிருக்கவில்லை. சொல்லத்தக்க அளவில், வாக்களிக்கும் செயல் உண்டாக்கும் விளைவுகளில்தான் உண்மை குடிகொண்டிருக்கிறது. தேர்தல்களில் பங்கேற்கும் உரிமையைவிட, தலித் அரசியலும் சிறுபான்மையினர் அரசியலும் வாக்களிக்கும் செயல் ஏற்படுத்தும் விளைவுகளை அடிப்படையாகக் கொண்டே தங்களுடைய விடுதலைக்கான வழியைக் கண்டெடுக்க வேண்டியுள்ளது. அரசியல் உரிமை என்பது வாக்களிக்கும் செயல் உருவாக்கும் விளைவுகளில் குடிகொண்டிருக்கும் உண்மைக்குக் கட்டுப்பட்டதாகவே இருக்க முடியும். ஜனநாயகத்தைக் கொஞ்சமும் மதிக்காத ஒரு அரசியல் கட்சி தேர்ந்தெடுக்கப்படுவதன் மீது ஜனநாயகத்தில் உரிமையுள்ள ஒவ்வொருவரும் கவலைகொள்ள வேண்டியுள்ளது. வாக்களிக்கும் உரிமை என்பது அரசமைப்புக்கும் சட்டத்துக்கும் உட்பட்டு, விளிம்பில் உள்ளவர்களின் சுயமரியாதைக்கு ஓரளவு சாதகமாக இருக்கும் வழியில் ஆட்சிசெய்வது என்ற நிபந்தனைக்குக் கட்டுப்பட்டுதான் இருக்க முடியும். இப்படியான ஜனநாயக எதிர்பார்ப்புகளுக்கு ஈடுகொடுக்கக்கூடிய கட்சிகளைத் தேர்ந்தெடுப்பது என்பது ஜனநாயகத்தின் சமூக இருப்பில்

தீவிரமாக முதலீடு செய்வதாகிறது. ஆக, வாக்களித்தல் என்ற உண்மை, எல்லாத் தொகுதிகளிலும் போட்டியிடுவதற்கான உரிமையிலோ அல்லது எல்லோருக்கும் வாக்களிக்கும் உரிமை போன்ற சம அரசியல் உரிமையிலோ இல்லை. மாறாக, பகுத்தறிவார்ந்து வாக்களித்தல் என்பதன் ஊடாகவே அது அர்த்தமுள்ளதாக முடியும். இது சாதி, மதம், வட்டாரம் போன்றவற்றைச் சார்ந்து இல்லாமல் சமத்துவவாதக் கொள்கையின் அடிப்படையில் வேட்பாளரைத் தேர்ந்தெடுப்பதாகிறது.

மூன்றாவதாக, வியாபாரப் பரிவர்த்தனையின் விளைவை எடுத்துக்கொள்வோம். சுந்தரின் முக்கியமான முன்வைப்பின் அடிப்படையில் வாதிடுவது என்றால், வியாபாரப் பரிவர்த்தனையை 'மோசடிச் சமத்துவமின்மை' என்ற தளத்திலிருந்து விமர்சிப்பதைச் சாத்தியமில்லாததாக்குகிறது. வாக்காளர்கள் தங்களுடைய நிலைக்கும், ஜனநாயக அரசியலின் வழிமுறைகளைப் பயன்படுத்திக்கொண்டு வேட்பாளர்கள் மிகக் குறுகிய காலத்தில் பெரும் பணக்காரர்களாக ஆவதையும், வாக்காளர்களுக்கும் வேட்பாளர்களுக்கும் இடையேயான பொருளாதாரரீதியான இடைவெளி மேலும் அதிகரித்துக்கொண்டே போவதையும் எதிர்க்கும் உரிமையை வாக்காளர்கள் இழக்க வேண்டியுள்ளது. வேட்பாளர்களின் வருமானத்தையும் சொத்தையும் வளர்த்தெடுக்கும் சமத்துவமின்மையின் இயல்பு அதை மோசடிச் சமத்துவமின்மையாக்குகிறது. மெய்யான சமத்துவமின்மையோடு 'மோசடிச் சமத்துவமின்மை'யை இணைத்துப்பார்ப்பது என்பது சமத்துவமின்மையைப் பழமைவாதத்தின் அடிப்படையில் வாசிப்பதாகிறது. இப்படி அணுகுவதை நாம் முழுமுற்றாக நிராகரிக்க வேண்டும் என்பதை முழுமையாக ஏற்றுக்கொள்கிறேன். ஆனாலும், இதை நிராகரிப்பதற்கு முன் அது குறித்துத் தீவிரமாக ஆய்வுசெய்யவும் வேண்டியுள்ளது. அதனாலேயே நாம் இந்தச் சமத்துவமின்மையை மோசடி என்று விவரிக்க வேண்டியுள்ளது. ஆக, சமத்துவமின்மையை அதன் தர்க்கத்துக்கு உட்பட்டு, அதன் இருப்பாய்வியலார்ந்த நிலையிலிருந்தும் விசாரணை செய்ய வேண்டியிருப்பதால்தான் அதை மோசடிச் சமத்துவமின்மை என்று பெயரிடுவது தேவையாகிறது.

தற்காலிகப் பலன்கள் சார்ந்து இல்லாமல், பொருள்கொள்ளத்தக்க மாற்றத்தைத் தேர்ந்தெடுக்கும் அரசாங்கங்கள் கொண்டுவர வேண்டும் என்று எதிர்பார்ப்பவர்கள், சமத்துவம் என்ற விளம்பரப் பலகை, ஜிடிபி போன்றவற்றுக்குப் பின்னால் தங்களை மறைத்துக்கொண்டு — எடுத்துக்காட்டாக, நாம் இதை விமான நிலையம் போன்ற பிரதான இடங்களில் காண முடியும் — மேலும்மேலும் அதிகரித்துக்கொண்டே இருக்கும் சமத்துவமின்மை குறித்து வாக்காளர்கள் ஏன் தார்மீக எதிர்ப்பை முன்வைப்பதில்லை என்று புரிந்துகொள்ள சுந்தர்

முன்வைக்கும் ஆழமான பார்வைகள் உதவுகின்றன. வாக்காளர்களுக்கும் வேட்பாளர்களுக்கும் இடையே அதிகரித்துவரும் சமத்துவமின்மைக்கும், வேட்பாளர்கள் திடீரென்று பெரும் பணக்காரர்களாவதற்கும் நாம் 'ஜனநாயக அரசிய'லுக்குத்தான் நன்றி சொல்லியாக வேண்டும். இப்படி மிக பிரம்மாண்டமான அளவில் செல்வம் அதிகரித்துக்கொண்டு போவதுதான் மோசடிச் சமத்துவமின்மை என்ற போக்குக்குக் கொண்டுவிடுகிறது. இது ஏன் மோசடியாகிறது என்றால், இது முதலீட்டியத்தின் உள்ளார்ந்த போட்டிகளின் விளைவாகவோ, ஏகபோக முதலீட்டியத்தின் விளைவாகவோ உருவானதல்ல. சுந்தர் மிகச் சரியாக அவதானிப்பதுபோல், தேர்தல் அரசியல் என்பது ஒருவிதமான வியாபாரமாக மாறிவிட்டதோடு, அது பொதுமக்களுடைய கண்களுக்குக் கொஞ்சமும் புலப்படாத இயக்கத்தைக் கொண்டதாகவும் இருந்துவருகிறது. இப்படியான மோசடிச் சமத்துவமின்மையின் பிரம்மாண்ட வெளிப்பாடுகள் மட்டுமே பொதுமக்களின் கண்களுக்குப் புலப்படக்கூடியவையாக இருக்கின்றன. இப்படியான மோசடிச் சமத்துவமின்மை குறித்து ஏன் மக்கள் தார்மீகரீதியான எதிர்ப்பைத் தீவிரமாக வெளிப்படுத்துவதில்லை? வியாபாரப் பரிவர்த்தனையே மோசடிச் சமத்துவமின்மை குறித்துப் பொதுமக்களிடம் காணப்படும் மௌனத்துக்குக் காரணம் என்று சுந்தர் சுட்டிக்காட்டுகிறார். பொதுமக்களிடையே இந்த மோசடிச் சமத்துவமின்மை குறித்துக் காணப்படும் மௌனம் அல்லது அதைப் பொதுப் புலத்தில் அங்கீகரிப்பது என்பது குறித்து நான் சில விளக்கங்களை முன்வைக்க முயல்கிறேன்.

அடையாள அரசியல் தர்க்கத்துக்குள் சிக்கிக்கொண்டிருக்கும் சிலர், மோசடிச் சமத்துவமின்மைக்கான நியாயப்பாட்டை சார்புவாத அறத்தில் கண்டெடுக்கிறார்கள். இது தலித் குழுமங்களுக்கு இடையே பிளவை உருவாக்குகிறது. சார்புவாத அறத்தைப் பொறுத்தமட்டில் தலித் குழுமத்துக்குள் காணப்படும் மோசடிச் சமத்துவமின்மையை நியாயப்படுத்த முடிகிறது. அதாவது, ஜனநாயக அரசியலில் இது ஒரு நெறிமுறையாகவே மாறியிருக்கும் சூழலில், இந்தச் சமத்துவமின்மைக்கு ஒவ்வொருவரும் பங்காற்றிக்கொண்டிருக்கும்போது தலித் ஒருவர் அவ்வாறு செய்வதற்கு மட்டுமே ஏன் மறுப்பு தெரிவிக்க வேண்டும் என்ற தளத்திலிருந்து நியாயப்படுத்தப்படுகிறது. உண்மையான சமத்துவமின்மையே சமத்துவமின்மையின் அஸ்திவாரமாக இருக்க முடியும் என்றும் ஒருவரால் சொல்ல முடியும். இதற்கு அர்த்தம் ஒருவர் அவருடைய போராட்டத்தை மோசடிச் சமத்துவமின்மையிலிருந்து தொடங்க வேண்டியுள்ளது. ஒவ்வொரு அரசியல் கட்சியும் இந்த மோசடிச் சமத்துவமின்மையில் வேர்கொண்டிருந்தாலும், எதிர்க்கட்சியினர் லஞ்சம் வாங்குவதை மட்டுமே கணக்கில் எடுத்துக்கொள்கிறார்கள். உண்மையிலேயே மற்றவர்கள் மீது குறைசொல்வதற்கு முன்னால்,

தங்களுடைய விமர்சனங்களைத் தங்கள் வீடுகளிலிருந்து தொடங்க வேண்டியுள்ளது. ஆனால், தங்கள் வீடுகளில் காணப்படுவதை வசதியாக நிராகரிக்கிறார்கள். ஜனநாயக அரசியலில் நம்பகத்தன்மை என்று ஏதேனும் தார்மீகத்தை நிலையாகக் கொண்டிருக்க வேண்டும் என்றால், அதற்கு 'வாஷிங் மிஷின்' என்ற உருவகம் அப்பட்டமான அத்துமீறலாகிறது. அது அப்பட்டமான பாசாங்காகிறது; நுட்பமானதல்ல. ஏனெனில், இது நுட்பமாக எதையும் கொண்டிருக்கவில்லை. இது நான் சரியாக இருக்கிறேன் என்ற குணாம்சத்தைப் பெறுகிறது. அதாவது, எதிர்க்கட்சியில் உள்ள ஊழல் பேர்வழிகளை அம்பலப்படுத்தும்போது நான் நேர்மையாக இருப்பதாக பாவனை செய்துகொள்ளும் குணாம்சத்தைக் கொண்டிருக்கிறது. அதே சமயத்தில், சொந்த ஊழல் விஷயங்களைக் கண்டும்காணாததுபோல் இருக்கிறது. தார்மீகக் குறைபாடுகள் குறித்து பிரதிபலிப்பதில்லை. இது ஊழலின் தோற்றுவாயை அப்புறப்படுத்தவதில்லை. சொல்லப்போனால் அதைப் பயன்படுத்திக்கொள்கிறது.

அதிகாரத்திடம் உண்மையைப் பேசுதல் என்ற கோஷம் திரும்பத்திரும்ப முன்வைக்கப்படுகிறது என்றாலும், சுந்தர் சரியாக வாதிடுவதுபோல், நாம் அதற்கு அப்பால் சென்று அதிகாரத்திடம் அறரீதியாகப் பேசுதல் என்பதாக மாற்றி முன்வைக்க வேண்டியுள்ளது. சுந்தரைப் பொறுத்தமட்டில் இதுவே ஜனநாயகத்துக்கான முதல் அடியாகிறது. மேலும், உண்மை என்பது பொதுச் சொத்தாக வேண்டும் என்றும் அதைத் தனித்த அக்ரஹாரங்களிலிருந்து, அதாவது தனித்த இருப்பு கொண்ட எதுவொன்றிலிருந்தும் அப்புறப்படுத்தி அதை மெய்யான பொதுவுக்குக் கொண்டுவர வேண்டியுள்ளது என்றும், அப்போதுதான் நம்மால் ஜனநாயக அரசியலைக் கொண்டிருக்க முடியும் என்றும் வாதிடுகிறார் சுந்தர். ஜனநாயகத்தை மீட்டெடுப்பதற்காக சுந்தர் முன்வைக்கும் பல புதிய கருத்துகள் ஜனநாயகம் குறித்த நம்முடைய அடிப்படைப் புரிதலை மாற்றியமைப்பதாக இருக்கின்றன. இது நம்மை அரிஸ்டாட்டிலின் மூதுரையான, 'நான் ஆட்சிசெய்வேன், பிறகு ஆட்சிசெய்யப்படுவேன்' என்பதற்குப் பதிலாக, சுந்தர் முன்வைக்கும் பல புதிய கருத்துகள் பௌத்தக் கருத்தான சுழற்சிக் கொள்கையை இன்னும் மேலாகப் புரிந்துகொள்ள வழிவகுக்கின்றன. இவ்விஷயத்தைப் பொறுத்தமட்டில், பௌத்தக் குறியீடான அசோகச் சக்கரம் ஓர் அறச் சக்கரமாக ஜனநாயக இயக்கத்தை அதற்குள்ளாகக் கொண்டிருப்பதாகிறது. அதாவது, இந்தச் சக்கரத்தின் இயக்கத்தில் மேலே போகும் ஒவ்வொரு ஆரமும் கீழே வந்தாக வேண்டும். சமூகத்தைக் கடைந்தெடுக்கும் செயல் முழு ஈடுபாட்டோடு செய்யப்படாததால், எடுத்துக்காட்டாக வெறுமனே அரசியல்ரீதியான இடஒதுக்கீட்டின் கட்டாயத்துக்குள் சிக்கியிருப்பதால், இந்தச் சக்கரம் பின்னோக்கிச் சுழல்வதாக இருக்கிறது.

ஜனநாயகத்தில் இடஒதுக்கீட்டுக் கொள்கையைச் சுற்றிக் குடிமை நட்புமுறை கட்டப்பட்டுள்ளது. அதாவது, இடஒதுக்கீட்டுக் கொள்கையால் பயனடையாதவர்கள், நீதியின் நெறிமுறை சார்ந்து தாழ்த்தப்பட்ட சாதிகளில் அப்படியான தேவையோடு தங்களை அடையாளப்படுத்திக்கொள்வதைக் குறிக்கிறது. ஆனால், நம்முடைய அனுபவம் அவ்வளவு மோசமானதாக இருக்கிறது. இப்படியான கொள்கைகளைச் சுற்றிக் கட்டப்பட்டிருக்கும் அடையாள அரசியலானது சமூகத்தில் ஏற்றுக்கொள்ளத்தக்க மனநிலையை உருவாக்குவதற்குப் பதிலாக வெறுப்பையே படைத்திருக்கிறது. ஜனநாயகரீதியான சகோதரத்துவம் என்பது குடிமைச் சகோதரத்துவத்தைவிட மேலானதாகிறது. அதாவது, ஜனநாயகரீதியான சகோதரத்துவம் என்பது எவ்வித நிபந்தனைகளும் கொண்டிராமல் இயல்பாய் வெளிப்படக்கூடியதாகிறது. ஆனால், அடையாள அரசியல் தன்னுடைய சாதியைச் சேர்ந்தவர்களுக்கானதாக அதை மட்டுப்படுத்தியுள்ளது.

இதன் காரணமாக, ஜனநாயகம் தன்னலம் சார்ந்த குழுக்களை மட்டுமே உருவாக்கியுள்ளது. சில அரசியலாளர்கள் ஆட்சிசெய்வதற்கென்றே பிறந்தவர்கள் என்றும், சாதாரண மக்கள் ஆட்சிசெய்யப்படுவதற்கென்றே பிறந்தவர்கள் என்றும் உருமாறியிருக்கும் நிலப்பிரபுத்துவத்தில் சாதாரண மக்கள் தஞ்சம்புகுந்திருக்கிறார்கள். ஜனநாயகம் ஒரு தேசத்தின் சாரமாக இருக்க வேண்டும். அது இயந்திரத்தனமாகச் சுழன்றுகொண்டிருக்குமானால், ஜனநாயகத்தின் அடிமட்ட அழுத்தத்தால் கீழான சாதியில் இருப்பவர் மேலான பதவிக்கு வந்தாலும்கூட, அது எதையும் அழித்துவிடப் போவதில்லை. ஆனால், பலரும் ஜனநாயகத்தை இப்படி எளிமைப்படுத்திதான் புரிந்துகொண்டிருக்கிறார்கள். சாதி ஜனநாயகவாதிகள் ஒரு தனிநபர் சமூகவியல்ரீதியான சுழற்சியில் சில பதவிகளை அடைவதை முதன்மைப்படுத்துகிறார்களே தவிர, ஒரு தனிநபரின் சமூகரீதியான முன்னேற்றத்துக்கு முக்கியத்துவம் கொடுக்க மறுக்கிறார்கள். இதனால்தான், அசோகச் சக்கரம் வெறுமனே சமூகரீதியானதாக இல்லாமல், ஒரு தனிநபரைச் சமூகத் தொகுப்பாக்கும் அறரீதியானதாகிறது. ஜனநாயகரீதியான விழுமியத்தை மேம்படுத்த ஒடுக்கப்பட்ட, கீழான சமூகத்தில் பிறந்திருப்பது மட்டுமே போதுமானதாக இருக்க முடியாது. இருப்பாய்வியலார்ந்து சொல்வதென்றால், கீழான சாதிகளில் உள்ளவர்கள் ஜனநாயகத்தின் நெறிமுறையிலான உள்ளடக்கத்தை விரித்தெடுக்க முடியும், மேம்படுத்த முடியும், ஆழப்படுத்த முடியும். இருந்தாலும்கூட, சாதிய அடையாளத்தைத் தங்களோடு எப்போதும் சுமந்துகொண்டிருப்பவர்கள் முன்வைப்பதுபோல் அது தானாக நடக்கும் ஒன்றாக இருக்க முடியாது. பிற்படுத்தப்பட்ட சமூகத்தையும் பட்டியலின, பழங்குடிச் சமூகத்தையும் சேர்ந்தவர்களை அதிகாரக் கட்டமைப்பில் கொண்டுவந்து நிறுத்துவதே தேர்தல் ஜனநாயகத்தின்

இறுதி லட்சியமாக இருக்க முடியும் என்று உயர்சாதிகளைச் சேர்ந்த பலர் இந்திய ஜனநாயகம் குறித்து மிக எளிமைப்பட்ட புரிதலைக் கொண்டிருக்கிறார்கள். இப்படிப் பார்ப்பது, ஜனநாயகத்தைக் கடந்தநிலை சார்ந்து கருத்தாக்கம் செய்யாமல் உறைந்தநிலை சார்ந்து கருத்தாக்கம் செய்வதாகிறது. கடந்தநிலை சார்ந்து ஜனநாயகத்தைக் கருத்தாக்கம் செய்யும்போது பௌத்தக் குறியீடான அசோகச் சக்கரம்போல் காலமும் வெளியும் இயங்குத்தன்மையிலானதாகின்றன. ஆனால், சாதிகளை உள்ளடக்கியதாக இருக்கும் ஜனநாயகம், அது குறித்துப் பிரதிபலித்து அதன் மேல் செயல்படும் ஒன்றாக இருப்பதில்லை. இவ்வாறு செயல்பட்டிருக்குமானால், அம்பேத்கருக்குப் பிந்தைய அரசியல் எப்படி நடந்துகொண்டிருக்கிறதோ அப்படி நடந்துகொண்டிருக்க முடியாது. பில்லியர்ட்ஸ் விளையாட்டில் பந்தை மேசையில் உள்ள ஓட்டைகளில் தள்ளும் குச்சியை எவர் பிடித்திருக்கிறாரோ அவருக்குச் சாதகமாகவே சட்டமன்ற உறுப்பினர்களும் அரசியல் தலைவர்களும் செயல்பட்டுக்கொண்டிருக்கிறார்கள். இப்படிச் செயல்படுவதன் ஊடாக, ஜனநாயகத்தைக் கருத்தாக்கப் பசையாகப் பார்ப்பதற்கு மிக முக்கியமான நெறிமுறைகளுக்கு உட்பட்ட வெளி, வெறுமனே முறையிலான ஒன்றாக மாறியிருக்கிறது. 'ஜனநாயகத்தின் சமூக இருப்பில்' சுந்தர் இந்த நிலைப்பாட்டுக்கே அழுத்தம்கொடுக்கிறார். ஜனநாயகத்தைக் கருத்தாக்கப் பசையாக உருமாற்றும் விதத்தில் ஜனநாயகம் குறித்த புரிதலை நாம் மாற்றிக்கொள்ள வேண்டும் என்றே சுந்தர் அழைப்புவிடுக்கிறார்.

நிகழ்த்துதலாக மாறியிருக்கும் இன்றைய அரசியலில் பகுத்தறிவார்ந்த தீவிரத்துக்கு இடமேதும் இல்லை. உள்ளமைகள் கொண்டு, தரவுகள் கொண்டு எதிர்க்கட்சியினர் எதிர்கொள்ளப்படுவதில்லை என்றே இதற்கு அர்த்தம். ஆளுங்கட்சி முன்வைக்கும் பொய்களுக்குள் எதிர்க்கட்சியினர் சிக்கிக்கொள்கிறார்கள். ஆளுங்கட்சி ஏறக்குறைய எல்லா விஷயங்களிலும் சொல்லிக்கொண்டிருக்கும் பொய்கள் குறித்து, அவற்றின் பகுத்தறிவற்ற தன்மை குறித்து எதிர்க்கட்சியினர் மக்களிடம் சென்று விளக்க வேண்டும். சுந்தர் முன்வைப்பதுபோல், ஆளுங்கட்சி முன்வைப்பதற்கு எதிர்வினையாற்றும் தனிநபர்கள்தான், முன்வைக்கப்படுவது உண்மையா என்று மதிப்பீடு செய்ய வேண்டியுள்ளது. உண்மையான அர்த்தத்தில் அரசியலாளர்கள் உண்மை பேச வேண்டும் என்ற கட்டாயத்துக்கு உட்படுத்தப்படுவதில்லை. ஏனெனில், கேட்பவர்தான் உண்மை குறித்துத் தீர்ப்பளிக்க வேண்டியவராக இருக்கிறார். உண்மையை மதிப்பீடு செய்யும் தளமானது பேசுகிறவரிடம் இல்லாமல் கேட்பவரிடம் இருக்கிறது; அரசியலாளர்களிடம் இல்லாமல் வாக்காளர்களிடம் இருக்கிறது. உண்மையா, பொய்யா என்று தீர்மானிப்பது என்ன சொல்லப்படுகிறது என்பதைச் சார்ந்திராமல் குடிநபர்களால் என்னவாகக்

கேட்கப்படுகிறது என்பதைச் சார்ந்திருப்பதாகிறது. 'ஜனநாயகத்தின் சமூக இருப்பு' அதன் புதிய உள்ளடக்கத்துக்காகவும், அலங்காரச் சொற்கள் ஏதுமில்லாமல் எளிமையான நடையில் எழுதப்பட்டிருப்பதற்காகவும் பல்வேறு மொழிகளில் மொழியாக்கம் செய்யப்பட வேண்டும் என்று கோருவது மிகையாகாது. இதனால், இதைத் தமிழில் மொழியாக்கம் செய்திருக்கும் ராமாநுஜத்தின் முயற்சி வரவேற்கத் தகுந்தாகிறது.

⊙

நன்றி

பல விதமான குமுகங்களுக்கும் புலங்களுக்கும் தத்துவார்த்தச் சிந்தனைகளைக் கொண்டுசெல்லும் என்னுடைய முயற்சிகளின் பகுதியாக இருப்பவர்கள், உதவுகிறவர்கள் என்று எல்லோருக்கும் நான் கடமைப்பட்டுள்ளேன். கோபால் குருவிடமிருந்து நான் கற்றுக்கொண்டது அதிகம். அவருடைய அறிவார்த்தத் துணைக்கும் தனிப்பட்ட முறையில் அவர் வெளிப்படுத்தும் மைத்ரிக்கும் நான் நன்றிக்கடன்பட்டுள்ளேன். அன்றாட உலகில் ஜனநாயகபூர்வமாகச் செயல்படுவதற்கான என்னுடைய போராட்டங்களைப் பார்த்துக்கொண்டிருப்பவராக இருக்கிறார் தனு. நடைமுறைத் தளத்தில் ஜனநாயகபூர்வமாகச் செயல்படுவதிலுள்ள பிரச்சினைகளைப் புரிந்துகொள்வதற்கு அவருடைய விமர்சனபூர்வமான பார்வை மட்டுமே போதுமானது. இப்படி வாழ்க்கை முழுக்கக் கற்றுக்கொள்வதை சாத்தியப்படுத்திய ஒருவருக்கு வெறும் நன்றி சொல்வது மட்டும் போதுமானதாக இருக்க முடியாது. என்னோடு தொடர்ந்து உரையாடிக்கொண்டிருப்பவர் ப்ரூஸ் காப்ஃபெரர். நான் சௌகரியமாக உணரும் எல்லைகளுக்கு வெளியே இழுத்துவந்து என்னைச் சிந்திக்கத் தூண்டிவிடுபவர். நான் இதைப் போற்றுவதோடு அதற்காக என்னுடைய நன்றியையும் தெரிவித்துக்கொள்கிறேன். எனக்கு என்னைப் பிரதிபலித்துக்காட்டுகிறவராக — குறிப்பாக, மார்க்சியம் மற்றும் சாதி அரசியல் குறித்து — இருந்துவருகிறார் சீனிவாச ராமாநுஜம். என்னோடு தொடர்ந்து உரையாடிக்கொண்டிருப்பதோடு, இந்தப் புத்தகத்தின் வரைவுப் பிரதியைப் படித்து, தனது எண்ணங்களைப் பகிர்ந்துகொண்ட அவருக்கு நான் கடன்பட்டவனாகிறேன். இரண்டு இளம் தீவிரையாளர்களான அமுல்யா மற்றும் அச்சிந்தியாவுக்கு எனது நன்றியைத் தெரிவித்துக்கொள்கிறேன். சீனா குறித்தும் கம்யூனிசம் குறித்தும் இவர்கள் எனக்கு நிறையக் கற்றுக்கொடுத்தார்கள். பெரும்பாலும் காரசாரமான விவாதங்களுக்குத்தான் கொண்டுவிடும் என்றாலும், அவை எப்போதும் நண்பர்களுக்கு இடையேயான திறந்த தன்மையோடே இருந்துவருகின்றன. என் உறவினரின் பிள்ளைகளான, பள்ளி மாணவன் கிருஷ்ணாவுக்கும், இவனைவிடச் சிறியவளான சஹானாவுக்கும் எனது நன்றியைத் தெரிவித்துக்கொள்கிறேன். இவர்கள்

அம்பேத்கர் குறித்தும் மார்க்ஸ் குறித்தும் கற்க வேண்டும் என்றார்கள். இதன் ஊடாக, புதிய தலைமுறையினர் பழைய பிரச்சினைகளை எவ்வாறு பார்க்கிறார்கள் என்று நான் புரிந்துகொண்டேன்! சீகல் பதிப்பகத்தைச் சேர்ந்த நவீன் கிஷோர் தனது வழக்கமான பெருந்தன்மையை வெளிப்படுத்தினார். இவரது மென்மையான நச்சரிப்பு இல்லையென்றால் இந்தப் புத்தகம் சாத்தியப்பட்டிருக்காது. பல விஷயங்கள் குறித்துப் பிரதிபலிப்பதற்கான வெளியை உருவாக்கிக்கொடுத்த இவருக்கும், இவரது அணியினருக்கும் எனது நன்றி. செம்மையாக்கும் விதமாகப் பல அற்புதமான யோசனைகளைக் கொடுத்த பிஷன் சமடாருக்கு நன்றிகளைத் தெரிவித்துக்கொள்கிறேன். இறுதியாக, என்னுடைய வாழ்க்கையின் ஒவ்வொரு தளத்திலும் கோட்பாட்டுரீதியாக இல்லாமல் நடைமுறைரீதியாகவும் ஜனநாயகபூர்வமாகவும் வாழ்வதன் முக்கியத்துவத்தை எனக்குக் கற்றுக்கொடுத்தவர்கள் எனது பெற்றோர்தான். தங்களுடைய வாழ்க்கை நடைமுறைகளின் ஊடாக ஜனநாயகபூர்வமான சமூக வாழ்க்கை என்ற லட்சியம் சாத்தியம் என்று எனக்குக் காட்டியவர்களும் இவர்கள்தான் — இவர்களுக்கு என்னுடைய மனமார்ந்த நன்றியைத் தெரிவித்துக்கொள்கிறேன்.

⊙

முன்னுரை

இந்தியாவில் பொதுத் தளத்தில் தத்துவத்தை அர்த்தமுள்ளதாக்க வேண்டும் என்று கடந்த சில ஆண்டுகளாக நான் மேற்கொண்டுவரும் முயற்சிகளிலிருந்துதான் இந்த நீண்ட கட்டுரை தோன்றியது. மதம், இடஒதுக்கீடு, சாதி, பாலினம், அரசியல் உள்பட சமூகத்தோடு தொடர்புடைய பல விஷயங்கள் குறித்து நடக்கும் பொது விவாதங்களெல்லாம் எதிரெதிர் துருவங்களாக வெளிப்பட்டுக்கொண்டிருப்பதுதான், இந்த நீண்ட கட்டுரையை எழுதுவதற்கும், 'பேர்ஃபூட் ஃபிலாஸபர்ஸ்' தொடங்குவதற்குமான வினையூக்கியாகும். இன்னும் குறிப்பாகச் சொல்வதென்றால், சமூகத்தின் எல்லா மட்டங்களிலும் இந்திய ஜனநாயகம் தோற்றுப்போனது என்ற நம்பிக்கை மிக ஆழமாகக் காணப்படுவது என்னைத் தொந்தரவுக்குள்ளாக்கியது. ஜனநாயகத்தைச் சரிசெய்ய, சீனாவைப் போல் இந்தியாவில் ராணுவ ஆட்சி வேண்டும் என்பது முதல் பிரிட்டீஷ்காரர்களை இந்தியாவுக்குத் திரும்ப அழைத்துவர வேண்டும் என்பதுவரை பல விதமான யோசனைகள் பல விதமான குழுமங்களால் முன்வைக்கப்படுகின்றன! இப்படியான தீர்வுகள் பொதுவெளிகளிலும் தனிப்பட்ட உரையாடல்களிலும் திரும்பத்திரும்ப முன்வைக்கப்படுகின்றன. முதலில் நான் இதையெல்லாம் வேடிக்கையாக எடுத்துக்கொண்டாலும், இப்படியான எதிர்வினைகள் தீவிரமாகத்தான் முன்வைக்கப்படுகின்றன என்று விரைவில் புரிந்துகொண்டேன். சமூகத்தின் மனநிலைக்கு எதிர்வினையாற்றும் விதமாக நான் பத்திரிகைகளில் தலையங்கப் பக்கக் கட்டுரைகளைத் தொடர்ந்து எழுதிவந்தேன்; பொதுமக்களுக்கு என்று மட்டுமல்லாமல் சிறுவர்களுக்கும் தத்துவப் பயிலரங்குகள் நடத்திவந்தேன். பல்வேறு சமூகப் பிரச்சினைகள் குறித்துப் பல விதமான பார்வைகளுடைய தனிநபர்களுக்கும் குழுமங்களுக்கும் இடையே உரையாடல்கள் முறிந்துபோகும் அளவுக்கு எதிரெதிர் துருவங்களாக நிற்பதைப் பார்க்கும்போது, நான் செய்துகொண்டிருப்பது எதுவுமே போதுமானதாக இல்லை என்று உணர்ந்துகொண்டேன். இதனால்தான் இந்த நீண்ட கட்டுரை — இதில் உள்ள சில பகுதிகள் நான் வெகுஜன ஊடகங்களில் எழுதியவற்றையும், பயிலரங்குகள்

நடத்திப் பெற்றுக்கொண்ட அனுபவங்களையும் அடிப்படையாகக் கொண்டவை – இந்திய ஜனநாயகத்தின் தனித்தன்மையைக் கருத்தாக்க அடிப்படையில் விளக்குவதற்கும் சமூகம், அரசியல், ஜனநாயகம் குறித்தெல்லாம் சித்தாந்தரீதியாக இல்லாமல் ஓரளவு யதார்த்தமான புரிதலை உருவாக்குவதற்குமான முயற்சியாகிறது.

இந்தியாவுக்கு ஜனநாயகம் மிக அவசியம் என்பதே என்னுடைய தெளிவான நிலைப்பாடு. ஆனால், உண்மையிலேயே ஜனநாயகம் என்றால் என்ன? இன்று இந்தியாவில் ஜனநாயகம் என்பது அரசியலாகவும் தேர்தல், வாக்களித்தல் போன்று சில சடங்குகளாகவும் சுருக்கப்பட்டுள்ளது. ஜனநாயகம் இதைவிடக் கூடுதலானது என்றால், அது என்னவாக இருக்க முடியும்? இந்தக் கேள்விகளுக்கான பதில்கள் நம்மைச் சுற்றிலும் இருக்கின்றன என்றாலும்கூட நாம்தான் அதைத் தொடர்ந்து நிராகரித்துவந்திருக்கிறோம். இந்தியாவில் ஜனநாயகம் எப்படியானதாக இருக்க முடியும் என்று மிக ஆழமான இரண்டு தரிசனங்களை டாக்டர் பீம்ராவ் ஆர். அம்பேத்கரும் மோகன்தாஸ் கே. காந்தியும் நமக்குக் கொடுத்திருக்கிறார்கள். சமூகரீதியானது என்பதைக் குணாம்சப்படுத்தும் இந்திய யதார்த்தம் குறித்தும், சாதியின் தத்துவார்த்த அடிப்படைகள் குறித்தும் கோபால் குருவோடு இணைந்து எழுதிய என்னுடைய முந்தைய புத்தகங்களில் விவாதித்திருக்கிறேன். ஜனநாயகம் குறித்த வாதங்களை எவ்வாறு முன்வைக்க வேண்டும் என்ற சட்டகமானது ஜனநாயகம் குறித்த அம்பேத்கரின் எழுத்துகளை மீள்வாசிப்பு செய்தபோது உடனடியாக எனக்குக் கிடைத்தது. ஜனநாயகம் என்பது அடிப்படையில் மனக் கட்டமைப்போடு உறவுகொண்டிருக்கும் ஒன்றாகவும் ஒரு சமூக வடிவமாகவும் அம்பேத்கர் முன்வைக்கும் வாதங்கள் மிக முக்கியமானவை என்பதில் எனக்கு எந்தச் சந்தேகமும் இல்லை. ஆனால், இந்த ஆழ்ந்த தரிசனத்தை நாம் எப்படி நடைமுறைப்படுத்துவது? ஜனநாயகபூர்வமான சமூக வாழ்க்கையின் சாத்தியப்பாடு குறித்து விவரிப்பதற்கான முயற்சியே இந்த நீண்ட கட்டுரை. இது அம்பேத்கர் குறித்த கட்டுரையும் இல்லை, அவரது கருத்துகளை ஆய்வுபூர்வமாக அணுகும் கட்டுரையும் இல்லை. ஆனால், இதில் முன்வைக்கப்படும் வாதங்களுக்கு அவர்தான் பெரும் உந்துசக்தியாக இருக்கிறார்.

ஜனநாயகம் குறித்து மட்டுமல்லாமல் அம்பேத்கர் குறித்தும் மிகப் பெருமளவிலான எழுத்துகள் உள்ளன. இந்தப் புத்தகம், கல்விப்புல ஆய்வு பாணியைப் பின்பற்ற முயலவில்லை. ஜனநாயகத்தின் கருத்தாக்க அடிப்படைகள் மீது பொதுமக்கள் ஈடுபாடு காட்டாமல் அந்நியப்பட்டுப்போனதற்கு இந்த பாணிதான் காரணமாக இருந்திருக்க வேண்டும் என்றே நான் நம்புகிறேன். ஜனநாயகத்தை

எடுத்துக்கொண்டால், அது மெய்யாகவே மக்கள் குறித்தும் பொது என்பது குறித்தும் இருப்பதால், இந்த நூல் அவர்கள் அணுகக்கூடிய விதத்திலும் அவர்களுக்கு சவால் விடுவதாகவும் இருக்க வேண்டியுள்ளது. ஆகவே, நான் இடைப்பட்ட பாதையைத் தேர்ந்தெடுத்திருக்கிறேன். அதாவது, அளவுக்கு அதிகமான கல்விப்புல பாணிகளைத் தவிர்த்தாலும்கூட, என்னுடைய வாதங்களை எவ்வளவு தெளிவாகவும் கறாராகவும் முன்வைக்க முடியுமோ அந்த அளவுக்கு முயன்றிருக்கிறேன். நான் சொல்வதோடெல்லாம் வாசகர்கள் ஒத்துப்போக வேண்டும் என்பது அவ்வளவு முக்கியமில்லை. ஜனநாயகம் குறித்த அவர்களுடைய அனுமானங்கள் பற்றி விமர்சனரீதியாக அவர்கள் சிந்திப்பதற்கு வினையூக்கியாக இருக்கிறதா இல்லையா என்பதுதான் என்னுடைய அக்கறை.

அரசாங்கங்கள் எப்படி ஜனநாயகரீதியானதாக இருக்க முடியும் என்பதன் மேல் அவ்வளவு கவனம் செலுத்தாமல், நாம் ஒவ்வொருவரும் நம்முடைய அன்றாடச் செயல்பாடுகளில் ஜனநாயகபூர்வமாக இருப்பது என்றால் என்ன என்று புரிந்துகொள்வதே இந்தப் புத்தகத்தின் நோக்கம். ஜனநாயகத்தை வெறுமனே ஆட்சி வடிவமாகப் பார்க்காமல், மனக் கட்டமைப்புகளின் அடிப்படையில் ஜனநாயகத்தை ஒரு சமூக வடிவமாக அடைவதற்கான வழிகளையும் தடைகளையும் சாத்தியப்பாடுகளையும் அம்பேத்கரின் அவதானிப்பை அடிப்படையாகக் கொண்டு கண்டுணர்வதற்கான முயற்சியாக இருக்கிறது இந்தப் புத்தகம். இது நம்முடைய ஜனநாயக சுயத்தை நாம் எவ்வாறு உருவாக்கிக்கொள்ளப் போகிறோம் என்பது குறித்துப் பிரதிபலிப்பதாக இருக்கிறது. இது சாத்தியப்படுவதற்கான முதல் படியாக, நாம் ஜனநாயகத்தோடு தொடர்புடைய பல சொற்கள் குறித்துக் கருத்தாக்கரீதியாகத் தெளிவு கொண்டிருக்க வேண்டியுள்ளது. ஆக, ஜனநாயகத்தை மற்றவர்கள் — எடுத்துக்காட்டாக அரசாங்கம், நிறுவனங்கள், தலைவர்கள் — எப்படிச் செயல்படுத்த வேண்டும் என்று தீர்ப்புரைப்பதாகச் சுருக்காமல், நாம் ஒவ்வொருவரும் எப்படி ஜனநாயகபூர்வமாகச் செயல்பட முடியும் என்று துருவியகழ்வதாக இருக்க வேண்டும். ஜனநாயகம் குறித்த அம்பேத்கரின் பார்வைகளிலிருந்து நாம் பெற்றுக்கொள்ளக்கூடிய முக்கியமான பாடம் இதுவாகத்தான் இருக்க முடியும். எப்படி இருந்தாலும், சமூக ஜனநாயகம் இல்லாமல் அரசியல் ஜனநாயகம் சாத்தியமில்லை என்ற அம்பேத்கரின் வாதமானது விடுதலை, சமத்துவம், சகோதரத்துவம் ஆகிய கருத்துகளின் அடிப்படையிலான சமூக ஜனநாயகத்தை உருவாக்கும் வழிகளைக் கண்டெடுக்க வேண்டிய அவசியத்தையே முன்வைக்கிறது. இந்த வடிவிலான சமூக ஜனநாயகம் சாத்தியப்பட வேண்டுமென்றால், ஜனநாயகபூர்வமான சுயத்தை வளர்த்துக்கொள்வதோடு, பொதுக் கதையாடலின் பகுதியாக இருக்க வேண்டிய — பிரத்யேகமாகக்

கல்விப்புலங்களில் உருவாக்கப்பட்டவையாக இல்லாமல் — ஜனநாயகம் என்ற கருத்துக்குள்ளாகப் பொதிந்துள்ள பரந்துபட்ட தளத்திலான கருத்தாக்கங்களை விமர்சனபூர்வமாகப் புரிந்துகொள்ள வேண்டியுள்ளது. ஜனநாயகம் அர்த்தமுள்ள எதிர்காலத்தைக் கொண்டிருக்க வேண்டும் என்றால் இந்த முயற்சிகளெல்லாம் மிகவும் அவசியம்.

சுந்தர் சருக்கை

◉

1
ஜனநாயகத்தின் இயல்பு

உலகின் மிகப் பெரிய ஜனநாயக நாடாக இந்தியா இருந்தாலும்கூட, இந்தியாவில் குறுக்கும்நெடுக்கும் பயணிப்போம் என்றால், மக்களிடையே ஜனநாயகம் குறித்து ஒருமித்த புரிதலையோ ஒருபடித்தான அனுபவத்தையோ கண்டெடுப்பது சிரமம்தான். தேர்தல் என்ற அரசியல் வெளிக்குள்ளாகவும்கூட ஜனநாயகத்தைச் சுற்றி அறிஞர்கள் பலர் உருவாக்கியிருக்கும் கருத்துகள் பலவும் பெரும்பாலான குடிநபர்களின் பிரக்ஞையில் இல்லை என்பதுபோலவே தெரிகிறது. இந்தியா மிகப் பெரிய ஜனநாயக நாடு என்று சொல்வது பெயரளவிலானதாகவும், வாக்களிப்பவர்களின் எண்ணிக்கை அடிப்படையிலானதாகவுமே இருந்துவருகிறது. மக்களுடைய அன்றாட வாழ்க்கையில், அரசாங்கத் துறைகளுடனான, தனியார் தொழில் நிறுவனங்களுடனான ஊடாட்டங்களில், அல்லது மருத்துவமனை போன்ற சமூக வெளிகளில் அவர்கள் கொள்ளும் உறவுகளில் ஜனநாயகரீதியான செயல்பாடுகள் ஏதும் இல்லாமல் இருப்பதோடு, ஜனநாயக லட்சியங்கள் குறித்த எதிர்பார்ப்பிலும் பெரும் போதாமைகள் வெளிப்படுகின்றன. சாதி, வர்க்கம், பாலினம், மதம் போன்று விலக்கிவைக்கும் தன்மையிலான கட்டமைப்புகளின் ஊடாகவே சமூக உறவுமுறைகள் சாத்தியப்படுகின்றன. கிராமப்புற இந்தியா இப்படியான கட்டமைப்புகளின் ஊடாகப் பிரித்துவைக்கப்பட்டிருக்கின்றன என்றால், நகர்ப்புறங்களில் இன்னும் அதிகமாக இப்படி நடக்கின்றன. கிராமங்களில் இருப்பவர்கள் டெல்லியில் யார் 'ஆட்சிபுரிகிறார்கள்' என்பது குறித்து அக்கறைகாட்டுவதில்லை. ஏனெனில், அவர்களது உலகம் அவர்களது அன்றாட வாழ்க்கையைச் சுற்றியும், ஒவ்வொரு நாளும் உயிர் வாழ்வதைச் சுற்றியும், அன்றாடப் பண்பாட்டுரீதியான பழக்கங்களைச் சுற்றியுமே இயங்கிவருகின்றன.

ஜனநாயகத்தை அரசியல் வெளிக்கானதாக மட்டுமோ, தேர்ந்தெடுக்கப்படும் அரசாங்கங்களுக்கானதாக மட்டுமோ சுருக்க முடியாது. 'சமூகத்தை ஒழுங்கமைக்கும் ஒரு வடிவமே' ஜனநாயகம் என்றும், சமூகம் ஜனநாயகத்தன்மையற்றதாக இருக்குமென்றால், ஜனநாயகம் குறித்துச் சிந்திப்பது சாத்தியமே இல்லை என்றும் கூறும்

அம்பேத்கரின் பார்வையை நாம் இப்போது நினைத்துப்பார்ப்பது எப்போதையும்விட மிகவும் முக்கியமாகிறது.¹ ஜனநாயகம் என்பது வெறும் அரசியல் மட்டுமே இல்லை; அது 'வாழ்க்கைத் தத்துவம்'. 'தனிநபர்களின் மனநிலை ஜனநாயகபூர்வமாக இருந்தால்' மட்டுமே ஜனநாயகம் வெற்றிபெறுவது சாத்தியம்.² ஜனநாயகம் குறித்த அம்பேத்கரின் விவரிப்பு அவரது ஆசிரியரான ஜான் டூவியின் வார்த்தைகளால் ஆழமாக உந்தப்பட்டதாக இருக்கிறது என்று பல அறிஞர்கள் சுட்டிக்காட்டியிருக்கிறார்கள். 'ஜனநாயகம் என்பது அரசாங்கம் என்ற வடிவத்தைவிடக் கூடுதலாக எதையோ கொண்டிருக்கிறது; இது அடிப்படையில் கூடி வாழ்வதற்கான, அதாவது அனுபவங்களைப் பரஸ்பரம் பகிர்ந்துகொள்வதற்கான வழி' என்று டூவி எழுதுகிறார்.³ அம்பேத்கரும் டூவியும் பயன்படுத்தும் வார்த்தைகளில் மிக முக்கியமான வேறுபாடு ஒன்று உள்ளது. டூவி 'கூடி வாழ்வதற்கு' முக்கியத்துவம் கொடுக்கிறார்; அம்பேத்கரோ இந்தியச் சமூகத்தில் கூடி வாழ்வதற்கான சாத்தியப்பாடு பல விதமான சவால்களை எதிர்கொள்ள வேண்டியிருப்பதால், சமூக ஒழுங்கமைப்புக்கு அழுத்தம் கொடுக்கிறார்.⁴

அம்பேத்கரைப் பொறுத்தமட்டில், பிரெஞ்சுப் புரட்சியின் மூன்று விழுமியங்களே ஜனநாயகத்துக்கான வழிகளாகின்றன: விடுதலை, சமத்துவம், சகோதரத்துவம். ஆனாலும், சமத்துவமும் விடுதலையும் மட்டுமே போதுமானது அல்ல என்றும், ஜனநாயகம் குறித்த புரிதல் எப்படியானதாக இருந்தாலும் சகோதரத்துவமே சமத்துவத்தையும் விடுதலையையும் கட்டிக்காக்கிறது என்றும் அம்பேத்கர் வாதிடுகிறார். அவர் குறிப்பிடுவதுபோல், 'விடுதலையும் சமத்துவமும் அவற்றின் அடிப்படையாக சகோதரத்துவத்தைக் கொண்டிருப்பதால்தான் ஜனநாயகத்தில் விடுதலையை அழிக்காமல் சமத்துவம் இருக்கிறது, சமத்துவத்தை விடுதலை அழிக்காமல் இருக்கிறது. ஆக, சகோதரத்துவமே

---

1   பார்க்கவும்: B.R. Ambedkar, 'Riddles in Hinduism'. மேலும் பார்க்கவும்: Scott Stroud, 'Pragmatist Riddles in Ambedkar's "Riddles of Hinduism"', Forward Press, 1 June 2019. Available at https://bit.ly/3Q2sfME (last accessed on 20 June 2022).

2   Ambedkar, 'Riddles in Hinduism', pp. 282-3.

3   John Dewey, 'The Middle Works of John Dewey, 1899-1924; Volume 9: 1916, Democracy and Education' (Jo Ann Boydston ed.) (Carbondale and Edwardsville: Southern Illinois University Press), p. 93.

4   பார்க்கவும்: Arun P. Mukherjee, 'B.R. Ambedkar, John Dewey, and the Meaning of Democracy', New Literary History 40(2) (2009): 345-70.

ஜனநாயகத்தின் வேர்.'[5] இப்படியான பரந்துபட்ட அர்த்தத்திலேயே அவர் சகோதரத்துவத்தை 'மைத்ரி' என்றழைக்கிறார்.

ஆகவே, அவர் பரிந்துரைப்பது மிகத் தெளிவாக இருக்கிறது. ஒரு சமூகத்துக்குள்ளாக சகோதரத்துவம் இல்லாமல் ஜனநாயகம் சாத்தியப்பட முடியாது. ஆனால், சமூகம் சகோதரத்துவத்தைக் கொண்டிருப்பது என்றால் என்ன? இந்தத் திட்டத்தை அடைவதில் கருத்தாக்கரீதியாகவும் நடைமுறைரீதியாகவும் என்னென்ன தடைகளை எதிர்கொள்ள வேண்டியிருக்கிறது? அம்பேத்கர் சுட்டிக்காட்டுவது மிக வெளிப்படையாகவும் உண்மையாகவும் இருக்கிறது என்றாலும்கூட, அதை ஏன் தீவிரமாக எடுத்துக்கொண்டு நடைமுறைப்படுத்த முடியவில்லை? ஜனநாயகத்தை ஒரு குறிப்பிட்ட வகையான அரசியல் செயல்பாடாக மட்டுமே சுருக்கிப்பார்த்தாலும்கூட, அதை அம்பேத்கரின் பார்வைக்கு ஏற்றாற்போல் வடிவமைப்பதற்கு எப்படியான சிந்தனைகளும் செயல்பாடுகளும் தேவைப்படுகின்றன? அரசமைப்பு அவையின் வரைவுக் குழுத் தலைவராக இருந்து அவர் ஆற்றிய கடைசி உரையில், புதிதாகச் சுதந்திரம் பெற்றிருக்கும் இந்தியாவில் ஜனநாயகத்தைத் தக்கவைப்பதுதான் பெரிய சவாலாக இருக்கப்போகிறது என்றார். அவர் மூன்று யோசனைகளை முன்வைக்கிறார்: 'அரசமைப்பு முறை'களை இறுகப் பற்றிக்கொள்வது, தலைவர்களை வழிபடும் போக்கை அனுமதிக்காமல் இருப்பது, அரசியல் ஜனநாயகம் மட்டுமே போதுமானதல்ல என்று அங்கீகரிப்பது. கடைசி யோசனையைப் பொறுத்தமட்டில் அவர் இவ்வாறு குறிப்பிடுகிறார்: 'அரசியல் ஜனநாயகத்தின் அஸ்திவாரமாகச் சமூக ஜனநாயகம் இல்லை என்றால், அதனால் நிலைத்துநிற்க முடியாது. சமூக ஜனநாயகம் என்றால் என்ன? விடுதலை, சமத்துவம், சகோதரத்துவத்தை வாழ்க்கைக்கான வழியாக அங்கீகரிப்பதே இதற்கான அர்த்தம்.'[6]

ஜனநாயகம் என்பது அரசியல் பிரதிநிதித்துவத்தை மட்டுமே கொண்டிருப்பதாக மட்டுப்படுத்தாமல், சமூகத்தில் சகோதரத்துவத்தைக் கண்டெடுப்பதற்கு நாம் அதை எப்படியாகப் புரிந்துகொள்ள வேண்டியுள்ளது? ஜனநாயகம் என்பது தனிநபர்களின் 'மனநிலை'யாக இருக்க வேண்டியுள்ளது என்றால், ஜனநாயகத்தின் லட்சியச் செயற்பாங்கு எப்படியாக இருக்க வேண்டியுள்ளது? இப்படியான மனநிலையைச் சமூகம் எப்படி உருவாக்க முடியும்? ஜனநாயகத்தின் இந்த லட்சியங்களை அடைவதில் நாம் எதிர்கொள்ளும் தடைகளையும் சவால்களையும்

5 Ambedkar, *'Riddles in Hinduism'*, pp. 283.

6 B.R. Ambedkar, *'Dr. Babasaheb Ambedkar: Writings and Speeches, Volume 13'* (Vasant Moon ed.) (Mumbai: Education Department, Government of Maharashtra, 1994), pp. 1215–16.

விவரிக்கவே இந்த நீண்ட கட்டுரை முயல்கிறது. அம்பேத்கர், காந்தி போன்ற சிந்தனையாளர்கள், தலைவர்களின் தரிசனங்களை நடைமுறைப்படுத்தும் சாத்தியப்பாடுகளைக் கண்டறிவதற்கான சிறிய முயற்சிதான் இது.

இப்படியான திட்டம், ஜனநாயக அனுபவங்களிலிருந்து தொடங்கினால் மட்டுமே சாத்தியப்படும். இந்த அனுபவங்கள், ஜனநாயகத்தின் பல்வேறு அம்சங்கள் குறித்த கருத்தாக்கரீதியான புரிதலின் ஊடாகவே முறைப்படுத்தப்படுகின்றன. ஆக, இந்த நீண்ட கட்டுரையின் நோக்கம், இந்தியா போன்ற நாடுகளில் நடைமுறைப்படுத்தப்படும் ஜனநாயகத்தின் கருத்தாக்கரீதியான அடிப்படைகள் குறித்தும், மக்கள் பெறும் ஜனநாயகரீதியான அனுபவங்களை எப்படியாக அர்த்தப்படுத்துவது என்பது குறித்தும் சிந்தித்துப்பார்ப்பதாக இருக்கிறது. ஜனநாயகம் குறித்து இப்படி முயன்றுபார்ப்பதானது ஜனநாயகம் என்பது வெறுமனே அரசியலோடு தொடர்புடைய தனித்த செயல்பாடாக இல்லாமல், அன்றாட வாழ்க்கையின் பகுதியாக மாறுவதன் ஊடாகவே திறம்படச் செயல்பட முடியும் என்ற எனது திடமான நம்பிக்கையை நிலைநிறுத்துவதாக உள்ளது. இப்படியான அர்த்தத்திலேயே, அதாவது ஜனநாயகத்தை எப்போதும் சமூக வாழ்க்கைப் பின்னணியிலிருந்துதான் புரிந்துகொள்ள முடியும் என்பதாலேயே நான் 'ஜனநாயகத்தின் சமூக இருப்பு' என்ற சொற்களைப் பயன்படுத்துகிறேன். ஜனநாயகத்தைப் பலப்படுத்துவது என்பது நிறுவனங்களைப் பலப்படுத்துவது என்றும், தேர்தல் முறையைப் பலப்படுத்துவது என்றும் திரும்பத்திரும்பச் சொல்லப்படுவதைக் கேட்டுக்கொண்டிருக்கிறோம். ஆனால், தனிநபர்களிடமும் அவர்களுடைய அன்றாடச் சமூக வாழ்க்கையிலும் சமூகரீதியான செயல்பாடுகளிலும் ஜனநாயக இருப்பைப் பலப்படுத்துவது அவசியமாகிறது. அதே நேரத்தில், இந்த லட்சியத்தை அடைய எவையெல்லாம் தடையாக இருக்கின்றன? ஒரு சமூகத்தை ஏன் ஜனநாயகபூர்வமானதாக நம்மால் உருவாக்க முடியவில்லை? இந்தக் கேள்விகளுக்கு நடைமுறை சார்ந்த பதில்களை முன்வைப்பதற்காக நான் இவற்றைக் கேட்கவில்லை. மாறாக, ஜனநாயகபூர்வமான சமூகத்தை உருவாக்கும் சாத்தியப்பாட்டுக்கு அது குறித்த பல்வேறு கருத்துகளை நாம் எப்படியாகப் புரிந்துகொள்ள வேண்டியுள்ளது என்பதை ஆராய்வதே என்னுடைய நோக்கம்.

ஜனநாயகத்தின் கருத்தாக்கரீதியான அடிப்படைகளைத் துருவியகழ்வதிலிருந்து தொடங்குகிறேன். ஜனநாயகத்தை வெறுமனே காலம் தவறாமல் நிகழ்த்தப்படும் ஒரு சடங்காக இல்லாமல், அதை ஒரு வாழ்க்கை முறையாக்கும் வழியை நோக்கி நகர்வதற்கான அடிப்படைகளைப் பகுப்பாயவிருக்கிறேன். ஜனநாயகம் என்பது

ஒரு சமூக அமைப்பு என்ற கோரலைப் புரிந்துகொள்ள நமக்கு எப்படியான கருத்தாக்கத் தெளிவுகள் தேவைப்படுகின்றன? ஆக, இந்த நீண்ட கட்டுரை முழுக்க நான் என்ன செய்யப்போகிறேன் என்றால் மக்கள், வாக்களித்தல், சுதந்திரம், உண்மை மற்றும் இது போன்று ஜனநாயகத்தோடு தொடர்புடைய சில கருத்தாக்க அடிப்படைகள் குறித்து விவாதிக்கவிருக்கிறேன். ஜனநாயகம் நம் அன்றாட வாழ்க்கையின் பகுதியாக இருப்பதற்கு நாம் எப்படியான நிபந்தனைகளைப் பூர்த்திசெய்ய வேண்டியுள்ளது என்று புரிந்துகொள்ள இப்படியான கருத்தாக்கங்களின் நிலவமைப்பியலைத் துருவியகழவிருக்கிறேன். இது, அம்பேத்கர் குறித்தோ அல்லது ஜனநாயகத்துக்கு அம்பேத்கர் அளித்த சட்டரீதியான, அரசமைப்புரீதியான பங்களிப்பு குறித்தோ ஆய்வுசெய்யும் ஆய்வாளரின் அணுகுமுறையைக் கொண்டிருக்கப்போவதில்லை. இது, ஜனநாயகம் குறித்த அம்பேத்கரின் சமூகரீதியான கற்பனையிலும், சமூகம் மற்றும் ஜனநாயகம் குறித்த அம்பேத்கரின் அவதானிப்புகளிலும் உருவரையை நிரப்ப முயல்கிறது. இப்படியான தரிசனத்தின் சாத்தியப்பாடு குறித்தும், தற்காலப் பின்னணியில் அப்படியான தரிசனத்துக்குத் தடையாக இருப்பவை குறித்தும் வாசிப்பதற்கான முயற்சியாகவும் இனி நான் முன்வைக்கப்போவதைப் பார்க்கலாம்.

'மக்கள்' என்ற கருத்து அந்த அளவுக்குச் சொல்லணியிலார்ந்து முதலீடு செய்யப்பட்டிருப்பதுதான் ஜனநாயகத்தின் அடிப்படை முரணுரைப்பாக உள்ளது. இருந்தாலும், 'மக்கள்' என்ற கருத்துதான் பல சமயங்களில் பிரச்சினையாகவும் இருக்கிறது என்று பல விமர்சகர்கள் சுட்டிக்காட்டுகிறார்கள். மேற்கத்திய நாடுகள் சிலவற்றில் காணப்படும் ஜனநாயகத்தில், 'மக்கள்' என்ற கருத்தமைவு அந்தந்த நாடுகளைச் சேர்ந்த குடிநபர்களை ஒன்றிணைக்கும் நடைமுறைரீதியான கருத்தைச் சார்ந்திருப்பதாக உள்ளது. இந்தியாவில், நாம் எல்லோரும் 'மக்கள்' என்பதன் பகுதியாக இருக்கிறோம் என்று சொல்வதன் அர்த்தம் என்ன என்று நாம் முறையாக முன்வைக்க வேண்டியுள்ளது. இந்தியாவில் உள்ள ஒவ்வொரு மாநிலமும் மொழிரீதியாக வேறுபட்டிருக்கும் காரணம் உள்பட பல காரணங்களால், குடிநபர்களை மக்களாக ஒன்றிணைப்பது நடந்தேறவில்லை. பல்வேறு சாதிகளையும் மதங்களையும் சேர்ந்தவர்களெல்லாம் ஒரே மாதிரியான பழக்கவழக்கங்களைப் பின்பற்ற வேண்டும் என்று திணிக்கும் முயற்சிகளெல்லாம், 'மக்கள்' என்ற வகைமையை உருவாக்குவதற்குத் தொடர்ந்து முயன்றுகொண்டிருப்பதையே பிரதிபலிக்கின்றன. ஒரு அரசியல் செயல்பாடாக, வாக்களிக்கும் உரிமையை, அதற்கான வயதை அடைந்த ஒவ்வொருவருக்கும் ஜனநாயகம் பரிசாகக் கொடுத்திருக்கிறது என்றாலும்கூட, ஒரு சமூகச் செயற்பாங்காக அது சாதாரண வாக்காளரைத் தரம் குறைத்தே பார்க்கிறது. அரசியல்

ஜனநாயகத்தின் முதுகெலும்பு மக்கள்தான் என்றாலும்கூட, இதே மக்கள்தான் பெருமளவு தூற்றப்படுகிறார்கள், வசைபாடப்படுகிறார்கள், வேண்டியபடி கையாளப்படுகிறார்கள். நம்முடைய ஜனநாயகம், அதன் கருத்தாக்கரீதியான மையத்தில் பிரச்சினைக்குரியதாகவே இருந்துவருகிறது.

ஆகவேதான், ஜனநாயகம் பெரும் பிரச்சினையில் சிக்கியிருக்கிறது என்பது நமக்கு எப்படியான அதிர்ச்சியையும் கொடுப்பதில்லை. உலகம் முழுவதும் ஜனநாயகத்துக்கு எதிரான உணர்வுகள் தயக்கமின்றி வெளிப்படுத்தப்படுவதோடு மட்டுமல்லாமல், ஜனநாயக விழுமியத்தை அரித்தெடுக்கும் விதமாக அதன் வரையறைகளை விரித்தெடுத்து நீர்த்துப்போகவைக்கும் முயற்சிகளையும் நம்மால் பார்க்க முடிகிறது. ஜனநாயகம் என்ற கருத்து ஜனநாயகரீதியாக நிலைநிறுத்தப்படாததே ஜனநாயகம் எதிர்கொள்ளும் பிரச்சினையின் ஒரு பகுதியாக இருந்துவருகிறது. முதலாவதாக, ஜனநாயகத்தை வரையறுக்கும் விழுமியங்கள் மேலாதிக்கம் சார்ந்தும், படிநிலை சார்ந்தும் மேலோங்கிய ஜனநாயக சக்திகளான அமெரிக்கா, பிரிட்டன், ஜெர்மனி போன்ற நாடுகளைக் கொண்டிருக்கும் சிறு குழுவால் வரையறுக்கப்படுவதால், உலகின் பெரும்பகுதி இதற்குள் உள்ளிணைத்துக்கொள்ளப்படாமல் அந்நியப்படுத்தப்படுகின்றன. இரண்டாவதாக, ஜனநாயகத்தை அரசியல் தொடர்பானதாக மட்டுமே சுருக்குவதால், அது கருத்தாக்கரீதியாக நீர்த்துப்போனதாக இருக்கிறது. இதனால், இந்தக் கருத்து அரசியலுக்கு மிக முக்கியமானதாக இருக்கும் அதிகாரத்தின் குணாம்சத்துக்கு ஒத்துப்போகக்கூடிய ஒன்றாக முன்வைக்கப்படுகிறது. மூன்றாவதாக, ஜனநாயகம் குறித்த கல்விப்புலம் சார்ந்தவர்கள் உருவாக்கும் கோட்பாட்டுரீதியான ஆக்கங்கள், அவர்கள் உருவாக்கும் கோட்பாடுகளுக்கும் ‘சாதாரண மக்களுடைய’ அனுபவங்களுக்கும் இடையே காணப்படும் ஜனநாயகத்தன்மையற்ற உறவைக் கவனத்தில் எடுத்துக்கொள்வதில்லை. ஜனநாயகம் குறித்து ஆசியாவிலிருந்தும் ஆப்பிரிக்காவிலிருந்தும் உருவாக்கப்படும் கோட்பாட்டுரீதியான ஆக்கங்கள் மிகச் சொற்ப அளவிலேயே உலகளாவிய மையநீரோட்டக் கதையாடல்களின் பகுதியாக இருந்துவருகின்றன என்பது, கல்விப்புலங்களில் போதுமான அளவுக்கான ஜனநாயகத்தன்மை இல்லாததை வெளிப்படுத்துவதோடு, அறிஞர்களுக்கும் ‘மக்களுக்கும்’ இடையேயான உறவும் ஜனநாயகத்தன்மையற்று இருப்பதை மிகச் சிறப்பாக வெளிப்படுத்துவதாகவும் உள்ளது. தேசங்கள் ஜனநாயகரீதியான ஆட்சியைக் கொண்டிருக்கின்றனவா என்று கேட்டுக்கொள்வதைவிட ஜனநாயகபூர்வமாக வாழ்வது என்றால் என்ன என்றே நாம் கேட்டுக்கொள்ள வேண்டியுள்ளது. இதுவே அடிப்படையான கேள்வி. ஜனநாயகபூர்வமாக வாழ்வதன் மீது

கவனம் குவிப்பதே, ஜனநாயகம் எப்படியான கருத்தமைவுகளைக் கொண்டிருந்தாலும், அதைக் காப்பாற்றக்கூடிய செயலாக இருக்க முடியும். ஜனநாயகம் என்பது வாழ்க்கை சார்ந்தது. அது நம்முடைய அன்றாட வாழ்க்கையின் பகுதியாகவும் வாழ்வனுபவத்தின் பகுதியாகவும் இருக்க வேண்டியுள்ளது. ஜனநாயகம் நிலைத்திருப்பதற்கு இது மட்டுமே உத்தரவாதமான வழியாக இருக்க முடியும்.

இந்தியா உலகிலேயே மிகப் பெரிய ஜனநாயக நாடு என்று தொடர்ந்து விவரிக்கப்படுகிறது — இப்படியான விவரிப்பை அண்மைக் காலங்களில் சீனர்கள் ஏற்றுக்கொள்ள மறுக்கிறார்கள் என்றபோதும். இந்தியாவில் ஜனநாயகம் அதன் லட்சிய வடிவத்தில் இல்லை என்றும் நம்மிடம் சொல்லப்படுகிறது. நாடாளுமன்றங்களிலும் சட்டமன்றங்களிலும் நடப்பதையெல்லாம் பார்க்கும்போது, வெளிப்படையாகப் பெருமளவில் நடந்துகொண்டிருக்கும் ஊழல்களையும் அதிகார துஷ்பிரயோகங்களையும் — வாக்குகளுக்குப் பணம் கொடுப்பது போன்றவை — பார்க்கும்போது, இந்திய ஜனநாயகம் பெரும் சிக்கலில் இருப்பதாக ஏன் சொல்லப்படுகிறது என்று நம்மால் புரிந்துகொள்ள முடியும். ஆனால், இந்த முடிவு நாம் ரொம்பவும் அவசரப்பட்டு வந்தடையும் முடிவாகவே இருக்கும். ஜனநாயகத்தை ஒருவித அரசியல் செயல்பாடாக மட்டுப்படுத்திப் பார்ப்போம் என்றால், நாம் எதிர்கொள்ளும் பிரச்சினைக்கு முகம்கொடுக்க வேண்டிய அவசியம் உள்ளது என்பது உண்மைதான். ஆனால், ஜனநாயகம் குறித்து இப்படியாகச் சிந்திப்பதும் தவறு. மாறாக, ஜனநாயகத்தை நாம் வாழ்க்கை வடிவமாகப் பார்ப்போம் என்றால், அரசியல் அதிகாரத்தைக் கொண்டிருக்கும் மேட்டுக்குடிகளிடம் இல்லை என்றாலும்கூட, சமூகத்தின் பல பகுதிகளில் ஜனநாயகரீதியான வாழ்க்கை வடிவங்கள் இருப்பதை நம்மால் அவ்வளவு சிரமமில்லாமல் பார்க்க முடியும். வாழ்க்கை வடிவமாக இருக்கும் இந்த ஜனநாயகத்தைத்தான் நாம் பலப்படுத்த வேண்டியுள்ளது - வேறெங்கோ இருந்து பெற்றுக்கொண்ட ஜனநாயக மாதிரிகளால் உந்தப்பட்ட குறுகிய பார்வையில் நாம் இதைத் தொலைத்துவிட அனுமதிக்கக் கூடாது.

இன்று, ஜனநாயகம் குறித்து வேறு விதமாக நாம் சிந்தித்துப்பார்க்க வேண்டியுள்ளது. முந்தைய ஆய்வுகளெல்லாம் ஜனநாயகத்தின் அடிநாதமாக இருக்கும் குறிப்பிட்ட சில கருத்தாக்கங்கள் மீதும் நிறுவனரீதியான கட்டமைப்புகளின் மீதும் அளவுக்கு அதிகமாகக் கவனம்செலுத்திவந்தன. பிறகு, ஒரு கருத்தாக்க வகைமையாக, குடிமைச் சமூகம் என்பது முக்கியத்துவம் பெற்ற ஒன்றானது. இருப்பினும், ஜனநாயகத்தில் இன்று பெரும் உருமாற்றங்கள் நடந்துகொண்டிருக்கின்றன. நம்முடைய சமூகங்கள் தொழில்நுட்பரீதியான

மாற்றங்களால் பெருமளவு செல்வாக்கு பெற்றவையாக இருக்கின்றன. ஜனநாயக இயக்கங்கள் என்பதாக முன்வைக்கப்படும் அரபு வசந்தம் போன்ற இயக்கங்கள் மீது சமூக ஊடகங்களின் செல்வாக்கு குறித்து நிறையவே பேசப்பட்டுவருகிறது. இருப்பினும், இப்படியான முடிவுகள் தொழில்நுட்பங்களின் இயல்பு மீது கவனம் கொள்ளாமல், தொழில்நுட்பத்தின் விளைவுகள் மீது மட்டுமே கவனம்செலுத்துகின்றன. இந்தத் தொழில்நுட்பங்களின் இயல்பு நிறுவனப்பட்ட ஜனநாயகத்தின் குணாம்சத்தை மாற்றியமைக்கக்கூடியதாக இருப்பதைக் கவனத்தில் கொள்வதில்லை.

ஒரு நாட்டில் ஜனநாயகத்தை நிலைநிறுத்துவதற்கு ஜனநாயக நிறுவனங்கள் அவசியமாகின்றன. ஆனாலும், இதே நிறுவனங்கள்தான் வாயிற்காப்பாளனாகவும் இருந்துவருகின்றன. ‘மக்களுடைய’ பங்களிப்பு தொலைவிலிருந்து பங்காற்றுவதாக உள்ளது; தங்களைப் பிரதிநிதித்துவப்படுத்தும் பிறர் ஊடானதாகவும் இருக்கிறது. கொஞ்சம்கொஞ்சமாக, பல விதமான பாதுகாப்பு நடவடிக்கைகளால், இந்த நிறுவனங்களுக்குள் நுழைவதுகூட சாத்தியமில்லாமல்போகிறது. ஜனநாயகம் குறித்த சமூகவியல்ரீதியான பகுப்பாய்வு எப்படியானதாக இருந்தாலும், நிறுவனங்கள் தமக்கான முக்கியத்துவத்தைத் தக்கவைத்துக்கொள்கின்றன. அதே சமயத்தில் தனிநபர்களைப் பொறுத்தமட்டில், ஜனநாயகம் என்பது அரூபமானதாக இருந்துவருகிறது. எண்ணிமக் காலத்துக்கு முன்னர், கருத்துரிமை என்பது பெருமளவு பத்திரிகை உரிமையாகச் சுருக்கப்பட்டிருந்தது. ஆனால், பொதுச் சமூகத்தின் உறுப்பினராக இருக்கும் எவர் ஒருவரும் அறிந்திருப்பதுபோல், பத்திரிகையின் பகுதியாவதும் தனிப்பட்ட கருத்துகளைப் பத்திரிகையில் பிரசுரிப்பதும் சாத்தியமே இல்லாமல்தான் இருந்திருக்கிறது. மேடை நாடகங்களில் உள்ளதுபோல், பத்திரிகைத் துறையிலும் கண்களுக்குப் புலப்படாத நான்காவது சுவர் ஒன்று எப்போதும் இருந்துவருகிறது. அரசியலில் இது இன்னும் பலம்வாய்ந்ததாக இருக்கிறது. வேறு பல நாடுகளில் காணப்படுவதைப் போலவே இந்தியாவிலும் அரசியல் என்பது பெரும்பாலும் நிகழ்த்துதலாகவே உள்ளது. நிகழ்த்துதல் என்ற சொல்லின் முழு அர்த்தத்தில் அது மேடை ஏற்றப்படுகிறது. ஆக, அரசியல் என்ற நிகழ்த்துதலுக்கான பார்வையாளர்களாக மக்கள் மாறுகிறார்கள். தங்களுக்கும் பார்வையாளர்களுக்கும் இடையே கண்ணுக்குப் புலப்படாத நான்காவது சுவர் ஒன்று இருப்பதுபோல் அரசியலாளர்கள் அரசியலை நிகழ்த்திக்கொண்டிருக்கிறார்கள்.

எண்ணிமத் தொழில்நுட்பங்களும் சமூக ஊடகங்களும் நிறுவனப்பட்ட கட்டமைப்புகள் சிலவற்றைக் காலாவதியாக்கிவிட்டன. பொருளியல்ரீதியான மாற்றங்களால் மட்டுமே அச்சு ஊடகங்கள்

நிலைத்துநிற்க முடியாமல் தத்தளித்துக்கொண்டிருக்கவில்லை. எழுதுவது என்பது முன்பு பத்திரிகையாளரின் பிரத்யேக உரிமையாக இருந்துவந்தது என்றால், இன்று பெருமளவிலானவர்கள் சமூக ஊடகங்களில் எழுதுவதும் காரணமாக இருக்கிறது. இதனால், சமூக ஊடகங்களும் அதோடு தொடர்புடைய தொழில்நுட்பங்களும் ஜனநாயகத்தை வளர்த்தெடுக்கின்றன என்பதாக நாம் அர்த்தப்படுத்த முடியாது. மாறாக, இவை பிரதிநிதித்துவம் என்பதன் அர்த்தத்தை அடிப்படையில் மாற்றியிருப்பதோடு, ஒருவிதத்தில் அவர்களுடைய வாழ்க்கைக்குள் ஜனநாயகத்தைக் கொண்டுவந்திருக்கின்றன. இது ஜனநாயகத்தைப் புது விதமாக அனுபவிக்கும் சாத்தியப்பாட்டை உருவாக்கிக்கொடுக்கிறது — வெறுப்பை உமிழ்வது ஒரு துரதிர்ஷ்டவசமான பின்விளைவாக இருக்கிறது என்றபோதும். முக்கியமாக, ஜனநாயக அனுபவத்தை உண்மையிலேயே ஒவ்வொரு தனிநபரும் தனது உள்ளங்கைக்குள் கொண்டுவந்திருப்பதாகக் கோருவதால், இந்த எண்ணிம உலகில் ஜனநாயகம் தீவிரையாக விசாரணைக்கு உட்படுத்தப்படுகிறது. இருப்பினும், இந்தத் தொழில்நுட்பங்களெல்லாம் ஜனநாயகத்தை உற்பத்திசெய்யும் சாத்தியப்பாட்டை மேலும் விரிவாக்குவதாகக் கோருவதை மீறி சீக்கிரமே இவை அவற்றின் சுயரூபத்தை வெளிப்படுத்தப்போகின்றன. ஏனெனில், இந்தத் தொழில்நுட்பங்களெல்லாம் ரகசிய சாம்ராஜ்ஜியத்தில் உருவாக்கப்பட்டவையாக உள்ளன. மேலாதிக்க அதிகாரத்தோடு தொடர்புடையவையாகவும் இருக்கின்றன. இப்படியான தொழில்நுட்பங்களெல்லாம் உண்மையான ஜனநாயகப் புரட்சிக்குப் பயன்படுத்தப்படுவதைவிட, அதிகாரத்துவமிக்க ஆட்சியாளர்கள் பல விதமாக அடக்கி ஆள்வதற்குத்தான் அதிகம் பயன்படுத்தப்படுகின்றன.

ஜனநாயகத்தின் அரசியல் வாழ்க்கை நம் நாட்டில் பெரும்பாலான மக்களைச் சென்றடைவதில்லை. பெரும்பாலான மக்கள் யார் ஆட்சிசெய்கிறார்கள் என்றோ, அவர்கள் என்ன செய்கிறார்கள் என்றோ, அது அவர்களது வாழ்க்கையை எப்படியெல்லாம் பாதிக்கின்றன என்றோ உணர்வதில்லை. இப்படிப் பலர், இந்த நாட்டை பிரிட்டீஷ் ஆட்சிசெய்தபோது எப்படி அந்நியப்பட்டவர்களாக உணர்ந்தார்களோ, அதுபோல்தான் இன்று டெல்லியிலிருந்து ஆட்சிசெய்யப்படுவதையும் உணர்கிறார்கள். ஒரு அரசியல் வடிவமாக ஜனநாயகம் குடிநபர்களைத் தீண்டுவதில்லை. வாக்களிக்க உரிமை பெற்றவர்களில் 40 முதல் 50 சதவீதம்வரை வாக்களிப்பதில்லை. அதனால்தான், தேர்தல் முறைமையை முன்வைத்து மட்டுமே ஒரு நாடு ஜனநாயக நாடாக இருக்கிறதா இல்லையா என்று தீர்மானிப்பதில் அர்த்தம் ஏதுமில்லை. மாறாக, நம்முடைய அன்றாட வாழ்க்கையின் பகுதியாக இருக்கக்கூடிய ஜனநாயக அனுபவம் என்றும் ஒன்று உள்ளது. ஏதேனும் அர்த்தமுள்ள விழுமியமாக ஜனநாயகம் இருக்க வேண்டும் என்றால், அது நம்முடைய அன்றாடச்

சமூக வாழ்க்கையின் பகுதியாக வேண்டும். ஜனநாயகபூர்வமான சமூக வாழ்க்கை இல்லாமல் ஜனநாயகபூர்வமான அரசியல் வாழ்க்கை முழுமையற்றதாக மட்டுமல்லாமல், சாத்தியமில்லாததாகவும்தான் இருக்க முடியும். இனிவரும் பகுதிகளில் ஜனநாயகபூர்வமான சமூக வாழ்க்கையின் உருவரைகளைத் துருவியகழவிருக்கிறேன்.

2

ஜனநாயகம் என்ற கருத்தாக்கம்

உலகின் மிகப் பெரிய ஜனநாயக நாடு இந்தியா என்று திரும்பத்திரும்ப முன்வைக்கப்பட்டாலும்கூட, இந்தியாவில் வாழும் பலர் தாங்கள் ஜனநாயக நாட்டில் வாழவில்லை என்பதாகக் குறைபட்டுக்கொள்வது உண்மையிலேயே ஆச்சரியம்தான். அரசியல் உள்பட ஒவ்வொரு தளத்திலும், நாம் 'மெய்யான' ஜனநாயக நாடாக இல்லை என்பதுதான் விமர்சனத்தின் முதல் வரியாக இருந்துவருகிறது. அண்மைக் காலங்களில், ஜனநாயக நிறுவனங்களை அழித்துவருவதாக அமெரிக்க ஜனாதிபதி டொனால்ட் ஜெ ட்ரம்ப் மீது தொடர்ந்து விமர்சனம் வைக்கப்படுகிறது. இதற்கு நிகரான குற்றச்சாட்டை பாரதிய ஜனதா கட்சியின் ஆட்சி மீது முன்வைக்கப்படுவதையும் நாம் பார்த்துவருகிறோம்.

மற்றொரு பக்கம், சர்வதேசக் குழுமங்களால் 'ஜனநாயகமற்ற' நாடாகப் பார்க்கப்படும் சீனா போன்ற நாடுகள், தங்களை ஜனநாயக நாடாகக் கோருவதையும் கேட்டுவருகிறோம். மிக அண்மையில், அதாவது 2021 டிசம்பரில், ஏன் சீனா ஒரு ஜனநாயக நாடாகிறது என்ற அறிக்கையை சீன அரசாங்கம் வெளியிட்டது. ஜனநாயகம் என்பது கொண்டிருக்கும் தெளிவற்ற தன்மையே அது குறித்து இதுபோல் பல விதமான கதையாடல்களைச் சாத்தியப்படுத்துகிறது. இன்றைய உலகில், ஜனநாயகத்துக்கான கலங்கரை விளக்காக அமெரிக்கா பார்க்கப்படுகிறது. இப்படியான பார்வை, அமெரிக்க உள்நாட்டு அரசியலை இயக்குவதோடு மட்டுமல்லாமல், ஜனநாயகக் 'காப்பாளராக' பிற சமூகங்களில் அமெரிக்கா தலையிடுவதையும் சாத்தியப்படுத்துகிறது. உள்ளூர்த் தேர்தல்களில் மக்கள் பங்கேற்கும் எண்ணிக்கையை முன்வைத்து, தாங்கள்தான் உலகின் மிகப் பெரிய ஜனநாயக நாடு என்று சீனா அறிவித்தது. இந்தியா கோருவதை சீனா ஏற்றுக்கொள்ள மறுக்கிறது. அமெரிக்க ஜனநாயக மாதிரிக்குப் பொருந்திப்போகாத வேறு பல அரசாங்கங்களும் இருக்கின்றன. இவையும் தங்களை ஜனநாயக நாடு என்றே அழைத்துக்கொள்கின்றன. முடியாட்சி, ராணுவ ஆட்சி, ஒரு நபர் வல்லாட்சி நாடுகள்கூட, தங்களை ஜனநாயக ஆட்சி என்றே அழைத்துக்கொள்கின்றன. ஜனநாயகம் என்ற சொல்லேகூட மக்கள் ஜனநாயகம், நேரடி ஜனநாயகம், பங்கேற்பு

ஜனநாயகம், அதிபர் ஆளும் ஜனநாயகம், நாடாளுமன்ற ஜனநாயகம் போன்றெல்லாம் பல விதமாக அர்த்தப்படுத்தப்படுகின்றன. பண்பாட்டு அடிப்படையிலான ஜனநாயகம் என்ற கருத்து, குறிப்பாக ஆசியாவில் மிகப் பிரபலமானதாக மாறிவருகிறது. ஆகவேதான், 'இந்திய ஜனநாயகம்', 'சீன ஜனநாயகம்', 'ஆசிய ஜனநாயகங்கள்', 'ஆப்பிரிக்க ஜனநாயகங்கள்' ஆகியவற்றின் தனித்தன்மைகள் குறித்து நாம் அதிகம் கேள்விப்படுகிறோம். இப்படியான ஜனநாயகங்களின் பொதுத்தன்மை என்ன? 'ஜனநாயகம்' என்ற சொல்லின் பயன்பாடு, இந்தக் கருத்தாக்கத்தோடு சேர்ந்திருக்கும் புவிசார் அரசியல் மதிப்பால், சொல்லணியிலானதாக மட்டுமே இருந்துவருகிறதா? அல்லது பல விதமான விவரிப்புகள் காணப்படுகின்றன என்பது ஜனநாயகம் குறித்த விவரிப்புகளைக் காலனியப்படுத்தும் முயற்சிகளுக்கு எதிரான நுட்பமான வழிமுறையாகிறதா?

ஜனநாயகம் குறித்த இப்படியான விவரிப்புகளெல்லாம் மேற்கத்தியம் முன்வைக்கும் ஜனநாயகம் என்ற கருத்துக்கு அடிப்படையான சவால்கள் சிலவற்றை முன்வைக்கின்றன. மேற்கத்திய ஜனநாயகம் என்ற சொல்லுக்கு எதிராகத்தான் ஆசிய ஜனநாயகங்கள் அவற்றை நிறுத்திக்கொள்கின்றன. மேற்கத்திய ஜனநாயகம் உலகின் பிற பகுதிகளின் பண்பாடுகள் குறித்து நுட்பமான பார்வை ஏதுமில்லாத குறிப்பிட்ட மாதிரியாக இருக்கிறது என்ற வாதம் இங்கு முன்வைக்கப்படுகிறது. இப்படி முன்வைப்பது, மேற்கத்திய ஜனநாயகமும்கூட மேற்கத்தியச் சமூகங்களின் — குறைந்தபட்சம் மேற்கத்திய ஜனநாயகத்தை உயர்த்திப்பிடிப்பதாக பாவித்துக்கொள்ளும் சமூகங்களில் — பண்பாட்டைச் சார்ந்ததாக இருக்கின்றன என்று சொல்லும் அர்த்தத்தையே கொண்டிருக்கிறது. இப்படிக் கோருவது நியாயமானது. ஒரு சமூகத்தில் உள்ள மக்கள் அந்தச் சமூகத்தின் பண்பாட்டு நம்பிக்கைகளால் உந்தப்பட்டவர்களாக இருக்கிறார்கள். இந்த நம்பிக்கைகள் சார்ந்து மட்டுமல்லாமல், சமூகரீதியானது, அரசாங்கம், தலைமை, ஆட்சிமை, பொறுப்பு, கடமை போன்ற பிற கோட்பாடுகள் குறித்து அவர்கள் கொண்டிருக்கும் புரிதல் அடிப்படையிலும் அவர்கள் செயல்படுகிறார்கள். இந்தியாவில், ஒரு தனிநபர் சமூக வாழ்க்கையோடு தொடர்புடைய பல விஷயங்களில் குடும்பம் முக்கியப் பாத்திரத்தை ஏற்றுவருகிறது. ஆகவேதான், ஜனநாயக அரசியலில் குடும்பம் மிக ஆழமாக வேரூன்றியிருப்பது நமக்கு அதிர்ச்சி ஏதும் கொடுப்பதில்லை. இதனால் நிலைபெற்றிருக்கும் நடைமுறைகளையெல்லாம் பண்பாட்டுரீதியாகத் தீர்மானிக்கப்பட்டவையாகவும், மாற்ற முடியாதவையாகவும் நாம் ஏற்றுக்கொள்ள வேண்டும் என்ற அவசியம் ஏதுமில்லை. ஒரு சமூகமாக, பிற நாடுகளில் இருக்கும் ஜனநாயகம்போல், வேறு விதமான அரசியல் மற்றும் ஆட்சிமை முறைமைகள் மீது விருப்புறுதியை

ஒருவர் கொண்டிருக்கலாம். ஆனால், இதைச் செய்வதற்கு முன், 'தனிநபர்', 'மக்கள்', 'சுதந்திரம்', 'பொறுப்பு', 'ஆட்சிமை' போன்று பல அடிப்படையான கருத்தாக்கங்கள் குறித்தெல்லாம் குறிப்பிட்ட பண்பாட்டு நம்பிக்கைகளின் அடிப்படையைத்தான் ஜனநாயகம் என்ற கருத்து சார்ந்திருக்கிறது என்று நாம் முதலில் அங்கீகரிக்க வேண்டியுள்ளது.

பொதுவாக, நாம் 'ஜனநாயகம்' என்ற சொல்லைப் பயன்படுத்தும்போது, அதன் வேறான குணாம்சங்களைக் குறிப்பதாகவும் இருக்க முடியும். ஒருவர் ஜனநாயகத்தை முழுக்க அரசியல் செயல்பாடாக முன்வைக்கலாம் என்றால், மற்றொருவர் இந்தச் சொல்லை சமத்துவத்தைக் குறிக்கப் பயன்படுத்த முடியும். எல்லாக் கருத்தாக்கங்களைப் போலவே ஜனநாயகம் என்ற கருத்தாக்கமும் பல வேறுபட்ட அர்த்தங்களைக் கொண்டுள்ளது. பொதுவாக எப்படி இருக்கிறது என்றால், பயன்படுத்தப்படும் பின்னணி சார்ந்தே ஒரு கருத்தாக்கம் அதற்கான அர்த்தத்தைப் பெறுகிறது. ஒரு குழுமத்தில் உள்ளவர்கள் ஒரு கருத்தாக்கம் குறித்துப் பேசுகிறார்கள் என்றால், அவர்கள் எல்லோரும் ஒரே அர்த்தத்தில் அந்தக் கருத்தாக்கம் குறித்துப் பேசுவதில்லை. 'மதம்' போன்ற சொற்களும்கூட, வேறான பின்னணியில் வேறானவர்கள் பயன்படுத்தும்போது வேறான அர்த்தங்களைக் கொண்டிருக்கின்றன. எடுத்துக்காட்டாக, மதம் என்ற சொல்லை மதரீதியான பிரதிகள் என்ற அர்த்தத்தில் நான் பயன்படுத்தலாம். இதற்கு எதிர்வினையாற்றும் ஒருவர் இதே சொல்லை, திடநம்பிக்கையோடு தொடர்புடைய சிலவற்றின் தொகுப்பாகப் பயன்படுத்தலாம். வேறொருவர் கடவுள் என்று அழைக்கப்படும் மீவியற்கையோடு தொடர்புடைய சில நடைமுறைகளின் தொகுப்பாகக் குறிப்பிடலாம். இதனால், பொது மற்றும் தனி உரையாடல்களில் நாம் எதிர்கொள்ளும் மோதல் என்பது கருத்தாக்கங்களின் பல விதமான அர்த்தங்கள் குறித்த மோதலாக இல்லாமல், ஒரே சொல்லைப் பல விதமான அர்த்தங்களில் பயன்படுத்தும் மானுடப் போக்கின் விளைவாகிறது. ஏனெனில், நம்மை அறியாமலேயே பல சமயங்களில் முரண்பட்ட நோக்கத்தோடு பேசிக்கொண்டிருக்கிறோம். சமத்துவம், ஒதுக்குதல், உரிமை, ஜனநாயகம், நீதி போன்று நம்முடைய சமூக வாழ்க்கையின் பகுதியாக இருக்கும் கருத்தாக்கங்கள் பல விதமான தளங்களில் பல விதமான அர்த்தங்களை அவற்றுக்குள்ளாகக் கொண்டிருக்கின்றன. ஆக, ஜனநாயகம் என்றால் என்ன என்றும், அது என்னவாக இருக்க முடியும் என்றும் விவாதிப்பதற்கு முன், இந்தச் சொல்லின் பல விதமான அர்த்தங்களை நாம் முதலில் விரித்துரைக்க வேண்டியுள்ளது.

பொதுவாக, ஜனநாயம் என்பது அரசியல் முறைமையாகவே அர்த்தப்படுத்தப்படுகிறது. இந்தச் சொல், ‘மக்கள் அதிகாரம்’, ‘மக்களாட்சி’ என்றே பொதுவாக மொழியாக்கப்படும் அர்த்தமாக இருந்துவருகிறது. இந்தக் கருத்து எளிமையானதுபோலவும் தோன்றுகிறது: ஒரு குழுமத்தை எப்படியாக ‘ஆட்சிசெய்வது’, எப்படியான ஆட்சிமைக்கு உட்படுத்துவது, முடிவுகள் எடுக்கும் அதிகாரம் எவரிடம் இருக்கிறது போன்றெல்லாம் அந்தக் குழுமத்தைச் சேர்ந்த மக்களுக்குப் பங்கிருக்க வேண்டும். ஜனநாயகம் என்பதன் அர்த்தத்தில் இப்படியான சொல்லாய்வியல் பெரும் செல்வாக்கு செலுத்திவருவதோடு, இது ஆட்சிமை, அதிகாரம், அரசியல் போன்ற புலங்களுக்கானதாகவும் மட்டுப்படுத்தப்படுகிறது. ஆனால், செல்வாக்கு கொண்ட பிற சொற்களைப் போலவே, ஜனநாயகம் என்ற சொல்லும் வேறான பின்னணிகளில் வேறான அர்த்தங்களைப் பெறுகிறது. நாம் மேலே பார்த்ததுபோல், இந்தச் சொல்லோடு தொடர்புடைய சொற்றொடர்கள் இப்படியெல்லாம் இருக்கின்றன: பிரதிநிதித்துவ ஜனநாயகம், நேரடி ஜனநாயகம், தாராளவாத ஜனநாயகம், பங்கேற்பு ஜனநாயகம், நாடாளுமன்ற ஜனநாயகம், சமூக ஜனநாயகம், அடிமட்ட ஜனநாயகம். நம்முடைய அன்றாட உரையாடல்களில், பொதுவாக நிறுவனங்களில், பள்ளிகளில், மருத்துவமனைகளில் காணப்படும் ஜனநாயகத்தன்மையற்ற நடைமுறைகளைக் குறிக்கவும் இந்தச் சொல்லைப் பயன்படுத்துகிறோம். இந்தச் சொல்லைக் கற்றுக்கொண்ட பின், தாங்கள் விரும்பியதைப் பெற முடியாமல்போகும்போது அந்த ஏமாற்றத்தைக் குறிப்பதற்கு, குழந்தைகள் தங்களுடைய பெற்றோர்கள் ஜனநாயகத்தன்மையற்றவர்கள் என்று சொல்லத் தொடங்குகிறார்கள். தங்களுடைய பெற்றோர்கள் ஜனநாயகபூர்வமாக நடந்துகொள்வதில்லை என்கிறார்கள். ஒரு பொதுச் சொல்லாக, ஜனநாயகம் என்பது எப்போதும் அரசியலைவிடக் கூடுதலாக எதையோ கொண்டிருப்பதால்தான் இப்படி வேறான புலங்களுக்கு மிக எளிதாக இடம்பெயர்ந்துபோகும் ஆற்றலை அதற்குள்ளாகக் கொண்டிருக்கிறது.

முதலாவதாக, ஜனநாயகத்தை நாம் ‘அதிகாரம்/மக்களாட்சி’ என்பதாக மட்டுமே புரிந்துகொண்டாலும் ‘அதிகாரம்’, ‘ஆட்சி’, ‘மக்கள்’ போன்ற சொற்கள் அதனளவில் தெளிவற்றவையாக இருக்கின்றன. இந்தச் சொற்களெல்லாம் பல விதமான அர்த்தங்களைக் கொண்டிருப்பதால்தான், ஜனநாயகம் என்ற சொல்லின் பல விதமான அர்த்தங்கள் அதன் கருத்தாக்கத்துக்குள் உதிரிகளாக உள்ளடக்கப்படுகின்றன. இப்படிப் பார்ப்பதன் மூலமாக, ஜனநாயகம் பண்டைய கிரேக்கத்தில் அதன் தோற்றுவாயைக் கொண்டுள்ளது என்றும், அது மேற்கத்தியக் கருத்தமைவு என்றும் கோரப்படுவதை மறுவிசாரணைக்கு உட்படுத்த முடியும். ‘மக்கள்’ என்ற கருத்தே கோட்பாட்டுரீதியான சவாலை அதற்குள்ளாகக்

கொண்டுள்ளது. இது, இந்திய அரசமைப்பு முகப்புரையிலும் பிற ஜனநாயக முறைமைகளிலும் பதிக்கப்பட்டுள்ள 'மக்களாகிய நாம்' என்ற சக்திவாய்ந்த சொற்றொடரை அர்த்தப்படுத்துவதில் எப்படியான சவால்களை எதிர்கொள்கிறோமோ அதிலிருந்து வேறானதாக இல்லை. 'மக்கள்' என்ற சொல் ஒரு தொகுப்பைக் குறிக்கிறது. எவரெல்லாம் 'மக்கள்' என்று எப்படி வரையறுக்கிறோம்? 'மக்கள்' என்பது சமூகத்தில் உள்ள மேட்டுக்குடிகளைக் குறிக்கிறதா? வாக்களிக்கத் 'தகுதியானவர்'களைக் குறிக்கிறதா? படித்தவர்களை மட்டுமே குறிக்கிறதா? ஒதுக்கப்பட்டவர்கள், பெண்கள், குழந்தைகள் என்று எல்லாப் பிரிவினர்களும் 'மக்கள்' என்று அழைக்கப்படும் குமுகத்தில் சமமாக இருக்க முடியுமா? 'அயலர்கள்' இந்தக் குமுகத்தின் பகுதியாக இருக்க முடியுமா? ஜனநாயகம் என்ற சொல் அதன் மையத்தில் கொண்டிருக்கும் இப்படியான தெளிவின்மையே அது குறித்த எதிர்-கோரல்களுக்கும் பல சமயங்களில் அது தோல்வியுறுவதற்கும் காரணமாக அமைகிறது. ஜனநாயகத்தை விவரிக்கும் 'மக்களுடைய, மக்களால், மக்களுக்காக' என்ற புகழ்பெற்ற வெளிப்பாட்டைத் திரும்பத்திரும்ப ஜெபிப்பது எரிச்சலூட்டுவதாக இருக்கிறது. இந்தச் சொற்றொடர் ஆபிரகாம் லிங்கனின் கெட்டீஸ்பர்க் உரையில் சொல்லப்பட்டது. இது எந்த வரியில் பயன்படுத்தப்பட்டது என்று பார்ப்பது பயனுள்ளதாக இருக்கும்: '...இறந்துபோனவர்கள் வீணாக இறந்தவர்களாக மாட்டார்கள் — இந்தத் தேசம், கடவுளுக்குக் கட்டுப்பட்டு, சுதந்திரமான புதுப் பிறப்பைக் கொண்டிருக்கும்; மக்களுடைய, மக்களால், மக்களுக்காக இந்த அரசாங்கம் இந்தப் புவியிலிருந்து அழிந்துபோகாது'.[1] மிகப் பிரபலமாக ஜனநாயகத்தோடு தொடர்புபடுத்தப்படும் இந்தச் சொற்றொடரின் பிறப்பு, 'மக்கள்' என்ற சொல்லை மட்டுப்படுத்தியே பார்க்கிறது என்பதை நாம் இங்கே குறித்துக்கொள்வது பயனுள்ளதாக இருக்கும். ஏனெனில், இது வாக்களிப்பது உள்பட முக்கியமான ஜனநாயகச் செயற்பாங்குகளிலிருந்து அந்த நாட்டின் பூர்வகுடிகள் என்று மட்டுமல்லாமல், கறுப்பர்களையும் பெண்களையும்கூட விலக்கிவைக்கிறது.

ஆக, ஜனநாயகத்தை ஆட்சிமை என்ற அர்த்தத்தில் மட்டுப்படுத்தி அரசியல்ரீதியான ஒன்றாக மட்டுமே புரிந்துகொண்டாலும்கூட, 'மக்கள்' என்ற குமுகத்துக்கான அளவுருவுகளை எவ்வாறு வரையறுப்பது என்பதுதான் ஜனநாயகத்தைப் புரிந்துகொள்வதில் நாம் எதிர்கொள்ளும் முதல் சவால். 'குடிநபர்'கள் எல்லோரும் 'மக்கள்' என்பதாக ஒருவர்

1 *Abraham Lincoln, 'Gettysburg Address, delivered at Gettysburg', Pennsylvania, 19 November 1863. Available at: https://bitly/3KJpQ7m (last accessed on 2 September 2022).*

முன்வைக்கக்கூடும். ஆனால், இது உண்மையல்ல. ஏனெனில், ஒரு சமூகத்தில் வாழும் பலர் அதன் பகுதியாக இருந்தாலும், அவர்கள் குடிநபர்களாக இருப்பதில்லை. இதையும்விட, பல நாடுகளில், குடியுரிமை என்பதே பிரச்சினைக்குரிய கோரலாக இருந்துவருவதோடு, அது மக்களுக்கு அரசு கொடுக்கும் அங்கீகாரமாகவும் இருக்கிறது. மேலும், 'நாம்' என்ற சொல்லைப் பயன்படுத்துவதிலேயே சிக்கல் உள்ளது. இந்த 'நாம்' என்பது யார்? இது வெறுமனே சில தனிநபர்களின் தொகுப்பு மட்டும்தானா? தொகுப்புகளை நாம் வேறு விதமாகவும், அதாவது 'அவர்கள்', 'அவை' என்பதாகவும் குறிப்பிட முடியும். 'நாம்' மற்றும் 'நமக்கு' என்பவை மக்கள் தொகுப்பின் தனிப்பட்ட பண்புகளாகின்றன. இந்தச் சொற்களை நாம் பயன்படுத்தும் முறை ஒருவிதமான உறவுமுறையிலான தொகுப்பை — அதாவது, ஒரு விதமான உரிய என்ற வடிவத்தில் — வெளிப்படுத்துவதாக இருக்கிறது. இந்தத் தொகுப்பு ஒரு 'தனிநபரை', பேசும் எழுவாயை, 'நான்' என்பதை உள்ளடக்கியதாக இருக்கிறது. 'நாம்' அல்லது 'நமக்கு' போன்ற சொற்களைப் பயன்படுத்தும்போது, நாம் நம்மை ஒரு குழுமத்துக்குள் இணைத்துக்கொள்கிறோம் என்றாகிறது. 'அவர்கள்' என்று பயன்படுத்தும்போது, வெளிப்படையாக அந்தக் குழுமத்துக்கு வெளியே நம்மை நாம் வைத்துக்கொள்வதாக இருக்கிறது.

ஆக, 'நாம்' என்பதன் அர்த்தத்தைப் புரிந்துகொள்ள, 'நான்' என்பதன் அர்த்தத்தையும், 'நான்' என்ற சுயத்துக்கும் 'நாம்' என்ற தொகுப்புக்கும் இடையேயான உறவையும் நாம் புரிந்துகொள்ள வேண்டியுள்ளது. ஜனநாயகத்தின் இயல்பைப் புரிந்துகொள்வதற்கான முயற்சி எப்படியானதாக இருந்தாலும், சுயத்துக்கும் தொகுப்புக்கும் இடையேயான உறவிலிருந்தே தொடங்க வேண்டியுள்ளது. நான், தொகுப்பு போன்றவை வேறான பண்பாடுகளில் வேறான அர்த்தங்களைக் கொண்டிருப்பதால், ஜனநாயகம் குறித்த புரிதலும் வேறான பண்பாடுகளில் வேறான அர்த்தங்களையே கொண்டிருக்க முடியும் என்று நம்புவது நியாயமானதே. எடுத்துக்காட்டாக, இந்தியாவில் குடும்பம் முதன்மையான சமூக சக்தியாக இருப்பதோடு, அது இந்திய அரசியலிலிருந்து பிரிக்க முடியாததாகவும் இருந்துவருகிறது. அரசியல் கட்சிகளில் குடும்ப உறுப்பினர்கள் அதிகாரத்தைத் தொடர்ந்து தக்கவைத்துக்கொள்கிறார்கள். பல மாநிலங்களில் குடும்பங்கள் தொடர்ந்து ஆட்சிசெய்வதற்கு நாம் எத்தனை எடுத்துக்காட்டுகள் வேண்டுமென்றாலும் கொடுக்க முடியும். பாரதிய ஜனதா கட்சி ஆட்சிக்கு வர ஓரளவுக்கு காங்கிரஸின் வாரிசு அரசியலை எதிர்த்ததும் ஒரு காரணம். இருந்தாலும், இந்தியாவில் உள்ள அரசியல் கட்சிகளெல்லாம் அரசியலில் தங்களுடைய குடும்ப உறுப்பினர்களையே தொடர்ந்து முன்னிலைப்படுத்திவருகிறார்கள். இப்படி வெளிப்படையாக நடந்துகொள்வதற்கு, இந்தியாவில் சமூகக்

குமுகங்கள் சுயத்தைப் புரிந்துகொண்டிருக்கும் விதமே மக்களிடமிருந்து எதிர்வினைகள் ஏதுமில்லாமல்போவதற்குப் பிரதான காரணமாகிறது. ஒருவருடைய மதம் அல்லது சாதி எதுவாக இருந்தாலும், சுயம் என்பது பெருமளவு குடும்பம் என்பதற்கு உள்ளடங்கியதாகவே இருந்துவருகிறது. கல்விக்கான திட்டங்கள், வேலையைத் தேர்ந்தெடுப்பது, துணையர்கள் குறித்து முடிவு எடுப்பது என்பது உள்பட ஒரு தனிநபரின் வளர்ச்சியில் முக்கியமான முடிவுகளை இன்னமும் குடும்பமே எடுத்துவருகிறது.

ஒரு தேசத்தின் குடியுரிமை சட்டரீதியாக வழங்கப்படுவதன் ஊடாக, சமூகரீதியாகக் குமுகங்களின், நிறுவனங்களின் உறுப்பினராக இருப்பதன் ஊடாக, பொது போன்ற கருத்தாக்கங்களின் ஊடாக, ஒரு குமுகம் பகிர்ந்துகொள்ளும் அனுபவத்தின் ஊடாக, இணைந்திருப்பது போன்ற உணர்வின் ஊடாக என்று பல வழிகளில் 'நாம்' என்பதை வரையறுக்க முடியும். பண்பாட்டுரீதியான ஒத்த தன்மைகளை, மத நம்பிக்கைகளை அல்லது மதச்சார்பின்மைக் கொள்கைகளை அங்கீகரிப்பதன் ஊடாகவும் 'நாம்' என்ற உணர்வை நம்மால் உற்பத்திசெய்ய முடியும். 'நாம்' என்ற சாத்தியப்பாட்டை உற்பத்தி செய்வதற்கென்று பிரத்யேக இயங்குத்தன்மைகள் இருக்கின்றன. எடுத்துக்காட்டாக, வட அமெரிக்கா போன்ற நாடுகள் வடிவமைக்கப்பட்ட காலங்களில், கூட்டு உடன்படிக்கையே 'மக்களாகிய நாம்' என்பதை வரையறுப்பதற்கான அடிப்படையாக இருந்தது. இந்த ஆவணம் மதரீதியான சிந்தனைகளில் நிலைகொண்டிருந்ததோடு, சில விதமான நடத்தைகளுக்கு அழுத்தம் கொடுக்கும் விதமாக 'மேலான தார்மீக அடிப்படை'களையும் முன்வைத்தது.[2] இப்படியான கூட்டு உடன்படிக்கையின் அடிப்படையில் சாத்தியப்படும் குழுமமே சமூகத்துக்குத் தார்மீகரீதியான 'கொள்கைகளையும் வழிகாட்டுதல்களையும்' உருவாக்கிக்கொடுக்கிறது. அரசமைப்பு என்பது கூட்டு உடன்படிக்கையின் 'எழுதப்பட்ட, நடைமுறைப்படுத்தப்பட்ட' வடிவமாகி, ஒரு குழுமத்தை உருவாக்குவதற்கான கொள்கைகள் தொடர்வதற்கு வழிசெய்கிறது.[3] லிங்கன் பார்த்ததுபோல், கூட்டு உடன்படிக்கையை வெளிப்படுத்தும் அமெரிக்கச் சுதந்திரப் பிரகடனம், கூடி வாழக் கற்றுக்கொள்வதற்கான கொள்கைகளின் அடிப்படையில் நாட்டுக்கு ஒரு தேசிய அடையாளத்தை உருவாக்கக்கூடிய ஆவணமானது. ஆனால், இப்படியான கூட்டு உடன்படிக்கைக்கான தேவை, மானுடர்களை ஒருவிதமாகப்

---

2 Emily Gray, '"Of the People, By the People, For the People": The Implications of Covenantal Union for the Legitimacy of Secession in the United States' (New Haven, CT: Department of Political Science, Yale University, 2013), p. 4. Available at: https://bit.ly/RomuK7 (last accessed on 9 July 2022).

3 Gray, 'Of the People', p. 5.

புரிந்துகொள்வதை — குறிப்பாக, சுயநலத்தோடு இருப்பதற்கும் பிறர்நலனுக்காக உழைப்பதற்கும் இடையே சிக்கிக்கொண்டவர்களாக மனிதர்களைப் பிரதானப்படுத்துவதை அடிப்படையாகக் கொண்டது என்பதை நாம் இங்கே குறித்துக்கொள்ளவேண்டியது முக்கியம். ஜனநாயகம் குறித்த அமெரிக்காவின் பார்வை, இந்தக் கூட்டு உடன்படிக்கைக் கொள்கைகளை நிறுவனப்படுத்துவதன் அடிப்படையில், மானுடத் தனிநபர்கள் உள்ளார்ந்து சுயநலவாதிகளாக இருக்கிறார்கள் என்று அனுமானித்துக்கொண்டு அதை எதிர்கொள்வதற்கான வழிமுறைகளால் கட்டமைக்கப்பட்டதாக இருக்கிறது. குழுமத்தை உருவாக்கும் இந்த அணுகுமுறை, தனிநபர் குறித்தும் தனிநபர்களுக்கு இடையேயான உறவுமுறைகள் குறித்தும் குறிப்பிட்ட பண்பாட்டுரீதியான புரிதலை அடிப்படையாகக் கொண்டிருக்கிறது என்று நம்மால் சுலபமாகப் புரிந்துகொள்ள முடியும். இது, நம்முடைய இருப்பைக் குறிப்பிட்ட வழியில் புரிந்துகொள்வதாகிறது. ஆக, ஒரு குமுகத்தை உருவாக்குவது என்ற அடிப்படையிலான கூட்டு உடன்படிக்கை என்ற கருத்தும் ஜனநாயகமும் மானுட இயல்பு குறித்து — அதாவது, மானுடர்கள் சுயநலவாதிகள் என்றும், தங்களுடைய நலன்களை மட்டுமே முதன்மைப்படுத்துவார்கள் என்றும் — சில அனுமானங்களைச் சார்ந்திருப்பதாகிறது. ஆனால், மானுடர்களின் இயல்பு உலக அளவில் இப்படியாகத்தான் பார்க்கப்படுகிறதா? மானுடர்களின் இயல்பைப் புரிந்துகொள்வதற்கு வேறு வழிகள் ஏதேனும் இருக்கின்றனவா? வேறு பல பண்பாடுகள் மானுடர்களையும் மானுட உறவுகளையும் வேறான வழிகளில் உள்வாங்கிக்கொண்டிருக்கலாம் என்ற சாத்தியப்பாடு, ஜனநாயகம் குறித்த சில அடிப்படையான கருத்துகளை — அதாவது, ஒத்திசைவிலான குமுக வாழ்க்கை என்று மட்டுமல்லாமல் தனிநபர் விடுதலையையும் அனுமதிக்கும் அடிப்படையிலான கருத்துகள் — கொள்கை அளவிலேனும் வேறான பண்பாடுகளில் வேறாக இருக்க முடியும் என்ற சாத்தியப்பாட்டையே முன்வைக்கின்றன. மேலே கொடுக்கப்பட்டிருக்கும் எடுத்துக்காட்டு, நவீன ஜனநாயகத்தின் மூலமான உந்துதலைப் பிரித்துப்பார்ப்பதற்குப் பயனுள்ளதாக இருக்கும். அதாவது நவீன ஜனநாயகம் என்பது உண்மையிலேயே பிரதிநிதித்துவம் மற்றும் ஆட்சி தொடர்பானதாக இல்லாமல், ஒத்திசைவிலான, சுதந்திரமான குமுகத்தை உருவாக்கும் சாத்தியப்பாட்டை அடிப்படையாகக் கொண்டதாகிறது. ஜனநாயகத்தின் இந்தக் குணாம்சம்தான் சமூகரீதியான ஜனநாயகத்தின் இருப்பு என்பதற்கு நான் என்ன அர்த்தத்தைக் கொடுக்க விரும்புகிறேன் என்பதைப் படம்பிடித்துக்காட்டுகிறது. ஜனநாயகம் என்பது சில அரசியல் செயல்பாடுகளைவிடக் கூடுதலாக எதையோ கொண்டிருக்கிறது. அது, ஒத்திசைவிலான சமூக உணர்வைப்

படைப்பதற்கான அடிப்படைக் கொள்கைகளுக்கு ஒத்திருப்பதையே குறிக்கிறது.

பிற சமூகங்களைக்காட்டிலும் அமெரிக்காவின் விஷயம் வேறாக இருக்கிறது. ஏனெனில், அவர்கள் ஐரோப்பாவிலிருந்து குடிபெயர்ந்துவந்தவர்களைக் கொண்டு ஒரு சமூகத்தை உருவாக்க வேண்டியிருந்ததால், புது சமூகத்தைக் கற்பனை செய்வதற்கான 'சுதந்திரத்தை' அவர்கள் கொண்டிருந்தார்கள். மாறாக, ஐரோப்பியர்களால் இன்னும் வெற்றிகொள்ளப்படாத பல அமெரிக்கப் பகுதிகள் இருந்த காலகட்டத்திலேயே இந்தியா, சீனா போன்ற ஆசியச் சமூகங்கள் நன்கு நிறுவப்பட்ட சமூக ஒழுங்குகளைக் கொண்டிருந்தன. இந்தச் சமூகங்களின் இயல்பில் காணப்படும் பிரதான வேறுபாடுகள், அந்தந்த நாட்டின் ஜனநாயகச் செயல்பாடுகளில் பெரும் செல்வாக்கு செலுத்திவருகின்றன. அமெரிக்காவை அடிப்படையாகக் கொண்டு ஜனநாயக லட்சியங்களை முன்வைப்பதற்கும் (இதுவும் ஒருவிதமான சமூகவயப்படுத்தலின் லட்சியத்தைச் சார்ந்துதான் இருக்கிறது) ஏற்கெனவே காணப்படும் பிற படிநிலையிலான சமூகங்களுக்கும் (ஆசியா மட்டுமல்ல ஐரோப்பா உள்பட) இடையேயான வேறுபாடு, அந்தந்த நாடுகளிலுள்ள ஜனநாயக முறைமைகளையும் செயற்பாங்குகளையும் மேலோட்டமாக ஒப்பிட்டுப்பார்ப்பதை அவ்வளவு சுலபமாக்குவதில்லை. ஆனால், ஒத்திசைவிலான சமூகத்தையும் அதன் மக்களிடையே 'நாம்-தன்மை'யையும் உருவாக்கக்கூடிய கொள்கைகளைத் தேடுவதுதான் ஜனநாயகத்தின் ஆன்மாவாக இருக்குமென்றால், இந்தக் கொள்கைகளை முன்வைத்து, பல்வேறு சமூகங்களில் உள்ள ஜனநாயகத்தன்மையை நம்மால் கண்டுணர்ந்துகொள்ள முடியும். இந்தக் கொள்கைகள்தான் கூடி வாழும் முறையில் மக்களை ஒன்றிணைக்கின்றன; தனிநபர்களின் செயல் குழுமத்தில் உள்ள பிறர் நலனைச் சார்ந்திருப்பதற்கான வழியைக் காட்டுகின்றன. ஜனநாயகத்தை நாம் இப்படியாகப் புரிந்துகொள்வோம் என்றால், ஜனநாயகத்தின் இயல்பு குறித்து அம்பேத்கர் கோருவதன் மையம் இதன் தொடர்ச்சியாகவே இருக்க முடியும்.

தெளிவான படிநிலைச் சமூகங்களான இந்தியா, சீனா போன்ற சமூகங்களும்கூட, தார்மீகக் கொள்கைகள் உள்பட ஆட்சிமைக் கொள்கைகள் என எதையும் கொண்டிருக்கவில்லை என்று இதற்கு அர்த்தம் கிடையாது. தனிநபர்களாக மானுடர்கள் மீதான சந்தேகத்தின் அடிப்படையில் அல்லது தனிநபர்கள் இயல்பிலேயே சுயநலவாதிகள் என்ற குறிப்பிட்ட நம்பிக்கையால் (நவீனத்துவம்?) உந்தப்பட்டு, இந்தப் பண்பாடுகளெல்லாம் அவற்றின் சமூகக் கொள்கைகளை வடிவமைத்துக்கொள்ளவில்லை. எடுத்துக்காட்டாக, சுய-ஆட்சிமை என்ற கருத்தின் ஊடாக ஆட்சிமைக்கு உட்பட்ட சமூகத்தை

உருவாக்கும் சாத்தியப்பாட்டை நாம் கணக்கில் கொள்ள முடியும். ‘பலருக்காக சிலரால்’ என்று ஜனநாயக ஆட்சிமைக்கு அளவுக்கு அதிகமாக அழுத்தம் கொடுத்தது என்பது ஜனநாயகத்தின் மிக முக்கியக் கொள்கையை, அதாவது சுய-ஆட்சிமையை அழித்துவிட்டது. ஜனநாயகக் கொள்கை, ஒரு சுயத்தின் பல்வேறு செயல்பாடுகளிலிருந்து தொடங்க வேண்டியுள்ளது. ஆசியாவிலிருந்து, இன்னும் குறிப்பாக இந்திய ஜனநாயக இயக்கங்களிலிருந்து நாம் கற்றுக்கொள்ள ஏதேனும் இருக்கிறது என்றால், அது ஜனநாயகபூர்வமான செயல்பாடுகளின் மையமாக சுயத்துக்கு அழுத்தம் கொடுப்பதைச் சொல்லலாம். சுயத்தை அடிப்படையாகக் கொண்டிருக்கும் கொள்கைகளைச் சுற்றிக் கட்டப்படும் ஜனநாயகம் என்பது குறிப்பிட்ட வகையான சுதந்திரத்தின் ஊடாக முன்வைக்கப்படும் தனிநபரைச் சுற்றிக் கட்டப்படும் ஜனநாயகத்திலிருந்து முற்றிலும் வேறான குணாம்சத்தையே கொண்டிருக்க முடியும். சுய-ஆட்சிமை என்ற கருத்தின் ஊடாகக் கட்டப்படும் ஜனநாயகத்தைப் பொறுத்தமட்டில், ஜனநாயகம் என்பது அன்றாட வாழ்க்கையின் பகுதியாக மாறுவதோடு, அது தனிநபர் சுதந்திரம் போன்ற சில கருத்தமைவுகளுக்கு அதிகம் அழுத்தம்கொடுக்கும் செயல்பாடுகளையும் முதன்மைப்படுத்துவதில்லை. ‘கட்டற்ற’ தனிநபர்கள் என்பதை அடிப்படையாகக் கொண்டு ஒத்திசைவிலான சமூகத்தைப் படைப்பதற்கான முயற்சிகளே ஜனநாயகத்தின் மையமான, அடிப்படையான இறுக்கமாக இருந்துவருகிறது. இந்தியா மற்றும் ஆப்பிரிக்காவைப் பொறுத்தமட்டில், இவற்றின் சமூகக் கட்டமைப்புகள் ஏற்கெனவே மிக உறுதியாக நிலைநிறுத்தப்பட்டிருப்பதால், அதுவும் இந்தக் கட்டமைப்புகள் பல சாதி மற்றும் பாலினக் குழுமங்களுக்கு பாதகமாக இருப்பதால், தனிநபர் சுதந்திரம் என்ற புலத்தைக் கண்டெடுப்பது அவசியமாகிறது. ஆக, உதிரியான தனிநபர்களைக் கொண்டு ஒரு புதிய சமூகத்தை உருவாக்குவதற்கான முயற்சியின் அடிப்படையில் அமெரிக்க ஜனநாயகம் உருப்பெற்றது என்றால், ஆசியாவில் அது ‘கட்டற்ற’ தனிநபர் என்ற புதிய கருத்தை ஏற்றுக்கொண்டு நிலைத்திருக்கும் சமூகத்தைத் தக்கவைப்பதற்கான, மாற்றியமைப்பதற்கான வழிகளைக் கண்டுபிடிப்பதாக இருக்கிறது. உலகில் பல்வேறு சமூகங்களில் காணப்படும் ஜனநாயகத்தின் இயல்பு குறித்து ஒன்றோடொன்று போட்டியிடும் பல விதமான கோரல்களுக்கு, இந்த வேறுபாடுகளும் முரண்பாடுகளும் அஸ்திவாரமாக இருக்கின்றன. இந்த வேறுபாட்டின் ஆழமான பிரச்சினை என்பது சுதந்திரம் என்ற கருத்திலேயே உள்ள அடிப்படைப் பிரச்சினையில் குடிகொண்டிருக்கும் ஒன்றாகவும் இருக்கிறது. இது குறித்துப் புத்தகத்தின் இறுதிப் பகுதியில் எடுத்துக்கொள்ளவிருக்கிறேன்.

ஒரு குழுமகத்தைக் கட்டியமைப்பதற்குத் தனிநபரின் இயல்பு என்றால் என்னவென்று தெளிவாகப் புரிந்துகொள்ளாமல், தனிநபர் சுதந்திரம் என்ற எளிமையான கருத்துக்கு (இது இன்று 'நுகர்வோர் தெரிவு' என்ற கருத்தைக்காட்டிலும் சற்றே கூடுதலானதாக மட்டுமே இருக்கிறது) அழுத்தம் கொடுப்பதே இந்த முரண்பாட்டின் மையமாக இருக்கிறது. இந்த முரண்பாடு, மானுடர்கள் உள்ளார்ந்து சுயநலவாதிகள் என்பதாலும், சந்தர்ப்பம் கிடைத்தாலும் மற்றவர்கள் நலன் சார்ந்து ஏதும் செய்ய மாட்டார்கள் என்பதாலும் தோன்றியதல்ல. மாறாக, இப்படியான பார்வையை முதன்மைப்படுத்தும் விதத்திலேயே கட்டற்றுச் செயல்படும் சுயம் என்ற கருத்தாக்கம் கட்டமைக்கப்பட்டிருக்கிறது. சமூகம் குறித்து வேறு விதமாகக் கருத்தாக்கங்கள் கொண்டிருக்கும் சமூகங்கள், ஒரு சுயம் குழுமத்தோடு கொள்ளும் உறவு குறித்து வேறான அணுகுமுறைகளைக் கொண்டிருக்கின்றன. இதனால் இந்த அணுகுமுறைகளெல்லாம் ஒரு தனிநபரைப் பொறுத்தமட்டில் மேலானவையாக இருக்கின்றன என்று அர்த்தம் கிடையாது. ஆனால், அன்றாட வாழ்க்கையில் ஒரு சுயம் நிகழ்த்தும் பல விதமான செயல்பாடுகளைச் சுற்றியிருக்கும் நிலையற்ற தன்மையே ஜனநாயகம் குறித்த குழப்பங்களுக்குக் காரணமாகிறது. இன்று நம்மைச் சுற்றியுள்ள ஜனநாயகம் தோற்றுக்கொண்டிருக்கிறது என்று சொல்ல முடியும். ஏனெனில், தனிநபர்கள் ஜனநாயகபூர்வமாக இருப்பதற்கான பொறுப்பெல்லாம் பிற கட்டமைப்புகள் மேல் சுமத்தப்படுகிறது. ஜனநாயகத்தை நமது மரபுரிமையாக நினைத்துக்கொண்டு, ஜனநாயகபூர்வமாக இருக்கும் வேலையை மற்றவை செய்ய வேண்டும் என்று எதிர்பார்க்கிறோம். அரசாங்கங்கள், அரசியல் கட்சிகள், நிறுவனங்களெல்லாம் ஜனநாயகபூர்வமாக இருக்க வேண்டும் என்று எதிர்பார்க்கிறோம். தனிநபர்களாக நாம் ஜனநாயகபூர்வமாக இருப்பது என்றால் என்ன என்றோ, எப்படி ஜனநாயகபூர்வமாக இருப்பது என்றோ அறியாமல் இருக்கும்போது எப்படி மற்றவையெல்லாம் ஜனநாயகபூர்வமாக இருக்க முடியும்? இந்தக் கேள்வி, சமூகத்தோடு ஜனநாயகம் எப்படியாக உறவுகொள்கிறது என்பது குறித்த அம்பேத்கரின் பார்வையை மேலாகப் புரிந்துகொள்ள நமக்கு வழிவகுக்கலாம்.

ஜனநாயகத்தின் இந்திய மாதிரி

கோட்பாட்டுரீதியாகவும் நடைமுறைரீதியாகவும் இந்திய ஜனநாயகம் பிற நாடுகளில் காணப்படும் ஜனநாயகங்களிலிருந்து வேறாக இருக்கிறது. ஜனநாயகப் பதாகையை உயர்த்திப்பிடிப்பதாகப் பார்க்கப்படும் அமெரிக்கா, பிரிட்டன், பிரான்ஸ், ஜெர்மனி போன்ற நாடுகளோடு இந்தியாவும் இணைத்துப் பார்க்கப்படுகிறது என்றாலும்கூட, ஜனநாயகம்

இந்தியாவில் செயல்படும் விதத்திலும் அதன் கோட்பாட்டுரீதியான விளைவுகளிலும் அடிப்படையான வேறுபாடுகள் காணப்படுகின்றன. ஒருவிதத்தில், ஜனநாயகம் என்ற கருத்தில் பண்பாட்டுரீதியான தாக்கத்தின் அடிப்படையில் 'ஆசிய ஜனநாயகங்கள்' என்று முன்வைக்கப்படும் வாதங்களை இந்த வேறுபாடு பிரதிபலிப்பதோடு, சில மேற்கத்திய நாடுகளால் முதன்மைப்படுத்தப்படும் குறிப்பிட்ட ஜனநாயக மாதிரியை ஏற்றுக்கொள்ள மறுப்பதைப் பிரதிபலிப்பதாகவும் இருக்கிறது. சுவாரசியமாக, ஜனநாயகம் என்ற கருத்து இந்தியாவுக்கு அந்நியமானது அல்ல என்று சுட்டிக்காட்டுகிறார் அம்பேத்கர். அவரது அவதானிப்பை முழுமையாகப் படிப்பது முக்கியம்:

> குடியரசுகளால் இந்தியா நிரம்பியிருந்த காலம் ஒன்று இருந்தது. முடியாட்சிகளைக் கொண்டிருந்தாலும்கூட அவை தேர்ந்தெடுக்கப்பட்டவையாக அல்லது மட்டுப்பட்ட அதிகாரத்தைக் கொண்டவையாகவே இருந்தன. அவை முழுமுற்றானவையாக இல்லை. நாடாளுமன்றங்கள் குறித்தோ அல்லது நாடாளுமன்றங்கள் செயல்படும் முறை குறித்தோ இந்தியா அறிந்திருக்கவில்லை என்று கிடையாது. பௌத்த பிக்குச் சங்கங்கள் குறித்துப் படிப்போமானால், நாடாளுமன்றம் — சங்கங்கள் என்பது நாடாளுமன்றங்களே தவிர வேறொன்றும் இல்லை — என்று மட்டுமல்லாமல் நவீனக் காலத்தில் பின்பற்றப்படும் நாடாளுமன்றம் செயல்படும் முறைகளை, சங்கங்கள் அறிந்திருந்ததோடு அவற்றைப் பின்பற்றவும் செய்தன என்று நம்மால் அறிந்துகொள்ள முடியும். உறுப்பினர்களுக்கான இருக்கைகள், தீர்மானங்களை முன்மொழிவது, தீர்மானங்களை நிறைவேற்றுவது, குறைந்தபட்ச உறுப்பினர்களின் இருப்பை உத்தரவாதப்படுத்துவது, கொறடா, வாக்கு எண்ணிக்கை, வாக்குச் சீட்டுகள் மூலமாக வாக்களிப்பது, கண்டனத் தீர்மானங்களை முன்வைப்பது, முறைப்படுத்தல்கள், மூன்தீர்ப்புக்கான தடை போன்றவை குறித்தெல்லாம் விதிகள் காணப்படுகின்றன. இப்படி நாடாளுமன்றம் செயல்படும் முறைகளையெல்லாம், சங்கங்கள் கூடும்போது புத்தர் நடைமுறைப்படுத்தினார் என்றாலும், அந்தக் காலத்தில் நாட்டில் அரசியல்ரீதியான மக்கள் மன்றங்களிலிருந்துதான் அவர் இவற்றைக் கடனாகப் பெற்றிருக்க வேண்டும்.[4]

இப்படியான ஜனநாயக வடிவங்களை இழந்துவிட்டோம் என்று வருத்தப்படுவதோடு, நாம் மீண்டும் ஜனநாயகத்தை இழந்துவிடக்

4 *Ambedkar, Writings and Speeches, Volume 13, pp. 1214–15.*

கூடாது என்று எச்சரிக்கவும் செய்கிறார் அம்பேத்கர். இன்று இந்தியாவில் காணப்படும் அரசியல்ரீதியான ஜனநாயகம் இருக்கும் நிலையைப் பார்ப்போம் என்றால், அம்பேத்கரின் கவலை நியாயமானதாகத்தான் இருக்கிறது. நடைமுறைத் தளத்தில், இந்தியாவில் இன்று வெளிப்படும் ஜனநாயகம், ஜனநாயகத்தன்மையற்ற குணாம்சங்கள் பலவற்றை வெளிப்படுத்துவதாக இருக்கிறது. முதலாவதாக, ஜனநாயகம் என்பது தேர்தல், வாக்களித்தல் போன்ற சடங்குகளாகச் சுருக்கப்பட்டுள்ளது. இதுவும்கூடக் குறைபட்டதாகவே இருக்கிறது — வாக்காளர்களுக்குத் தூண்டில் போடப்படுகின்றன; பல சமயங்களில் பணமும் கொடுக்கப்படுகின்றன. இவையெல்லாம் வெளிப்படையாக நடப்பதோடு, அரசியல் கட்சிகளாலும், ஏன் வாக்காளர்களாலும் வெளிப்படையாக ஏற்றுக்கொள்ளப்படுகின்றன என்பது ஜனநாயகத்தின் மையமான கொள்கை மீது இவர்கள் அக்கறையற்று இருப்பதையே வெளிப்படுத்துகிறது. மேலும், எந்த அரசியல் கட்சியும் உட்கட்சி ஜனநாயகத்தை அனுமதிப்பதில்லை. குடும்பங்களும் தனிநபர்களும் கட்சிகளில் ஆதிக்கம் செலுத்துகிறார்கள். தேர்ந்தெடுக்கப்படும் அரசியலாளர்கள் அப்பட்டமாக ஊழல்களில் ஈடுபடுகிறார்கள். இதை எதிர்க்க சிறு முயற்சிகூட எடுக்கப்படுவதில்லை. அரசியல்ரீதியான ஜனநாயகத்துக்கு நிறுவனங்கள் ஜனநாயகத்தன்மையுடன் இருக்க வேண்டும் என்பது முன்தேவையாகப் பார்க்கப்படுவதில்லை. மிகவும் பின்தங்கியிருப்பவர்களுக்கும் ஏழைகளுக்கும் ஜனநாயகத்தின் பயன்கள் சென்றடைவதில்லை. இந்திய ஜனநாயகத்தின் இப்படியான குணாம்சங்களெல்லாம் ஜனநாயகத்தின் பிரச்சினைகளை வெளிப்படுத்துவதாக இருக்கிறதா அல்லது இந்தியா போன்ற நாடுகளில் ஜனநாயகத்தை நாம் வேறு விதமாக அணுக வேண்டியதன் தேவையை முன்வைக்கிறதா? அல்லது சமூகத்தின் பல்வேறு அடிமட்ட புலங்களில் ஜனநாயகம் எவ்வாறெல்லாம் செயல்படுகின்றன என்பது குறித்துப் புரிதல் இல்லாமல் கழுகுப் பார்வையை மட்டுமே வெளிப்படுத்துவதாக இருக்கிறதா?

மேல்பரப்பில் மட்டுமே பார்ப்போம் என்றால், மேலே பட்டியலிடப்பட்டிருக்கும் எல்லாப் பிரச்சினைகளையும் இந்திய ஜனநாயகம் கொண்டிருப்பதைப் போல்தான் இருக்கிறது. ஜனநாயகம் குறித்த உலகளாவிய கதையாடல்கள், இந்தியாவிலிருந்தும் வேறு பல மேற்கல்லாத நாடுகளிலிருந்தும் பாடம் கற்றுக்கொள்ளும் சாத்தியப்பாட்டை நிராகரித்துவருவதற்கு, ஒருவேளை இதெல்லாம் காரணமாக இருக்கலாம். இந்தியாவில் ஜனநாயகம் குறித்த மிக விரிவான ஆவணத்தில், அரசியல் அறிவியலாளர் கே.சி. சூரி இவ்வாறு சுட்டிக்காட்டுகிறார்:

> அதிக மக்கள்தொகையைக் கொண்ட ஜனநாயக நாடாக இந்தியா இருக்கிறது என்றபோதும், ஜனநாயகச் சமூகத்தில் வாழும் மக்களில் மூன்றில் ஒரு பங்கு இந்தியாவில் வாழ்ந்துவருகிறார்கள் என்றபோதும் பெருமளவில் ஜனநாயகம் குறித்த உலகளாவிய விவாதங்களும் கோட்பாட்டாக்கங்களும் இந்திய ஜனநாயகம் ஒரு விஷயமே இல்லை என்பதுபோல் தொடர்ந்துகொண்டிருப்பதுதான் ஆச்சரியமாக இருக்கிறது. [...] பயன்பாட்டில் உள்ள பாடப்புத்தகங்களிலும் குறிப்புதவிப் புத்தகங்களிலும் ஜனநாயகம் குறித்த கோட்பாடுகளில் இந்தியாவோ இந்தியச் சிந்தனையாளர்களோ இடம்பெறுவதில்லை.[5]

மேற்கத்தியக் கோட்பாட்டாளர்களுக்கு மேற்கல்லாத நாடுகள் அனுபவபூர்வமான தகவல்களுக்கான தீவனமாக இருப்பதைக் கணக்கில் கொண்டால், இந்த அவதானிப்பு உண்மையிலேயே எந்த அதிர்ச்சியையும் நமக்குக் கொடுக்கப்போவதில்லை. ஜனநாயகம் என்ற கருத்து மேற்கத்தியத்தில் உள்ளார்ந்து காணப்படுகிறது என்ற தொன்மம் தொடர்ந்து முன்வைக்கப்படுவதோடு மட்டுமல்லாமல், ஆசிய, மத்தியக் கிழக்கு, ஆப்பிரிக்கா போன்றவை ஜனநாயகத்துக்கு எதிரானவை என்றும் முன்வைக்கப்படுகிறது. ஜனநாயகத்தின் பிரத்யேக மூலம் கிரேக்கச் சிந்தனையில் உள்ளது என்று கோருவதன் வழியாக இந்தத் தொன்மம் மேலும் பலப்படுத்தப்படுகிறது. ஜனநாயகப் பதாகையை உயர்த்திப்பிடிப்பதாக பாவித்துக்கொள்ளும் மேலோங்கிய மேற்கத்திய நாடுகளில் கோட்பாட்டுரீதியான கதையாடல்களெல்லாம் அவற்றின் பண்பாட்டுத் தனித்தன்மைகளால் உந்தப்பட்டவையாக இருக்கின்றன என்பதைக் கணக்கில்கொள்வோம் என்றால், 'ஜனநாயகத்தை நிறுவனப்படுத்த' அதிக முக்கியத்துவம் கொடுப்பதைப் பார்த்து நாம் ஆச்சரியப்பட ஏதுமில்லை. 'எந்தவொரு நாட்டிலும் நடைமுறைப்படுத்தப்படும் ஜனநாயகத்தையும் ஒரு செயற்பாங்காகப் பார்க்க வேண்டியுள்ளது. அதாவது, ஜனநாயக விழுமியங்களும் நிறுவனங்களும் வளர்ச்சியடைகின்றன, பலப்படுத்தப்படுகின்றன. ஒரு நாட்டின் முன்னேற்றத்துக்கு ஏற்ப இலக்கை மேலும்மேலும் நகர்த்திக்கொண்டே போவது மிகவும் பயனுள்ள வழியாக இருக்க முடியும்' என்கிறார் சூரி.[6] இதற்கு மாறாக, சமூக ஒழுங்கமைவுக்கான ஒரு வடிவமாக மட்டுமே ஜனநாயகத்தைப் பார்த்து, ஜனநாயகத்தைப் பிரத்யேகமாக நிறுவனங்களுக்குள் பொருத்திப்பார்ப்பது என்பது

5 *K.C. Suri, 'India's Democracy — An Exception or a Model?' in K.C. Suri and Achin Vanaik (eds), Political Science, Volume 2: Indian Democracy (New Delhi: Oxford Scholarship Online, 2013), p. 3.*

6 *Suri, 'India's Democracy', p. 5.*

தனிநபர்கள் மீதும், சாதி, மதம் உள்பட வேறுபட்ட இயைபுடைய வடிவங்கள் அடிப்படையிலான குமுகங்கள் மீதும் சந்தேகம் கொள்வதைப் பிரதிபலிப்பதாக இருக்கிறது. இவ்வாறு செய்வது அவசியமாகவும் முக்கியமாகவும் இருக்கிறது என்றாலும்கூட, முதல் அடியாக ஜனநாயகபூர்வமான சமூகத்தை உருவாக்குவதற்கு இது போதுமானதாக இல்லை.

இந்திய ஜனநாயகம் குறித்து மிக அற்புதமாகத் தொகுத்துக்கொடுத்திருக்கும் நீரா சந்தோக் மற்றும் ராஜேஷ் குமார், நிறுவனமயமாக்கலின் விளைவு குறித்து முக்கியமானதொரு கருத்தைச் சுட்டிக்காட்டுகிறார்கள். 'அரசியல்ரீதியான சமத்துவத்தை நிறுவனப்படுத்தியதுதான் இந்திய ஜனநாயகத்தின் மாபெரும் சாதனை' என்று இவர்கள் முன்வைக்கிறார்கள்.[7] ஆனாலும், குடிமைச் சமூகத்தின் ஊடாக ஜனநாயகம் செயல்பட வேண்டும் என்றும் வாதிடுகிறார்கள். குடிமைச் சமூகம் என்று முன்வைப்பது சமூகரீதியானதை நோக்கி நகர்கிறது என்றாலும்கூட, அது நிறுவனப்பட்ட வட்டத்தையே சுற்றிக்கொண்டிருக்கிறது. ஏனெனில், இந்தியாவில் ஒரு கருத்தாக்கமாகக் குடிமைச் சமூகம் பிளவுண்டதாகத்தான் இருந்திருக்கிறது. நாம் குடிமைச் சமூகம் என்பதிலிருந்து சமூகரீதியான அன்றாடம் என்பதை நோக்கி நகர்வோம் என்றால், ஜனநாயகபூர்வமான சமூகத்தைப் படைப்பது மேலும் சாத்தியப்படக்கூடிய ஒன்றாகிறது. நீரா சந்தோக் மற்றும் ராஜேஷ் குமாரும்கூட இந்திய ஜனநாயகத்தை நிலைத்த புள்ளியாகப் பார்க்காமல், அதை உருப்பெற்றுவரும் ஒன்றாகவும் பிற ஜனநாயகங்களுக்கு ஒரு மாதிரியாக இருக்க முடியும் என்பதாகவுமே பார்க்கிறார்கள்.

இந்திய ஜனநாயகத் தனித்தன்மையின் சில பாணிகளை அறிஞர்கள் அடையாளம் காண்கிறார்கள். இவை அதன் வெற்றிக்குப் பெருமளவு பங்காற்றியுள்ளதை விளக்குவதாகவும் இருக்கிறது. இந்திய ஜனநாயகம் அடைந்திருக்கும் முக்கியமான வெற்றிகள்: (1) சமூகக் கட்டமைப்பில் ஜனநாயக அரசியலின் விளைவு. அதாவது, ஜனநாயக அரசியல் மரபான சமூகங்களின் இறுகிப்போன சாதியக் கட்டமைப்பைத் தளரவைத்திருக்கிறது. (2) ஏழைகளுக்கும், பொருளாதாரரீதியாகவும் சமூகரீதியாகவும் பின்தங்கியிருக்கும் சமூகங்களுக்கும் முகமையை உருவாக்கிக் கொடுத்திருக்கிறது. (3) குமுக நலன்களை மட்டுமே முதன்மைப்படுத்தாமல், சாதி மற்றும் மதம் சார்ந்த அடையாளங்களை உருவாக்குவதன் மூலமாக, அரசியல் அம்சத்தை மிகவும் வெளிப்படையாக வரையறுத்திருக்கிறது. வரலாற்றுரீதியாக வறுமையில் இருப்பவர்களும்

---

7 Neera Chandhoke and Rajesh Kumar, 'Indian Democracy: Cognitive Maps' in K.C. Suri and Achin Vanaik (eds), *Political Science, Volume 2: Indian Democracy* (New Delhi: Oxford Scholarship Online, 2013), p. 19.

ஏழை வர்க்கங்களுமே வாக்களிப்பதில் பங்கேற்றுவருவதாகத் தொடர்ந்து சுட்டிக்காட்டப்படுகிறது.[8] பொதுவாகவே வாக்களிப்பதிலும் தேர்தல் பங்கேற்பிலும் மேட்டுக்குடிகளின் பங்களிப்பு ஒப்பீட்டளவில் குறைவாகவே இருந்துவருகிறது. இது அரசியலாளர்கள் மத்தியில் அவர்கள் கவனம் குவிக்க வேண்டிய விஷயத்திலும் பெரும் மாற்றத்தை, அதாவது பொதுப் புலங்களில் மேட்டுக்குடி அல்லாதவர்களின் தேவைகள் மீது கவனம் குவிக்க வேண்டிய அவசியத்தை ஏற்படுத்தியுள்ளது. ஏழைகளும் சமூகரீதியாகப் பின்தங்கியிருப்பவர்களும் அரசியலின் ஊடாகவே சமத்துவத்துக்கான, குறைந்தபட்சம் சமத்துவத்தின் சாத்தியப்பாட்டுக்கான வெளியைக் கண்டடைகிறார்கள் என்று ஜாவீத் ஆலம் வாதிடுகிறார்.[9] இப்படியாக, அரசியலில் பங்கேற்பது என்பது சமத்துவத்துக்கான சமூக இயக்கத்தின் பதிலியாக இருந்துவருகிறது. இது, அம்பேத்கரிய தரிசனத்தை நோக்கிய நகர்வாக இருக்கிறது என்றாலும், சமூக சமத்துவத்தை நோக்கிப் பயணிக்கும் ஊர்தியின் இயல்பு அப்படிப்பட்டதாக இருப்பதால், அது முழுமையற்றதாக இருக்கிறது என்பதோடு முழுமையற்றதாகவே தொடரவும் செய்யும். 'சாதாரண மனிதர்'களைக் கொண்டிருக்கும் குமுகம்தான் ஜனநாயகத்தை அல்லது மட்டுப்பட்ட தளத்தில் நாம் புரிந்துகொண்டிருக்கும் ஜனநாயகத்தைக் காப்பாற்றுகிறது என்று வாதிடுகிறார் ஆலம்: நிறுவனப்பட்ட நடைமுறைகளை வழிநடத்தும் விதிகளைவிட, அரசியல்ரீதியான பங்கேற்பே சமூக சமத்துவ அனுபவத்துக்குக் கொண்டுவிடுகிறது. இந்திய ஜனநாயகத்தை அரசியல்ரீதியானதாகப் பார்க்காமல் சமூகச் செயற்பாங்காக முதலில் பார்க்க வேண்டும் என்றே ஆலம் மற்றும் பிற அறிஞர்களின் அவதானிப்புகள் வெளிப்படுத்துகின்றன. இந்த இடத்தில், சமூகரீதியாக மற்றும் அரசியல்ரீதியாக என்பதற்கு இடையேயான வேறுபாட்டுக்கு அழுத்தம் கொடுப்பது குறித்து ஒருவர் கேள்விகேட்க முடியும். இந்திய ஜனநாயகத்தின் தனித்தன்மை என்று இந்த அறிஞர்கள் சுட்டிக்காட்டுவது அடிப்படையில் இந்தியா சமூகரீதியானதன் தனித்தன்மையைப் பிரதிநிதித்துவம் செய்கிறது என்பதில் எந்தச் சந்தேகமும் இல்லை என்றே நினைக்கிறேன். இந்தத்

---

8   Chandhoke and Kumar, 'Indian Democracy', p. 21. See also Sanjay Reddy, 'A Rising Tide of Demands: India's Public Institutions and the Democratic Revolution' in Devesh Kapur and Pratap B. Mehta (eds), *Public Institutions in India: Performance and Design* (New Delhi: Oxford University Press, 2005), pp. 457–75. For a political theory of Indian democracy, இந்திய ஜனநாயகம் குறித்த அரசியல் கோட்பாட்டுக்குப் பார்க்கவும்: D.L. Sheth, *At Home with Democracy: A Theory of Indian Politics* (Singapore: Palgrave Macmillan, 2018).

9   Javeed Alam, *Who Wants Democracy?* (Hyderabad: Orient Longman, 2006).

தனித்தன்மையைப் பிற தாராளவாத ஜனநாயகங்களால் நகல் எடுக்க முடியாது.

இதற்கு எதிர்வினையாக, மேட்டிக்குடிகளல்லாதவர்களின் விழைவுகள் முக்கியம்தான் என்றாலும், இந்த விழைவுகள் ஜனநாயக நிறுவனங்களில் ஏற்படுத்தியிருக்கும் பாதிப்புகளையும் நாம் கணக்கில் கொள்ள வேண்டும் என்று நீரா சந்தோக் மற்றும் ராஜேஷ் குமார் வாதிடுகிறார்கள். இந்திய அரசியல் அடையாள அரசியலை, குறிப்பாக, சாதிகள் அடிப்படையிலான அரசியலை உருவாக்கியிருக்கிறது என்று முன்வைத்து, தனிநபர் உரிமை என்ற கருத்தைக் குழுமகங்களின் உரிமையாக விரிவுபடுத்திப் பார்க்கிறார்கள். ஜனநாயகம் என்ற கருத்தமைவை விரிவுபடுத்தி, சுதந்திரத்தோடு சேர்த்து, பங்கேற்பு, போட்டி, பொறுப்பு ஆகியவற்றையும் ஜனநாயகத்தின் குணங்களாக முன்வைத்து, இவை எல்லாமும் மேம்பட்டிருப்பதாக இவர்கள் குறிப்பிடுகிறார்கள்.[10] ஆனால் சட்டம், ஆட்சிமை போன்றவற்றை நிறுவனவயப்படுத்துவதில் உள்ள பிரச்சினை என்னவென்றால், இவை கலவையான விளைவுகளையே ஏற்படுத்தியிருக்கின்றன. தனிநபருக்கும் குழுமக அடையாளத்துக்கும் இடையே தொடர்ந்து காணப்படும் குழப்பமே இந்திய ஜனநாயகத்தின் குணாம்சமாக இருந்துவருகிறது. தனிநபர் செயலாகச் சுதந்திரம் போன்ற ஜனநாயகப் பண்புகள் அர்த்தமுள்ளதாக இருந்தாலும், தனிநபருக்கும் சமூகத்துக்கும் இடையே தொடர்ந்து மோதலை உருவாக்கும் சமூக ஒழுங்கில், தனிநபர் சுதந்திரம், தனிநபர் தன்னாட்சி போன்ற கருத்தமைவுகளை அதிக அளவு சார்ந்திருப்பது ஜனநாயகத்தை வலுவிழக்கவே செய்யும். ஒரு தனிநபர் சகல விதத்திலும் சமூக உயிரியாக இருக்கும்போது, சமூகத்தில் ஜனநாயகம் என்னவாக இருக்க முடியும்? குழுமக அடையாளத்தைப் பிரதானமாகக் கொண்டிருக்கும் ஒரு தனிநபருக்கு, சுதந்திரம் என்ற கருத்தமைவு எப்படியான அர்த்தத்தைக் கொண்டிருக்க முடியும்? சமூகரீதியானதும் தனிநபர்களும் தொடர்ந்து பின்னிப்பிணைந்து இருக்கும்போது, ஜனநாயகங்களில் தனிநபர்கள் பயன்பாட்டுத் தளத்துக்கானவர்களாகிறார்கள். ஒரு தனிநபர் வாக்களிக்கும் தருணத்தில் மட்டுமே தனிநபராக இருக்கிறார். ஆனால், வாக்குச் சாவடியை அடைவதற்கு முன்பும், வாக்குச் சாவடியிலிருந்து வெளியேறிய பின்னும் அவரது செயல்களைத் தீர்மானிக்கும் சமூகக் குழுமகத்தின் உறுப்பினராகத்தான் இருக்கிறார். ஏன் வாக்களிக்கும் விஷயத்திலும்கூட இந்த முரண்பாடு வெளிப்படுகிறது. ஏனெனில், பல சமயங்களில், ஒருவர் தனக்காக வாக்களிப்பதில்லை. தன்னுடைய சாதி அல்லது மதக் குழுமகம் சார்பாகவே வாக்களிக்கிறார்.

10 *Chandhoke and Kumar, 'Indian Democracy, p. 30.*

வேறு விதமாகச் சொல்வதென்றால், குடும்பம், சாதி மற்றும் மத அடையாளம் எல்லாமும் அரசியலின் பகுதியாகும் அளவுக்கு மக்களுடைய அந்தரங்க வாழ்க்கையை நிறுவனப்படுத்துவதில் அரசியல் வெற்றியடைந்துள்ளது. இதனால்தான், அரசியல் நிறுவனங்கள் சமூக நிறுவனங்களோடு ஆழமாக ஒன்றிணைக்கப்பட்டிருக்கின்றன; பல்வேறு சாதியக் குழுமங்களின் 'தலைமையகத்தில்' சாதிய அடையாளங்கள் நிறுவனப்படுத்தப்படுகின்றன. நிறுவனப்பட்ட மத விஷயத்திலும் இப்படியாகத்தான் இருக்கிறது. நாம் இதிலெல்லாம் ஆச்சரியப்பட ஏதுமில்லை. இப்படியான பண்பாட்டு மற்றும் சமூக நிறுவனங்கள் அரசியல்ரீதியான செயற்பாங்கில் திடமான பிடிப்பு கொண்டிருக்கின்றன. வெறுமனே ஆட்சியாளர்களுக்கு அருகில் இருப்பதால் மட்டுமல்லாமல், தனிநபராக இருந்து வாக்களிப்பதைக் குழுமமாக இருந்து வாக்களிக்கும் செயற்பாங்காக மாற்றும் ஆற்றலின் ஊடாகவும் இந்தப் பிடிப்பு இறுக்கப்படுகிறது. ஏறக்குறைய, இந்தியாவில் உள்ள அரசியல் கட்சிகள் எல்லாவற்றிலும் குடும்ப அரசியல் நுழைந்துவிட்டது. இப்படியாக, குடும்பத்தை நிறுவனப்படுத்துவதும் நடக்கிறது.

ஆனால், வாக்காளரைப் பயன்பாட்டுத் தளத்திலான ஒன்றாக்குவது என்பது, அரசியலாளரையும் பயன்பாட்டுத் தளத்திலானதாக்குகிறது. குறிப்பிட்ட வேட்பாளருக்கென வாக்களிப்பதற்குப் பணம் பெற்றுக்கொண்டு வாக்களிப்பது இதற்கான எடுத்துக்காட்டாகும். முதலமைச்சர், அமைச்சர் போன்ற அரசியல் பதவிகள், அல்லது தேர்தலில் போட்டியிடுவதற்கான வாய்ப்பு உள்ளிட்டவை அரசியல் கட்சிக்குத் தனிநபர்கள் கொடுக்கும் பணத்தின் அடிப்படையிலேயே பெரும்பாலும் தீர்மானிக்கப்படுகின்றன. இப்படியான பழக்கங்கள், அவ்வளவு நிபுணத்துவம் கொண்டவையாகவும் நிறுவனப்பட்டவையாகவும் மாறியிருப்பதால், அரசியல் கட்சிகளால் சுலபமாகவும் தடைகளற்றும் செய்ய முடிகிறது. தாங்கள் செய்வது சட்டவிரோதமானவையாக இருக்கலாம் என்று அங்கீகரிக்கும் அதே வேளையில், அதை நடைமுறைப்படுத்துவதற்குப் பல்வேறு வழிமுறைகளை உருவாக்கிக்கொண்டிருக்கிறார்கள். விசித்திரமாக, வாக்காளர் ஒவ்வொருவருக்கும் பணம் கொடுக்கப்படும்போது மட்டுமே, ஒரு வாக்காளர் உண்மையிலேயே தனிநபராகப் பார்க்கப்படுகிறார். இதனால், ஒரு தனிநபர் வாக்களிக்கும்போது, அதில் அவரது தனித்தன்மை என்று ஏதுமில்லாமல்போகிறது. பெரும்பாலும், வாக்களிப்பது பணத்தைப் பெற்றுக்கொண்டு ஒரு தொகுப்பாக வாக்களிப்பதாக இருக்கிறது. உண்மையிலேயே பல ஏழைக் குழுமங்களில் உள்ள ஒவ்வொரு தனிநபரோடு அரசியலாளர்கள் நேரடியாக ஈடுபடுவதில்லை. இப்படியான குழுமங்கள் ஒவ்வொன்றும் அவர்கள் வாழ்விடம் சார்ந்து வரையறுக்கப்பட்டு அல்லது அவர்கள் இருக்கும் குறைந்த வருமானக்

குடியிருப்புகளில், பொதுவாக 'தலைவர்' அல்லது இடைத்தரகர் என்று ஒருவர் இருக்கிறார். இந்தத் தலைவரே இடையகராக இருப்பதோடு, அரசியலாளருக்கும் உத்தரவாதம் கொடுப்பவராகவும் இருக்கிறார். இப்படியான சூழ்நிலைகளில், குறிப்பிட்ட அரசியலாளரிடமிருந்து பணம் பெற்றுக்கொள்ளும் தனிநபர், அவர்கள் சார்ந்திருக்கும் குமுகத்தின் 'தலைவர்' சொல்வதுபோல் நடந்துகொள்கிறார். இப்படியான நடத்தைகள் தனிநபர் சுதந்திரம், தன்னாட்சி போன்ற லட்சிய தரிசனங்களிலிருந்து வெகுதூரம் விலகியிருப்பதுபோல் தெரியலாம். ஆனால், இந்த மக்கள் வாழும் சமூக உலகம் அவர்களுக்கு அவ்வளவு அந்நியமாக இருப்பதாலேயே இப்படியான கருத்தமைவுகளெல்லாம் 'லட்சியமாகவே' தொடர்ந்துகொண்டிருக்கின்றன. மிக முக்கியமாக, தங்களுடைய தலைவரோடும் அரசியலாளரோடும் பேச்சுவார்த்தை நடத்துவது என்பது அவர்களுடைய அன்றாட வாழ்க்கையின் பகுதியாகவும் இருந்துவருகிறது. இந்த அர்த்தத்தில், முகம் தெரியாத நிறுவனங்களைக் காட்டிலும் அவர்களுடைய இல்லங்களுக்குள் அரசியல் மிக அன்னியோன்னியமாக நுழைகிறது.

ஜனநாயகத்தின் ஒரு லட்சியம் சமத்துவம். ஜனநாயகப் பின்னணியில் இந்தச் சொல்லும் போதுமான அளவுக்குத் தெளிவற்ற தன்மையைக் கொண்டிருப்பதால், வாக்களிப்பதற்கான சம உரிமை என்பதுபோல் மட்டுப்பட்ட அர்த்தத் தொகுப்பைக் கொண்டிருக்கும் ஒரு சொல்லாக இது மாறியிருக்கிறது. மிக விரிந்த தளத்தில் சமத்துவமற்ற நிலையில் இருக்கும் மக்கள், வாக்களிக்கும் தருணத்தில் மட்டுமே சமத்துவத்தை உணர வேண்டியிருக்கிறது. தங்களுடைய சமத்துவமற்ற சமூக யதார்த்தத்திலிருந்து வந்து வாக்களிக்கிறார்கள். வாக்களித்த பின் மீண்டும் அதே யதார்த்தத்துக்குத் திரும்பிச்செல்கிறார்கள். ஜனநாயக நிறுவனங்களை அணுகுவதிலும்கூடப் பெரும் சமத்துவமின்மை நிலவுகிறது. பொருளாதாரரீதியாகபும் சமூகரீதியாகவும் மேலான நிலையில் இருப்பவர்கள், எல்லோருக்கும் சமமாகக் கிடைக்க வேண்டியதை சமத்துவமற்ற வழிகளில் தங்களுக்கானதாக ஆக்கிக்கொள்கிறார்கள். நீரா சந்தோக் மற்றும் ராஜேஷ் குமாரும் இதை உணர்ந்திருப்பதால்தான் 'ஜனநாயகத்தை அடைய வேண்டும் என்றால் சமூக மற்றும் பொருளாதார சமத்துவத்தை அடைவதற்கு அரசியல் சமத்துவம் உதவ வேண்டும்' என்று முன்வைக்கிறார்கள்.[11] ஆனால், இதுதான் பிரச்சினையாகவும் இருந்துவருகிறது. ஏனெனில், சமூக மற்றும் பொருளாதார சமத்துவத்துக்கு மிக அவசியமான, அடிப்படையான நிபந்தனைகளை முன்வைக்காமல் அரசியல் சமத்துவம் தொடர்கிறது. மேலும், இப்படிப் பரந்துபட்ட தளத்தில் சமத்துவத்தை

11 *Chandhoke and Kumar, 'Indian Democracy', p. 49.*

அடைவதற்கான முறைகளும் ஜனநாயகபூர்வமான குணாம்சத்தைக் கொண்டிருக்க வேண்டியுள்ளது. எடுத்துக்காட்டாக, பொருளாதார சமத்துவத்தை அடைவதற்குப் பலவந்தமான வழிமுறைகளை ஒரு முறைமை பயன்படுத்தும் என்றால், அது அரசியல்ரீதியான ஜனநாயக முறைமைக்குக் கொண்டுவிடாது. இப்படி, பரந்துபட்ட தளத்திலான சமத்துவத்தை அடைவதற்கு நாம் ஜனநாயகத்தை வெறுமனே அரசியல் சார்ந்த நிலையாக மட்டும் பார்க்காமல், வாழ்க்கை நிலையாகப் புரிந்துகொள்ள வேண்டியுள்ளது. இதை மிகத் தெளிவாகவே அம்பேத்கர் வெளிப்படுத்தியிருக்கிறார். அவர் எழுதுகிறார்:

> சிலர் ஜனநாயகத்தை சமத்துவத்தோடும் விடுதலையோடும் சமன்படுத்துகிறார்கள். சந்தேகமே இல்லை, சமத்துவமும் விடுதலையும் ஜனநாயகத்தின் ஆழ்ந்த அக்கறைகளாக இருக்கின்றன. ஆனால், முக்கியமான கேள்வி இதுதான்: எது சமத்துவத்தையும் விடுதலையையும் தக்கவைக்கிறது? அரசின் சட்டங்கள்தான் சமத்துவத்தையும் விடுதலையையும் தக்கவைப்பதாகச் சிலர் சொல்லக்கூடும். இது உண்மையான விடை அல்ல. சகமனித-உணர்வுதான் சமத்துவத்தையும் விடுதலையையும் தக்கவைக்கிறது. இதைத்தான் பிரெஞ்சுப் புரட்சிக்காரர்கள் சகோதரத்துவம் என்று அழைத்தார்கள். சகோதரத்துவம் என்ற சொல் சரியான வெளிப்பாடாக இல்லை. மைத்ரி என்று புத்தர் பயன்படுத்திய சொல்தான் இதற்கான சரியான சொல்லாக இருக்க முடியும். சகோதரத்துவம் இல்லையென்றால், விடுதலையை சமத்துவம் அழித்துவிடும், சமத்துவத்தை விடுதலை அழித்துவிடும். ஜனநாயகத்தில் விடுதலையை சமத்துவம் அழிக்காமல் இருக்கிறது என்றால், சமத்துவத்தை விடுதலை அழிக்காமல் இருக்கிறது என்றால், அதற்குக் காரணம் இவ்விரண்டுக்கும் அடிப்படையாக இருக்கும் சகோதரத்துவமே. ஆக, சகோதரத்துவமே ஜனநாயகத்தின் வேர்.[12]

சமத்துவக் கொள்கைகளைச் சட்டங்கள் மூலம் நிலைநாட்டுவது மட்டுமே போதுமானதாக இருக்க முடியாது. சமத்துவமும் விடுதலையும் ஒன்றையொன்று அழித்துக்கொள்ளக்கூடிய அளவுக்கு இவற்றுக்கு இடையே காணப்படும் உள்ளார்ந்த இறுக்கத்தை அம்பேத்கர் மிகச் சரியாக அடையாளம் காண்கிறார். இடஒதுக்கீட்டுக்கு எதிராகத் தகுதியை முன்வைத்தும், வறுமையில் இருப்பவர்களுக்கு அரசு நல்கைகள் செய்வதை முன்வைத்தும் நடக்கும் சமகாலப் பொது உரையாடல்கள் இந்தப் பிரச்சினையை மிகச் சிறப்பாகப் படம்பிடித்துக்காட்டுகின்றன.

---

12 Ambedkar, 'Riddles in Hinduism', p. 283.

இவ்விரு விஷயங்களிலும் முன்வைக்கப்படும் வாதங்கள், சமத்துவமான உலகத்தில் ஒருவர் தன்னுடைய விடுதலையை இழப்பது குறித்த அல்லது உரிமையை முதன்மைப்படுத்தி சமத்துவத்தை இழப்பது குறித்த பிரச்சினைக்குத்தான் கொண்டுவிடுகின்றன. விடுதலையும் சமத்துவமும் கொண்டிருக்கும் முரண்பட்ட இறுக்கத்தைக் கையாள்வதற்கு அம்பேத்கர் சகோதரத்துவத்துக்கு அழுத்தம் கொடுப்பது மிக முக்கியமாகிறது. 'சகமனித-உணர்வு' என்று அவர் பயன்படுத்தும் சொற்றொடர், 'உணர்வு' என்பது அடிப்படையில் ஓர் அனுபவமாக இருக்கிறது என்று கோடிட்டுக்காட்டுவதாகிறது. ஜனநாயகம் சாத்தியப்பட வேண்டுமென்றால், நிறுவனரீதியான துணையுடன் சமத்துவத்தை 'உணர்ந்துகொள்ள' வேண்டியுள்ளது. சமத்துவம் என்ற அனுபவமே பிரச்சினைக்குரியதாக இருப்பதால்தான் அதை 'உணர்ந்துகொள்ள' வேண்டியுள்ளது. ஒருவர் எங்கு எப்படி சமத்துவத்தை உணர்கிறார் என்பது எப்படிச் சில நிபந்தனைகளுக்கு உட்பட்டதாக இருக்கிறதோ அதுபோலவே சமத்துவமின்மையை உணர்வதும் சில நிபந்தனைகளுக்கு உட்பட்டதாக இருப்பதால்தான், இந்த அனுபவம் விரவியதாக இருக்கிறது. மக்களுடைய அன்றாட வாழ்க்கையும் அன்றாடப் பரிவர்த்தனைகளும் சமத்துவ உணர்வை, அனுபவத்தைத் தொடர்ந்து வெளிப்படுத்துவதில்லை. மாறாக, சமத்துவமின்மையிலான அனுபவங்கள் — அவமானம் மற்றும் ஒதுக்கப்படுதல் போன்ற உணர்வுகளுக்குக் கொண்டுவிடும் அனுபவங்கள் — மிக ஆழமாகக் காணப்படுகின்றன. இது, அநீதியை நாம் உணர்ந்துகொள்ள முடிவதுபோல், அனுபவிக்க முடிவதுபோல் நீதியை உணர்ந்துகொள்ள முடியாததற்கு, அனுபவிக்க முடியாததற்கு நிகரானதாக இருக்கிறது.

இப்படி, அனுபவபூர்வமான வெளிக்கு அப்பாலிருந்து பார்க்கும்போது, சமத்துவம் என்ற கருத்தமைவை நாம் உருவாக்க வேண்டியுள்ளது, கதையாடல்களாக்க வேண்டியுள்ளது. அதைக் கண்டுணரவும் வெளிப்படுத்தவும் வேண்டியுள்ளது. ஒன்றைக் கைக்கொள்வதில் சமத்துவமின்மை, நடத்தப்படுவதில் சமத்துவமின்மை, நடத்தையில் சமத்துவமின்மை போன்ற எடுத்துக்காட்டுகளால் சமூக வாழ்க்கை நிரம்பியுள்ளது. பரிவர்த்தனை உறவு ஒவ்வொன்றிலும் மக்கள் ஏற்கும் பாத்திரம் சமத்துவமின்மையைக் கொண்டிருக்கிறது. வங்கியின் வாடிக்கையாளர் ஒருவர் எவ்விதத்திலும் அந்த வங்கியின் மேலாளருக்குச் சமமானவராக இருக்க முடியாது. ஒரு கடையில், அதன் உரிமையாளருக்கும் வாடிக்கையாளருக்கும் இடையே வெளிப்படையாக சமத்துவமின்மை காணப்படுகிறது. ஆனால், இவ்விரண்டு எடுத்துக்காட்டுகளிலும்கூட ஒருவர் சமத்துவமாக நடத்தப்படுவதற்கு விழையலாம். ஆக, சமத்துவமின்மை அனுபவமும்கூட அதனளவில் மற்றொரு சமத்துவமற்ற பின்னணியில்தான் புலப்படக்கூடியதாக

இருக்கிறது. எடுத்துக்காட்டாக, வங்கி மேலாளர் ஒருவர் வேறொரு வாடிக்கையாளரை நடத்துவதுபோல் என்னை நடத்தவில்லை என்று நான் உணர்ந்துகொள்ளும்போது, நான் சமமாக நடத்தப்படவில்லை என்பதை உணர்ந்துகொள்கிறேன். இப்படி சமத்துவமற்று நடத்தப்படுவதை நாம் அனுபவிப்பதும்கூட, எனக்கும் மேலாளருக்கும் இடையேயான சமமற்ற உறவின் பின்னணியிலேயே எனக்குப் புலப்படக்கூடியதாக இருக்கிறது. ஆகவேதான், சகமனித-உணர்வு அனுபவம், சமத்துவ வெளிப்பாட்டோடு இணையும்போது, உண்மையான ஜனநாயக அனுபவத்தை உருவாக்கிக்கொடுக்கிறது. ஜனநாயகபூர்வமான சமூக வாழ்க்கையை உருவாக்கிக்கொடுக்கிறது.

இங்குதான், பாதுகாக்கப் பாகுபடுத்தல் அல்லது இடஒதுக்கீட்டுக் கொள்கைகள் அவ்வளவு அவசியமாகின்றன. ஏனெனில், சகோதரத்துவ உணர்வை முதன்மைப்படுத்தாத சமத்துவ வெளிப்பாடுகள் அவ்வளவு பயன்தரக்கூடியவையாக இருப்பதில்லை. ஆனால், சமூகம் தனித்த பெட்டிகளாக இறுகியிருக்கும்போது ஒருவரால் எப்படி 'சகமனித-உணர்வு' கொள்ள முடியும்? சமூகத்தில் பெரும்பான்மையினராக இருந்தாலும்கூட, மையநீரோட்ட சமூக வெளிகளுக்குள் அனுமதிக்கப்படாதவர்களோடு எப்படி சகமனித-உணர்வை — அது எப்படியானதாக இருந்தாலும் — கொள்ள முடியும்? இந்திய ஜனநாயகத்தின் இந்த முக்கியமான அம்சத்தை நீரா சந்தோக் மற்றும் ராஜேஷ் குமார் உணர்ந்திருக்கிறார்கள். அதனால்தான், 'பாதுகாக்கப் பாகுபடுத்தும் கொள்கைகள் அர்த்தமுள்ள சமத்துவத்தை அடைவதற்கான இரண்டாவது படியாகின்றன' என்று சுட்டிக்காட்டுகிறார்கள். 'சந்தைக் கொள்கைகளுக்கு அப்பால் அடிப்படைத் தேவைகளைப் பூர்த்திசெய்துகொள்வதற்கான உரிமை' முதல் படியாகிறது.[13] இந்திய ஜனநாயகத்தின் வெற்றிக்குப் பின்னால் இருக்கும் மிக முக்கியமான கொள்கை இடஒதுக்கீட்டுக் கொள்கைதான் என்று மிகச் சரியாகவே சுட்டிக்காட்டப்படுகிறது. 'மக்களாகிய நாம்' என்ற தொன்மம் மிகப் பெருமளவு புலப்படாத மக்களால் நிலைநிறுத்தப்படுவதைக் கணக்கில் கொள்வோம் என்றால், இடஒதுக்கீட்டின் தேவையை இன்று நம்மால் புரிந்துகொள்ள முடியும். மையநீரோட்ட சமூகத்தில் புலப்படாதவர்களாக இருக்கும் கோடிக்கணக்கானோர் ஜனநாயகத்தைத் தங்களுக்கானதாக எடுத்துக்கொண்டு, அதை வெளிப்படுத்தவும் செய்கிறார்கள். ஜனநாயகபூர்வமானது என்று அழைக்கப்படக்கூடிய செயல் எப்படியானதாக இருந்தாலும், அது சமூகரீதியாகப் புலப்படாமல் இருப்பவர்களைப் புலப்படுத்தக்கூடிய செயலாகத்தான் இருக்க முடியும். இவர்களையெல்லாம் புலப்படக்கூடியவர்களாக்கிய பின்னரே,

---

13 Chandhoke and Kumar, 'Indian Democracy', p. 52.

சகமனித-உணர்வுக்குக் கொண்டுவிடக்கூடிய சாத்தியப்பாட்டை சமத்துவக் கொள்கைகளும் சமூகப் பொறியியலாக்கமும் கொண்டிருக்க முடியும். இது ஒன்றே ஜனநாயக நாடு என்று அழைத்துக்கொள்ளும் உண்மையான விழைவுக்கான வழியாகிறது. இடஒதுக்கீட்டுக் கொள்கைகள் இப்படிப் புலப்படுத்துவதற்கான முயற்சியாகிறது. ஜனநாயகம் என்ற கருத்து எப்படியானதாக இருந்தாலும், இந்தியாவைப் பொறுத்தமட்டில் இடஒதுக்கீட்டுக் கொள்கைகள் அவசியமான முன்நிபந்தனைகளாகின்றன. இதுவரையிலும் இந்திய ஜனநாயகத்தின் உண்மையான வெற்றி என்பது இடஒதுக்கீட்டுக் கொள்கைதான் என்று சொல்லும் அளவுக்குப் போகவும் நான் தயாராக இருக்கிறேன். தேர்தல்கள் மிக நீண்ட காலத்துக்கு முன்பே சமரசம் செய்யப்பட்டவையாக மாறிவிட்டன.

இந்திய ஜனநாயகத்தில் காணப்படும் புலப்படாத பிரச்சினை என்பது சமூகத்தில் யார் எவரைப் பிரதிநிதித்துவம் செய்ய முடியும் என்ற தார்மீகக் கேள்வியோடு தொடர்புடையதாக இருக்கிறது. பொதுவாகச் சொல்வதென்றால், எவர் வேண்டுமென்றாலும் தேர்தலில் நிற்கலாம், தேர்ந்தெடுக்கப்படும் ஒருவர் அவரது தொகுதியைப் பிரதிநிதித்துவம் செய்யும் பாத்திரத்தை ஏற்கலாம் என்பதே ஜனநாயகத்தின் பொதுவான நடைமுறையாக இருக்கிறது. எவரெல்லாம் தேர்தலில் நிற்க முடியும் என்பதற்குச் சில விதிமுறைகள் இருக்கின்றன என்றாலும்கூட, அதன் மையத்தில் மிக ஆழமான தார்மீகப் பிரச்சினை ஒன்று உள்ளது. இதுவே, இந்திய ஜனநாயகம் தனித்துவமான சில குணங்களைக் கொண்டிருப்பதற்குக் காரணமாகிறது. யார் எவரைப் பிரதிநிதித்துவம் செய்ய முடியும் என்ற கேள்வியானது அடையாளத்தைச் சுற்றி நடக்கும் கதையாடல்களில் முக்கியமானதாக மாறியிருக்கிறது. சமூக அறிவியல்களில் தலித்தல்லாதவர்கள் தலித்துகளைப் பிரதிநிதித்துவம் செய்வது குறித்த கோபால் குருவின் விமர்சனம், கோட்பாடு செய்வதற்கான அதிகாரம் யாரிடம் இருக்கிறது என்ற கேள்வியோடு மிகத் தீவிரமாக இணைந்திருக்கும் ஒன்றாகிறது. இந்தச் சூழ்நிலையை ‘அனுபவரீதியான சூத்திரர்களும் கோட்பாட்டுரீதியான பார்ப்பனர்களும்’ என்று விவரிப்பதன் மூலம், சிலர் தங்களைத் தாங்களே பிரதிநிதித்துவம் செய்துகொள்வதற்கான ஆற்றல் எதையும் கொண்டிருக்கவில்லை என்பதால், அவர்களுக்காகக் குரல்கொடுக்க பிறர் தேவைப்படுகிறார்கள் என்று முன்வைக்கப்படும் பார்வையை குரு விமர்சனத்துக்கு உட்படுத்துகிறார்.[14] முந்தைய காலத்தில்

14 இது குறித்து மேலும் விரிவான விவாதங்களுக்குப் பார்க்கவும்: *Gopal Guru and Sundar Sarukkai, ‘The Cracked Mirror: An Indian Debate on Experience and Theory’ (Delhi: Oxford University Press, 2012).*

நாடகங்களில் இந்தக் கேள்வி எழுப்பப்பட்டது. வெள்ளையர் ஒருவர் கறுப்பர் பாத்திரத்தை ஏற்கும்போது அல்லது பெண் பாத்திரத்தை ஆண்கள் ஏற்கும்போது இப்படியான கேள்விகள் எழுப்பப்பட்டன. இலக்கியத்தில், தான் சாராத குழுமம் குறித்து ஒருவர் எழுதுவது ஏற்றுக்கொள்ளத்தக்கதா என்ற கேள்வி மிக விரிந்த தளத்தில் அதன் உணர்கொம்புகளை விரித்திருக்கிறது.

நமக்காகப் பேசுவதற்கு ஒருவரைத் தேர்ந்தெடுப்பது, பிரதிநிதித்துவ ஜனநாயகத்துக்கான எடுத்துக்காட்டாகிறது. குழுமத்தின் உறுப்பினர்களால் ரகசிய வாக்கெடுப்பின் மூலம் தேர்ந்தெடுக்கப்படுவதால், இந்தச் செயலில் உள்ள தார்மீகப் பிரச்சினைகள் பிற விஷயங்களில் உள்ளதுபோல் அவ்வளவு வெளிப்படையாகத் தெரிவதில்லை. வாக்காளர்களுடைய சமூக உலகின் பகுதியாக இருப்பவரைத் தேர்ந்தெடுப்பது, யார் எவருக்காகக் குரல்கொடுக்க முடியும் என்ற தார்மீகப் பிரச்சினையை எதிர்கொள்வதற்கான சுலபமான வழியாகிறது. அதனால்தான், இந்தியாவில் வாக்களிப்பது சாதிய அடையாளங்களைச் சார்ந்திருக்கிறது. ஒவ்வொரு தேர்தலிலும் வேட்பாளர்கள் இதை மனதில் கொண்டே தேர்ந்தெடுக்கப்படுகிறார்கள். இந்த அளவுக்கு இல்லை என்றாலும்கூட, மதரீதியான அடையாளங்களிலும் இதுபோல்தான் நடக்கிறது. இருப்பினும், பிரதிநிதித்துவம் தொடர்பான கேள்வியானது தேர்தலுக்கு முன் வேட்பாளர்களைத் தெரிவுசெய்யும் சமயத்தில் மட்டுமே எழுகிறது. பிரதிநிதிகள் சாதாரண வாக்காளர்களுடைய உலகத்திலிருந்து தொலைதூரத்துக்கு விலகியிருக்கிறார்கள் என்பதே மிக எளிமையான உண்மை. வேட்பாளர்கள் பல்வேறு வழிகளில் சாதாரண மக்களிடமிருந்து விலகியிருப்பதால், வேட்பாளர்கள் தங்களுடைய அடையாளத்தைத் தேர்தலில் நுழைவதற்கான வழியாக மட்டுமே பயன்படுத்திக்கொள்கிறார்கள். ஆனால், பிரதிநிதித்துவம் தொடர்பான தார்மீகக் கேள்வியை நாம் தேர்தலுக்குப் பிறகாக எழுப்ப வேண்டியிருக்கிறது. நம் நாட்டுக்குள் பல விதமான அடையாளங்கள் படைக்கப்பட்டிருப்பதால், இந்திய ஜனநாயகம் சில பிரத்யேகமான சவால்களை எதிர்கொள்ள வேண்டியிருக்கிறது. மேலும், கோபால் குரு சுட்டிக்காட்டுவதைப் போல், தாராளவாத ஜனநாயகத்தின் பலன்கள் உண்மையிலேயே தலித்துகளைச் சென்றடைவதில்லை. 'கடந்த அறுபது ஆண்டுகளாக நடைமுறைப்படுத்தப்படும் தாராளவாத ஜனநாயகச் செயல்பாட்டை தலித்துகள் கணக்காய்வு செய்வார்கள் என்றால், அன்றாட வடிவங்களோடு தொடர்புடைய இழிவுபடுத்தல், ஒதுக்குதல், அசூயை போன்ற பாரபட்சமான நடத்தைகள்தான் அவர்களுடைய கேள்விகளுக்குப் பதில்களாகக் கிடைக்கின்றன'

என்று குறிப்பிடுகிறார்.¹⁵ மேலும், பெருமளவிலான தலித்துகள் இந்த ஜனநாயகத்தில் புலப்படாதவர்களாக இருந்துவருகிறார்கள் என்றும், அதனால் தலித்துகளில் 'பல்வேறு பகுதியினரின் சுயமதிப்பு மற்றும் சுயமரியாதை உணர்வில் பொருள்கொள்ளத்தக்க மாற்றம் எதையும் கொண்டுவர முடியாத தோல்வியின் காரணமாக தலித்துகள் தாராளவாத ஜனநாயகத்தை விமர்சித்துவருகிறார்கள்' என்றும் வாதிடுகிறார்.¹⁶

ஜனநாயகம் என்ற கருத்து எப்படியானதாக இருந்தாலும், அதை மக்களுடைய பண்பாட்டுச் சுமைகளிலிருந்து விலக்கிவைக்க முடியாது. எப்படியிருந்தாலும், 'மக்கள்' என்ற கருத்தமைவிலிருந்து ஜனநாயகத்தை எந்த அர்த்தத்திலும் விலக்கிவைத்துப் பார்க்க முடியாது. மேலும், ஜனநாயகத்தின் லட்சியங்கள் பண்பாட்டுரீதியான உலகப் பார்வையின் பகுதியாக இல்லையென்றால், இந்த உலகப் பார்வைகள் குறித்துக் கேள்விகள் கேட்பதும் விமர்சிப்பதும் மாற்றியமைப்பதும் மிக அவசியமாகின்றன. ஜனநாயகத்தை வெறுமனே ஒரு அரசியல் முறைமையாக மேலிருந்து திணிப்பதால் மட்டுமே பண்பாட்டு நடைமுறைகளை மாற்றியமைத்ததில் நாம் வெற்றியடைய முடியாது — ஜனநாயகத்தை முழுக்க ஆட்சிமையிலான கருத்தாகப் பார்ப்பதை அம்பேத்கர் விமர்சிக்கும்போது மிகச் சரியாக இந்தக் கருத்தைத்தான் முன்வைக்கிறார். எந்த ஒரு முறைமையும் ஜனநாயகபூர்வமானதாக இருக்க விழையுமானால், அது பண்பாட்டுரீதியான மாற்றங்களைக்கூட ஜனநாயகபூர்வமாகவே செய்ய வேண்டியுள்ளது. ஜனநாயகம் எதிர்கொள்ளும் மிகப் பெரிய சவால் இதுதான்: ஜனநாயகம் என்பது வெறுமனே அடைய வேண்டிய இலக்காக மட்டுமே இருக்க முடியாது; இலக்கை அடைவதற்கான வழிமுறையும் தொடர்ந்து ஜனநாயகபூர்வமாக இருக்க வேண்டியுள்ளது. இதனால்தான், ஜனநாயகத்தின் அறம் என்பது இலக்கு மற்றும் வழியின் அறத்தோடு மிக நெருங்கிய தொடர்புகொண்டிருக்கும் ஒன்றாகிறது. உலகளாவிய கதையாடல்களில், ஜனநாயக விழுமியங்களை உயர்த்திப்பிடிப்பதாகக் கோரும் மேலோங்கிய மேற்கத்திய ஜனநாயக நாடுகளும்கூட, தங்களுடைய சர்வதேச உறவுகளில் அல்லது உலக ஒழுங்கில் தங்களை நிறுத்திக்கொள்ளும் நடைமுறைகளில் ஜனநாயகத்தன்மையற்றே செயல்பட்டுவருகின்றன.

---

15 Gopal Guru, 'Liberal Democracy in India and the Dalit Critique,' *Social Research* 78(1) (2011): 99–122; here, p. 104.

16 Guru, 'Liberal Democracy in India'. P. 117.

ஆக, உலக அளவிலான ஜனநாயகத்தைப் புரிந்துகொள்வதற்கு அவசியமான புதிய கோட்பாடுரீதியான சாத்தியப்பாடுகளையும் கருத்தாக்கரீதியான சொற்களையும் இந்திய ஜனநாயக அனுபவங்கள் கொண்டிருக்கின்றன. ஜனநாயகம் குறித்த இந்திய ஆக்கங்கள் நிராகரிக்கப்பட்டுவருவதற்கு மேலோங்கிய மேற்கத்திய ஜனநாயக சக்திகளின் உள்ளார்ந்த காலனிய மனோபாவம் உள்பட, பல காரணங்கள் இருக்கின்றன. இது, உலகளாவிய கல்விப்புலத்தின் வருந்தத்தக்க நிலையைப் பிரதிபலிப்பதோடு, ஏழைகளையும் விலக்கிவைக்கப்பட்டிருப்பவர்களையும் அறிஞர்கள் எப்படியாகப் புரிந்துகொண்டிருக்கிறார்கள் என்பதைப் பிரதிபலிப்பதாகவும் இருக்கிறது. ஜனநாயகம் குறித்த பெரும்பாலான மேற்கல்லாத நாடுகளின் தனித்துவமான பரிசோதனைகளையெல்லாம் நிராகரிப்பதன் மூலம், சர்வதேசக் கல்விப்புலம் (சில செல்வாக்குமிக்க கல்விப்புலக் குழுமங்களை மட்டுமே கொண்டது) மிக மோசமாக ஜனநாயகத்தன்மையற்ற முறையில் நடந்துகொள்வதாக இருக்கிறது. சமூக வாழ்க்கையை உள்ளடக்காமல் ஜனநாயகத்தின் லட்சியங்கள் குறித்து மட்டுமே பேசுவதென்பது, நாடகத்தன்மையிலானதாகவே இருக்க முடியும். இதற்கு நாம் வெறுமனே சமூகரீதியான, பொருளாதாரரீதியான மேட்டுக்குடிகளை மட்டும் கணக்கில் எடுத்துக்கொள்வது போதுமானதல்ல. ஜனநாயகத்தை அர்த்தப்படுத்துகிறவர்களாகத் தங்களைத் தாங்களே நியமித்துக்கொள்ளும் உலகளாவிய அறிவார்ந்த மேட்டுக்குடிகளையும் நாம் கணக்கில் எடுத்துக்கொள்ள வேண்டியுள்ளது. ஜனநாயகத்தன்மையற்ற அரசியலுக்கும், வலதுசாரிகளின் எழுச்சிக்கும் கொண்டுவிடும் அளவுக்கு அந்நியப்பட்டுப்போயிருக்கும் நிலைக்குக் கொண்டுவிடுவதற்கு இவர்களும் பங்காற்றிவருகிறார்கள்.

சில ஜனநாயக மாதிரிகளோடு ஒப்பிட்டு, அவற்றின் பண்பளவுகள் அடிப்படையில் இந்திய ஜனநாயகம் குறித்துத் தீர்ப்பளிப்பதற்குப் பதிலாக, இந்திய ஜனநாயகத்தின் இயல்பைப் புரிந்துகொள்வதும், அதிலிருந்து ஏதேனும் தாங்கள் கற்றுக்கொள்ள முடியுமா என்று உலகளாவிய குழுமம் பார்ப்பதும் மிக அவசியமாகிறது. குடிப்பெயர்வுகளால் ஐரோப்பா புதிய சவால்களை எதிர்கொண்டிருக்கும் பின்னணியில், மேற்கில் பல்-பண்பாட்டுவாதம் போன்ற கருத்தமைவுகள் குறித்து விவாதித்துக்கொண்டிருக்கும் பின்னணியில் இந்த வாதம் முக்கியத்துவம் பெறுகிறது. சுவாரசியமாக, 'ஐ ஆம் தி பீப்பிள்' (I am the People) என்று தலைப்பிட்டிருக்கும் தன்னுடைய புதிய புத்தகத்தில் பார்த்தா சாட்டர்ஜி, தங்களுடைய சமூகங்களில் பயன்படுத்திக்கொள்ளும் சாத்தியப்பாட்டின் அடிப்படையில் தாராளவாத ஜனநாயகங்கள் எப்படி

ஆசிய மற்றும் ஆப்பிரிக்க ஜனநாயகங்களின் சில அம்சங்களைப் பார்த்துவருகின்றன என்று சுட்டிக்காட்டுகிறார்.[17]

ஜனநாயகத்தின் சீன மாதிரி

சீன அரசின் தகவல் அலுவலகம் (China's State Council Information Office), 'சீனா: செயல்படும் ஜனநாயகம்' (China: Democracy that Works) என்ற தலைப்பில் ஒரு வெள்ளை அறிக்கையை டிசம்பர் 2021-இல் வெளியிட்டது.[18] சீனா ஒரு ஜனநாயக நாடல்ல என்று முத்திரைகுத்தப்படுவதற்குப் பதிலாக சீனாவின் ஜனநாயக இயல்பை நிலைநாட்டுவதற்கான முயற்சியாக இந்த ஆவணத்தைப் பார்க்கலாம். 'கடந்த நூறு ஆண்டுகளாக, சீன மக்கள் ஜனநாயகத்தைக் கண்டடையும் விதமாக மக்களைக் கட்சி வழிநடத்திவருகிறது' என்று இந்தக் குறிப்பு தொடங்குகிறது. ஒரு கட்சி மட்டுமே ஆட்சிசெய்வதால், ஜனநாயக அடிப்படைகளுக்கு எதிரானதாக சீனாவைப் பார்க்க முடியும். இருப்பினும், ஜனநாயகம் எப்படியான அர்த்தத்தைக் கொண்டிருக்க முடியும் என்றும் ஜனநாயகத்துக்கு எப்படியான அர்த்தத்தைக் கொடுக்க முடியும் என்றும் அதன் வேரைத் தேடிப்போவோம் என்றால், இந்த அறிக்கையில் கொடுக்கப்படும் விளக்கங்களை நாம் கவனமாக ஆய்வுசெய்ய வேண்டியிருக்கும். 'நாட்டின் எஜமானர்களாக மக்கள் இருப்பதுதான் மக்கள் ஜனநாயகத்தின் சாரமாக இருக்க முடியும் என்பதால் 'ஒரு கட்சி' என்பதைப் பிரச்சினையாகப் பார்க்க வேண்டியதில்லை' என்று இந்த ஆவணம் கோருகிறது. ஒரு கட்சி ஆட்சியைப் பிரதானமாக இரண்டு கட்சிகளை மட்டுமே கொண்டிருக்கும் வட அமெரிக்காவோடு நாம் ஒப்பிட்டுப் பார்க்க முடியும். கட்சிகளின் எண்ணிக்கையை மட்டுமே அடிப்படையாகக் கொள்வோம் என்றால், இந்தியா மற்றும் பிற மேற்கல்லாத நாடுகளில் காணப்படும் கட்சிகளின் எண்ணிக்கைக்கு முன்னால், அமெரிக்காவும் பிற மேற்கத்திய ஜனநாயகங்களும் இருக்கும் இடம் தெரியாமல் காணாமல்போக வேண்டியிருக்கும்.

இந்த ஆவணத்தில், மக்கள் ஜனநாயகத்தின் இலக்குகள் அடிப்படையில் மிகத் தெளிவாக இவ்வாறு வரையறுக்கப்படுகிறது: 'மொத்த-செயற்பாங்கிலான (Whole-process) மக்கள் ஜனநாயகம், செயற்பாங்கை முதன்மைப்படுத்தும் (process-oriented) ஜனநாயகத்தை

---

17 Partha Chatterjee, 'I Am the People: Reflections on Popular Sovereignty Today' (New York: Columbia University Press, 2020).

18 China State Council Information Office, 'China: Democracy That Works', XinhuaNet, 4 December 2021. Available at: https://bitly/3RyRWFI (last accessed on 12 July 2022).

முடிவை முதன்மைப்படுத்தும் (result-oriented) ஜனநாயகத்தோடு ஒன்றிணைக்கிறது, தேர்ந்தெடுக்கும் (procedural) ஜனநாயகத்தை பங்கேற்கும் (substantive) ஜனநாயகத்தோடு ஒன்றிணைக்கிறது, நேரடியான (direct) ஜனநாயகத்தை மறைமுகமான (indirect) ஜனநாயகத்தோடு ஒன்றிணைக்கிறது, மக்கள் ஜனநாயகத்தை அரசின் நாட்டத்தோடு (will) ஒன்றிணைக்கிறது. இது சோஷலிச ஜனநாயகத்துக்கான மாதிரியாகிறது — சகல விதமான ஜனநாயகச் செயற்பாங்குகளையெல்லாம் சமூகத்தில் உள்ள எல்லாத் தரப்பினர்களையும் கணக்கில் எடுத்துக்கொள்ளும் ஜனநாயகமாகிறது. இது உண்மையிலேயே செயல்படும் ஜனநாயகமாக இருக்கிறது.'[19] இது, ஜனநாயகத்தின் பிற வடிவங்களையெல்லாம் ஒன்றிணைத்து சோஷலிச ஜனநாயகத்தை வரையறுக்கும் காரியத்தை இந்த ஆவணம் மிகச் சிறப்பாகச் செய்கிறது!

ஜனநாயகத்தை இப்படிப் பல விதமாக வகைப்படுத்துவது என்பது, பல விதமான அரசியல் செயல்பாடுகளைப் படம்பிடித்துக் காட்டும் ஒன்றாக ஜனநாயகம் என்ற சொல்லைப் பயன்படுத்த முடியும் என்ற சாத்தியப்பாட்டையே முன்வைக்கிறது. இந்த வகைகளிலெல்லாம், ஜனநாயகத்தின் சாரத்தைக் கைக்கொள்ளும் விதமாக, 'மொத்த-செயற்பாங்கு', 'முடிவை முதன்மைப்படுத்தும்', 'தேர்ந்தெடுக்கும்', 'பங்கேற்கும்', 'நேரடியான', 'மறைமுகமான' போன்ற சொற்களெல்லாம் பயன்படுத்தப்படுகின்றன. இந்த வகைகள் ஒவ்வொன்றின் செயற்பாங்கும் முற்றிலும் வேறானவையாகவும் இருக்க முடியும். இதனால், ஜனநாயகம் செயல்படும் இயங்குத்தன்மைகளும் பெருமளவு வேறுபட்டவையாக இருக்க முடியும். ஒரு முறைமை ஜனநாயகரீதியானதாக இருக்கிறதா இல்லையா என்று மதிப்பிடுவதற்கு இந்த ஆவணம் மிக நுட்பமான வரையறையை முன்வைக்கிறது:

> ஒழுங்குக்கு உட்பட்டும், சட்டத்துக்கு உட்பட்டும் அடுத்தடுத்த தலைவர்கள் தொடர்ச்சியாக மாறுகிறார்களா, சட்டத்துக்கு உட்பட்டு எல்லா மக்களும் அரசு மற்றும் சமூகரீதியான விஷயங்களை, பொருளாதாரம் மற்றும் பண்பாட்டுச் செயல்பாடுகளை மேற்கொள்ள முடிகிறதா, பொதுமக்களால் தடைகளற்றுத் தங்களுடைய தேவைகளை வெளிப்படுத்த முடிகிறதா, நாட்டின் அரசியல் விஷயங்களில் எல்லாத் தரப்பும் திறம்படப் பங்கேற்க முடிகிறதா, தேசியரீதியான முடிவுகள் எடுப்பதைப் பகுத்தறிவு சார்ந்தும் ஜனநாயகபூர்வமாகவும் நடைமுறைப்படுத்த முடிகிறதா, எல்லாத் துறைகளிலும் பெரும் திறன் பெற்றவர்கள் நியாயமான போட்டியின் மூலம் தேசியத் தலைமையின் பகுதியாகவும் நிர்வாக

19 *China State Council, 'China: Democracy That Works', p. 1.*

> முறைமையின் பகுதியாகவும் இருக்க முடிகிறதா, ஆட்சிசெய்யும் கட்சியை நாட்டின் அரசமைப்புக்கும் சட்டத்துக்கும் உட்பட்டு நிர்வகிக்க முடிகிறதா, அதிகாரப் பயன்பாட்டைப் பயனுறுதிமிக்க தன்மையில் மட்டுப்படுத்தி, மேற்பார்வைக்கு உட்படுத்த முடிகிறதா போன்றவையே ஒரு நாட்டின் அரசியல் முறைமை ஜனநாயகபூர்வமாக இருக்கிறதா, திறம்படச் செயல்படுகிறதா என்று மதிப்பிடுவதற்குச் சிறந்த வழியாக இருக்க முடியும்.[20]

ஜனநாயகம் குறித்த இந்த வரையறையில், சட்டத்தின்படி நடப்பது, சமூகரீதியான மற்றும் அரசியல்ரீதியான ஒழுங்கை முறையாகப் பின்பற்றுவது ஆகியவையே முக்கியப் புள்ளிகளாக இருக்கின்றன. அதாவது, ஜனநாயகரீதியாக என்று அழைக்கப்படும் செயல்பாடுகள் சட்டங்களுக்குள், சட்டரீதியானவற்றுக்குள் உள்ளடக்கப்பட்டவையாக இருக்கின்றன. நாம் இதை 'சட்டரீதியான ஜனநாயகம்' என்றழைக்க முடியும். தலைவர்கள் பொறுப்பேற்றுக்கொள்ள வேண்டும் என்ற கருத்தமைவை அதற்குள்ளாகக் கொண்டிருக்கிறது. பொறுப்பேற்றுக்கொள்வதே ஜனநாயகத்தின் மையத் தூணாக இருக்கும் என்றால், ஒரு ஜனநாயக முறைமை பொறுப்பேற்றுக்கொள்வதைப் பலமாகவும், தனிநபர் தெரிவைப் பலவீனமாகவும் கொண்டிருப்பது சாத்தியமா? இந்தக் கேள்வி எஜமான் – அடிமை என்ற பண்டைய காலக் கேள்விக்கு நம்மைக் கொண்டுசெல்கிறது: ஒரு எஜமான் அடிமைக்கு நல்லது செய்கிறார், அடிமையை சௌகரியமாக வைத்திருக்கிறார் என்றால் அப்படியான முறைமையில் ஏதேனும் தவறிருக்கிறதா? ஒரு அடிமை தன்னுடைய சுயமான தெரிவின் ஊடாக, அக்கறைகாட்டும் எஜமானனுக்கு அடிமையாக இருக்க விரும்பினால் என்ன செய்வது? இந்தக் கேள்விகளெல்லாம் ஏதோ கல்விப்புலம் சார்ந்து விவாதிக்க வேண்டிய விஷயங்கள் மட்டுமேயில்லை. ஏனெனில், தேர்ந்தெடுக்கப்படும், தேர்ந்தெடுக்கப்படாத அரசாங்கங்களெல்லாம் பெரும்பாலும் இந்தத் தர்க்கத்தையே பயன்படுத்திவருகின்றன. ஆட்சிமையின் இலக்கு குடிநபர்களின் வாழ்க்கையை மேம்படுத்துவது என்பதாக இருக்குமானால், ஆட்சிமையின் தலைவர்கள் எப்படியாகத் தேர்ந்தெடுக்கப்படுகிறார்கள் என்பது அவ்வளவு முக்கியமானதாக இருக்க முடியுமா? மேலும், ஒரு அரசாங்கம் தங்களுக்கு வேண்டியதையெல்லாம் செய்துகொடுப்பதால் குடிநபர்கள் மகிழ்ச்சியாக இருக்கிறார்கள் என்றால், அந்த அரசாங்கம் எப்படியான வடிவத்தைப் பெறுகிறது என்பது முக்கியமானதாக இருக்க முடியுமா? இப்படியாகக் கோரப்படுபவற்றையெல்லாம் ஜனநாயகத்தன்மையற்றவை என்று சொல்லி ஒதுக்கித்தள்ளுவதைவிட, இந்த வாதங்களோடு நாம் முதலில் உரையாட வேண்டியுள்ளது.

20 China State Council, 'China: Democracy That Works', p. 2.

ஜனநாயகத்தின் லட்சியங்களைச் சட்டங்களால் மட்டுமே நிறுவனப்படுத்த முடியும் என்பதால்தான், சட்டத்தின்படி ஆட்சி என்பதை ஜனநாயகங்கள் உறுதியாகச் சார்ந்திருக்க வேண்டியுள்ளது. இருப்பினும், முழுக்க சட்டங்கள் ஊடாக இயங்கும் முறைமையைக் கொண்டிருப்பது மட்டுமே போதுமானதல்ல. அந்தச் சட்டங்களை எதிர்ப்பதற்கான சாத்தியப்பாடும், மக்களுக்குப் பயன்தரக்கூடிய புதிய சட்டங்களை இயற்றுவதற்கான செயற்பாங்குகளும் இல்லையென்றால், நாம் அதை ஜனநாயகரீதியானது என்றழைக்க முடியாது. இப்படியான சாத்தியப்பாடுகள்தான் சட்டரீதியாக இயங்கும் சமூகங்களை ஜனநாயகரீதியானதாக்குகின்றன. எடுத்துக்காட்டாக, எதேச்சாதிகாரச் சமூகங்களும்கூட சட்டத்துக்கு உட்பட்டு இயங்க முடியும் — சொல்லப்போனால், கொடிய சட்டங்கள் ஊடாகவே இப்படியான முறைமைகள் நிலைத்திருக்கின்றன. சட்டங்களை எதிர்க்கும் மக்களுடைய ஆற்றலில்தான் ஜனநாயகம் உள்ளது. ஜனநாயக நாடுகளில், 'தேசியப் பாதுகாப்பு' என்ற பெயரில் இப்படியான சட்டங்கள் இயற்றப்படும்போது, அவற்றை எதிர்க்க சாத்தியமில்லாமல் போகுமானால் அல்லது இப்படியான சட்டங்கள் தவறாகப் பயன்படுத்தப்படுவதைத் தடுப்பதற்கான இயங்குத்தன்மைகள் இல்லாமல் போகுமானால், அது எதேச்சாதிகார முறைமையை நோக்கி நகரும் சாத்தியப்பாட்டைக் கொண்டிருப்பதாகிறது. ஒரு ஜனநாயக முறைமை, சட்டங்களையும் சட்டரீதியானவற்றையும் எதிர்ப்பதற்கு முறையாக வழிமுறைகளைக் கொண்டிருக்க வேண்டும். போராட்டங்களும் எதிர்ப்புகளும் ஜனநாயகத்தின் அடிப்படைப் பண்புகளின் திரளுருவாக இருப்பதால்தான் நாம் இவற்றுக்குப் பெரும் முக்கியத்துவம் கொடுக்க வேண்டியுள்ளது.

மேலும், ஜனநாயகத்தின் செயல்பாடுகள் குறித்தும் சீன ஆவணம் சுட்டிக்காட்டுகிறது. இந்த விவரிப்பின் அடிப்படையில், போராட்டங்களும் எதிர்ப்புகளும் ஜனநாயகம் செய்ய வேண்டிய காரியத்தைச் செய்ய முடியுமா என்று நாம் கேட்டுக்கொள்ள முடியும். சீனா விவரிப்பதன் அடிப்படையில் சொல்வதென்றால், மக்கள் ஜனநாயகத்தில், மக்களே அதன் செயற்பாங்கின் மையமாக இருக்கிறார்கள். ஆனாலும், மக்களுடைய பாத்திரத்தை எப்படியாகப் புரிந்துகொள்ள வேண்டும் என்பது, தாராளவாத ஜனநாயக மாதிரிகளிலிருந்து முற்றிலும் வேறானதாக இருக்கிறது. மக்களை முதன்மைப்படுத்தும் சீனாவின் வாதம் இப்படியாக இருக்கிறது:

> ஒரு நாடு ஜனநாயக நாடாக இருக்கிறதா என்பது உண்மையிலேயே, மக்கள் அந்த நாட்டின் எஜமானர்களாக இருக்கிறார்களா என்பதையும், மக்களுக்கு வாக்களிக்கும் உரிமை இருக்கிறதா என்பதையும், மிகப் பரந்த தளத்தில் அவர்களால்

> பங்கேற்க முடிகிறதா என்பதையும், தேர்தலின்போது அவர்களுக்கு வாக்குறுதிகள் கொடுக்கப்பட்டனவா என்பதையும், மிக முக்கியமாக இந்த வாக்குறுதிகளில் தேர்தலுக்குப் பின் எந்த அளவுக்கு நிறைவேற்றப்பட்டுள்ளன என்பதையும், அரசு முறைமைளும் சட்டங்களும் அரசியல்ரீதியான செயற்பாங்குகளையும் விதிகளையும் கொண்டிருக்கின்றனவா என்பதையும், மேலும் முக்கியமாக இந்த முறைமைகளும் சட்டங்களும் உண்மையிலேயே நடைமுறைப்படுத்தப்படுகின்றனவா என்பதையும், அதிகாரத்தை நடைமுறைப்படுத்தும் சட்டங்களும் செயற்பாங்குகளும் ஜனநாயகபூர்வமாக இருக்கின்றனவா என்பதையும், மேலும் மிக முக்கியமாக அதிகாரம் நடைமுறைப்படுத்தப்படுவதை மக்கள் நுட்பமாக ஆராய்ந்து அதை உண்மையிலேயே ஒரு கட்டுக்குள் வைத்திருக்க முடிகிறதா என்பதையும் சார்ந்திருப்பதாகிறது.[21]

ஜனநாயகத்தின் லட்சியங்கள் என்னவென்று இந்த வரையறை மிகத் தெளிவாக முன்வைப்பதை நாம் குறித்துக்கொள்ள வேண்டியுள்ளது: ‘பேச்சுச் சுதந்திரம்’, ‘எதிர்ப்புச் சுதந்திரம்’ போன்ற சர்ச்சைக்குரிய சொற்கள் இந்த வரையறையில் முற்றிலுமாகப் பயன்படுத்தப்படவில்லை. ‘வாக்குரிமை’ என்பது குறிக்கப்படுகிறது என்றாலும், மக்கள் எப்படியான பிரச்சினைகளை முன்வைத்து வாக்களிக்க முடியும் என்பது அவ்வளவு தெளிவாக இல்லை. சீனா ஒரு கட்சி அரசாக இருப்பதால், இந்த ஒற்றைப்படியான கட்சியைச் சேராதவர்களுக்கு மக்கள் வாக்களிக்க முடியுமா? தேர்தல்கள் நடக்கின்றன என்றும், எட்டு விதமான அரசியல் கட்சிகள் இருக்கின்றன என்றும் (ஆனால் அவையெல்லாம் சீன கம்யூனிஸ்ட் கட்சியின் கட்டுப்பாட்டில் இயங்குகின்றன) இந்த ஆவணம் சுட்டிக்காட்டுகிறது. முக்கியமான விஷயம் என்னவென்றால், ‘பரந்த தளத்தில் பங்கேற்பதற்கான உரிமை’யைவிட ‘வாக்குரிமை’ அவ்வளவு முக்கியத்துவம் கொண்டதல்ல என்றும் இந்த ஆவணம் வெளிப்படையாக முன்வைக்கிறது. ஜனநாயகம் குறித்த இந்தப் பார்வை, எந்த அளவுக்கு முடியுமோ அந்த அளவுக்கு மக்களைப் பங்கேற்கவைப்பதுதான் என்பதில் மிகத் தெளிவாக இருக்கிறது. வாக்களித்தல் என்பதும் இதைச் செய்யவே முயல்கிறது என்றாலும்கூட, அது முழுமையற்றதாக இருக்கிறது என்று ஒருவர் வாதிடக்கூடும். இன்று ஜனநாயகம் வாக்களித்தல் என்ற சடங்காகச் சுருக்கப்பட்டுள்ளது. மேலும், பல ஜனநாயகச் சமூகங்களில் வாக்களிப்பவர்களின் எண்ணிக்கை, வாக்களிக்கத் தகுதியானவர்களில் பாதியைவிடப் பல மடங்கு குறைவாகவே இருக்கிறது. இப்படியாக, வாக்களிப்பதை மட்டுமே அடிப்படையாகக் கொண்டிருக்கும் ஜனநாயகத்தில், மக்கள் பங்கேற்பு

21 *China State Council, ‘China: Democracy That Works’, p. 2.*

என்று வரும்போது அது குறைபட்ட வடிவமாகவே இருக்க முடியும். சீன ஆவணத்தில், ஜனநாயகம் குறித்து விவரிக்கும்போது, 'தெரிவு' என்ற சொல் — தாராளவாத ஜனநாயகங்களின் பல அனுமானங்களுக்கு அடிநாதமாக இருப்பது — மிகக் கவனமாகத் தவிர்க்கப்படுகிறது. ஆக, ஜனநாயகத்தை வாக்களித்துத் தேர்வுசெய்யும் உரிமையாகப் பார்க்காமல், மக்கள் வாழ்க்கையில் அது ஏற்படுத்தும் விளைவுகளிலிருந்து பார்ப்போம் என்றால், ஒரே ஒரு கட்சியை மட்டுமே கொண்டிருப்பது — இது தெரிவு என்ற கருத்துக்கு எதிரானதாக இருப்பதுபோல் தெரிந்தாலும் — மிக நியாயமானதுபோல்தான் தெரிகிறது.

ஜனநாயகத்துக்கு எதிரான நாடு சீனா என்று விமர்சிக்கப்படுவது குறித்து நன்கு அறிந்திருந்தாலும் — அதுவும் 2020-இல் ஹாங்காங்கில் எடுத்த கடுமையான நடவடிக்கைகளுக்குப் பிறகு இந்த விமர்சனம் இன்னும் தீவிரமாகியிருக்கும் நிலையில் — பிற நாடுகளால் தீர்ப்பளிக்கக்கூடிய அளவுக்கு ஜனநாயகம் என்பது உலகளாவிய சொல்லாக இருக்க முடியாது என்று இந்த ஆவணம் கோருவது நமக்கு அதிர்ச்சி எதையும் கொடுக்கவில்லை. முன்வைக்கப்படும் ஏரணத்தில் சில பிரச்சினைகளோடு இந்த ஆவணம், 'ஒரு நாடு ஜனநாயக நாடாக இருக்கிறதா இல்லையா என்பதை அந்த நாட்டின் மக்கள்தான் தீர்மானிக்க வேண்டுமே தவிர வெளியில் இருக்கும் சிலரால் தீர்மானிக்க முடியாது' என்று குறிப்பிடுகிறது.[22] இப்படியான வாதத்தை முன்வைக்க, ஜனநாயகம் என்பது 'பல்வேறு வடிவங்களில் அதனை வெளிப்படுத்திக்கொள்வதால்', எல்லா நாடுகளும் பின்பற்றுவதற்கு ஜனநாயகம் என்பது ஒரே மாதிரியானதல்ல என்பதே காரணமாகிறது. மேலும், 'ஆசிய ஜனநாயகம்' என்ற சொல்லை உருவாக்குவதற்கு எது ஆசிய ஜனநாயகங்களைக் கொண்டுவிட்டதோ, அந்தக் கருத்தை எதிரொலிக்கும் விதமாக, இந்த ஆவணமும் ஜனநாயகத்தின் இயல்புக்கும் பண்பாட்டுக்கும் இடையேயான உறவைக் கோடிட்டுக்காட்டுகிறது. இப்படியாக, ஜனநாயகம் என்பது 'வரலாற்றில், பண்பாட்டில், மரபில் வேர்கொண்டது' என்றும் ஜனநாயகத்தைப் 'பல விதமான மக்கள் துருவியகழ்வதன் மூலமாகவும் புது முறைகளைக் கண்டெடுப்பதன் மூலமாகவும்' பல விதமான வடிவங்களைத் தேர்ந்தெடுப்பதாகவும் கோருகிறது.

மிக சுவாரசியமாக, சீனாவின் ஜனநாயகம் குறித்த விமர்சனங்களை எதிர்கொள்ளும் விதமாக, ஜனநாயக லட்சியங்களையும் சர்வாதிகாரத்தையும் ஒன்றிணைத்து, சீன ஜனநாயகம் இவ்விரண்டுக்கும்

22 *China State Council, 'China: Democracy That Works', p. 2.*

இடையே கொண்டு-கொடுத்தல் உறவு கொண்டிருப்பதாக இந்த ஆவணம் முன்வைக்கிறது:

> தொழிலாளிகளும் விவசாயிகளும் கூட்டாக, தொழிலாளிகளின் தலைமையை ஏற்றுக்கொண்டு, மக்கள் ஜனநாயக சர்வாதிகாரம் ஆட்சிபுரியும் ஒரு சோஷலிச நாடு என்று சீன அரசமைப்பு வரையறுக்கிறது. அரசின் அடிப்படைப் பண்பு, மக்கள் ஜனநாயக சர்வாதிகாரத்தால் வரையறுக்கப்பட்டதாக இருக்கிறது. நாட்டின் எஜமானர்களாக மக்களுடைய அந்தஸ்தை உறுதிப்படுத்தும் விதத்தில் ஜனநாயகம் மற்றும் சர்வாதிகாரத்தின் இணைவை சீனா உயர்த்திப்பிடிக்கிறது. ஒருபுறம், பல விதமான வழிகளில் பல விதமான தளங்களில் அரசமைப்புக்கும் சட்டங்களுக்கும் உட்பட்டு அரசு தொடர்பான விஷயங்களை மக்கள் நிர்வகிப்பதையும், பொருளாதார மற்றும் பண்பாட்டு விஷயங்களை, சமூகரீதியான விஷயங்களை நிர்வகிப்பதையும் உத்தரவாதப்படுத்தும் விதத்தில் அரசின் எல்லா அதிகாரங்களும் மக்களுக்கானவையாகின்றன. மறுபுறம், நாட்டின் அரசியல் அதிகாரத்தை நிலைகுலையச் செய்யும் அல்லது பொதுப் புலத்தின் அல்லது அரசின் பாதுகாப்புக்கு ஊறுவிளைவிக்கும் செயல்பாடுகளுக்கு எதிராகச் சட்டத்தின் மேன்மை மற்றும் நடைமுறையை உயர்த்திப்பிடிக்கவும், மக்களுடைய மற்றும் அரசின் நலன்களைப் பேணிக்காக்கவும் சீனா உறுதியான நடவடிக்கைகளை எடுக்கும். ஜனநாயகமும் சர்வாதிகாரமும் முரண்பட்ட சொற்கள்போல் தோன்றினாலும்கூட, இவ்விரண்டும் ஒன்றிணைந்து மக்களே நாட்டின் எஜமானர்கள் என்று அவர்களுடைய அந்தஸ்தை உத்தரவாதப்படுத்துகிறது. எண்ணிக்கையில் பெரும்பான்மையானவர்களின் நலன்களுக்காக எண்ணிக்கையில் சிறிய அளவிலானவர்களிடம் அதிகாரம் கொடுக்கப்படுகிறது. 'சர்வாதிகாரம்' ஜனநாயகத்துக்கு சேவைபுரிகிறது.[23]

ஜனநாயகமும் சர்வாதிகாரமும் முரண்பட்டவையல்ல என்று இவ்வாறு வெளிப்படையாகவும் துணிச்சலாகவும் முன்வைக்கப்படுகிறது. இப்படியான செயற்பாங்கு, 'நாட்டின் எஜமானர்களாக மக்களுடைய' பாத்திரத்தைத் தக்கவைப்பதற்கானது என்று கோருவதன் ஊடாக நியாயப்படுத்தப்படுகிறது. ஆட்சிமையோடு தொடர்புடைய முடிவுகள் எடுப்பதில் மக்களுடைய பங்கேற்பை ஊக்குவிக்கும் விதமாக அடிமட்டத்தில் நடைமுறைப்படுத்தப்படும் பல திட்டங்களை இந்த ஆவணம் பட்டியலிடுகிறது. இப்படியான பங்கேற்பு, சுதந்திரமாக

---

23 China State Council, 'China: Democracy That Works', pp. 9–10.

வாக்களிப்பதை உள்ளடக்கியதாக இருக்கிறது. சீனாவில் ஏறக்குறைய 90 சதவீத மக்கள் வாக்களித்து ஜனநாயகரீதியாகப் பங்கேற்கிறார்கள் என்றும், இந்தியா, அமெரிக்கா உள்பட ஜனநாயகப் பதாகையை உயர்த்திப்பிடிக்கும் பிற நாடுகளில் உள்ள பங்கேற்பு சதவீதத்தைக் காட்டிலும் பெருமளவு கூடுதலாக உள்ளதாகவும் கோருகிறார்கள். ஆக, அரசாங்கத்தின் உயர்மட்ட நிலைகளில் மட்டுமே ஜனநாயகம் என்ற கருத்தமைவைத் தக்கவைப்பதற்குப் பதிலாக, இந்த மாதிரி சிறுசிறு தொகுதிகளிலும் ஜனநாயகச் செயற்பாங்கை முதன்மைப்படுத்தும் மாதிரியாக இருக்கிறது.

ஜனநாயகத்தை வெறுமனே வாக்களிப்பதாக மட்டுமே சுருக்குவதில் உள்ள பலவீனத்தை இந்த ஆவணம் மிக வெளிப்படையாக விமர்சிக்கிறது. ஜனநாயக முறைமைகளில் காணப்படும் தேர்தல், வாக்களித்தல் போன்ற நாடகத்தன்மை மிகக் கறாராக விமர்சிக்கப்படுகிறது:

> வாக்களிக்கும்போது மட்டுமே மக்கள் விழித்துக்கொண்டு, அதற்குப் பிறகு உறங்கிக்கிடப்பார்கள் என்றால் அது உண்மையான ஜனநாயகமாக இருக்க முடியாது. தேர்தல் பிரச்சாரத்தின்போது மக்களுக்கு நிறைய நம்பிக்கைகள் கொடுக்கப்பட்டு, அதற்குப் பிறகு அது குறித்து மக்கள் ஏதும் கேட்க முடியாமல் இருக்குமானால் அது உண்மையான ஜனநாயகமாக இருக்க முடியாது. தேர்தல் பிரச்சாரத்தின்போது நிறைய உத்தரவாதங்கள் கொடுக்கப்பட்டு, அதற்குப் பிறகு எதுவும் நிறைவேற்றப்படாமல் போகும் என்றால் அது உண்மையான ஜனநாயகமாக இருக்க முடியாது. சீனாவில் ஜனநாயகம் என்ற கருத்தாக்கம் மக்கள் மனதில் வேர்கொண்டுள்ளது. ஜனநாயகத்தைப் பயில்வது மக்களுடைய அன்றாட வாழ்க்கையின், உழைப்பின் ஒன்றிணைந்த பகுதியாகவே மாறியுள்ளது. இதுவே பரந்துபட்ட தளத்தில் ஜனநாயகப் பங்கேற்பை உத்தரவாதப்படுத்துவதாக இருக்கிறது. சீனச் சமூகத்தில் ஜனநாயகம் ஒரு நெறிமுறையாக மாறியிருக்கிறது. இது பெரும் உயிர்ப்பைச் சமூகத்துக்குள் பாய்ச்சுகிறது.[24]

இங்கு முன்வைக்கப்படும் வாதங்கள் ஜனநாயக மாதிரிகள் எல்லாவற்றுக்கும் ஏற்புடையதாகத்தான் இருக்க முடியும். மேலும், இப்படியான ஜனநாயகத்தின் இலக்குகள் குறித்துப் பெரிய முரண்பாடுகளும் இருக்க முடியாது. பேரளவிலான (macro) ஜனநாயகபூர்வ ஆட்சிமைக்கும், இந்தப் பேரளவிலான ஆட்சிமை வெற்றியடைவதற்கு அதன் ஒன்றிணைந்த பகுதியாக இருக்கும் அன்றாட வாழ்க்கையின் நுண்ணளவிலான (micro) ஜனநாயகச் சூழலுக்கும் இடையே தெளிவான

24 *China State Council, 'China: Democracy That Works', p. 38.*

வேறுபாட்டையும் இந்த ஆவணம் முன்வைக்கிறது. ஆனால், ஜனநாயகம் குறித்த எல்லாக் கோட்பாடுகளும் போலவே இதிலும் 'மக்கள்' என்பதே கருத்தாக்கரீதியாக பலவீனமான சொல்லாக இருக்கிறது. இந்தச் சொல் மிகவும் சக்திவாய்ந்ததாகவும் பயன்படுத்தப்படுகிறது. 'மக்கள்' என்றால் என்னவென்று நாம் தெளிவாகப் புரிந்துகொள்வோம் என்றால், மேலே கொடுக்கப்பட்டிருக்கும் கூற்று உண்மையானதாகக்கூட இருக்கலாம். அது சமூகத்தில் உள்ள எல்லோரையும் குறிக்கிறதா? வாக்களிக்கும் ஒவ்வொருவரையும் குறிக்கிறதா? எல்லா மக்களும் ஒரு தொகுப்பாக எதையோ வேண்டுகிறார்கள், 'ஒரே விஷயத்தை' வேண்டுகிறார்கள் என்று சொல்லப்படாத அனுமானத்தை இந்த ஆவணம் கொண்டிருக்கிறது. ஜனநாயகத்தில் உள்ள மையமான பிரச்சினை இதுதான்: குடிநபர்கள் எல்லோரும் மக்கள் என்றழைக்கப்படும் ஒரு அலகாக இருக்கிறார்கள் என்பதன் அடிப்படையிலேயே 'மக்கள்' என்ற சொல் ஒரு தொகுப்பாக முன்வைக்கப்படுகிறது. இப்படியாகச் செய்வதன் ஊடாக, மக்களின் ஏக்கங்களும் தேவைகளும்கூட ஒற்றைத்தன்மையிலானதாக, ஒன்றுபோல் இருப்பதாகப் பார்க்கப்படுகிறது. ஆனால், எந்த ஒரு சமூகத்திலும் இப்படி இருப்பது மிகமிக அபூர்வமே. ஒரு சமூகத்துக்குள்ளாக இருக்கும் பல்வேறு குழுமங்கள் பல விதமான தேவைகளையும் பல விதமான எதிர்பார்ப்புகளையும் கொண்டிருக்கின்றன. ஜனநாயகம் எதிர்கொள்ளும் சவால், எல்லோருக்கும் வேண்டியதையெல்லாம் கொடுக்க வேண்டும் என்பதல்ல. மாறாக, மூலாதாரங்களைப் பல விதமான கொள்கைகளின் அடிப்படையில் எப்படிப் பிரித்துக்கொடுப்பது என்பதே அது எதிர்கொள்ளும் சவாலாக இருக்கிறது. ஆனால், தங்களுக்கு வேண்டியது கிடைக்கவில்லை என்று ஒருசாரார் போராடும்போது என்ன செய்வது? ஒன்றுபோலான விருப்புறுதிகளையோ பார்வைகளையோ ஏற்புடைமைகளையோ கொண்டிருக்கும் 'மக்கள்' என்று ஒருவர்கூட இல்லாமல் இருப்பதுதான் பிரச்சினையாக இருக்கிறது. மக்கள் எல்லோரும் ஒத்த தன்மையிலானவர்களாக இருக்க வேண்டும் என்ற விருப்புறுதியே ஜனநாயகத்தன்மையற்ற உணர்வுகளுக்கான மூலமாகிறது. இது கூடுதலான கட்டுப்பாடுகளையும் கட்டுப்பாடுகளின் பயனுறுதியாக்கத்தை மேலும் அதிகரிப்பதாக இருக்கிறது. ஆனால், இது சமூக யதார்த்தம் அல்ல. பற்பல மக்களோடும் குரல்களோடும் ஊடாடுவதன் ஊடாகவே ஜனநாயகத்தின் உண்மையான செயல்பாட்டை நம்மால் கண்டடைய முடியும். ஆக, அரசாங்க வடிவங்களைக் காட்டிலும் மக்கள் விருப்பத்துக்குத்தான் மரியாதை கொடுக்க வேண்டும் என்ற வாதம் கொள்கை அளவில் மிகச் சரியான ஒன்றாகத்தான் இருக்கிறது என்றாலும், நடைமுறையில் பலவகைப்பட்ட மக்களைக் கொண்டிருக்கும் சமூகத்தில் இது சாத்தியமில்லாததாகிறது. மேலும், மக்களின் விருப்பங்களும் பலவகைப்பட்டதாக இருப்பதோடு, பல

சமயங்களில் ஒன்றோடொன்று முரண்பட்டவையாகவும் இருக்கின்றன. சீனச் சமூகத்துக்குள்ளாகப் பலவகைப்பட்ட எதிர்பார்ப்புகளுக்கு அரசியல்ரீதியான எதிர்வினைகள் சங்கடப்படுத்தக்கூடியதாகவே இருக்கின்றன. அதனால்தான், மக்களின் பெயரால், ஜனநாயக உணர்வுகள் நசுக்கப்படாமல் இருக்க வேண்டுமென்றால், மக்கள் என்ற கருத்தாக்கத்தை நாம் இன்னும் நுட்பமான கருத்தமைவுகள் கொண்டு மாற்றியமைக்க வேண்டியிருக்கிறது.

ஆனாலும், இந்த ஆவணத்தில் ஜனநாயகரீதியான உலகத்தை அன்றாட வாழ்க்கைக்குள்ளும் உழைப்புக்குள்ளும் பொருத்திப்பார்க்க வேண்டும் என்ற கூற்று மிக முக்கியமான முன்வைப்பாகிறது. இப்படியான பார்வை, ஜனநாயகம் குறித்தும் அது பரந்துபட்ட சமூகத்தோடு கொள்ளும் உறவு குறித்தும் அம்பேத்கர் முன்வைப்பதன் நீட்சியாகவே இருக்கிறது.

'மக்கள்' என்ற தொன்மம்

ஜனநாயகத்தின் செல்லப்பிள்ளையாக இருக்கும் ஒற்றை உருப்படியான இந்த மக்கள் என்பது யார்? பள்ளிக்கூடங்களிலிருந்து கற்றுக் கொடுக்கப்படும் ஜனநாயகம் குறித்த வெகுஜன வரையறை, ஜனநாயகம் என்பது எப்படியானதாக இருந்தாலும் மிகத் தெளிவாக 'மக்கள்' என்பதோடு — அதாவது, 'மக்களுடைய, மக்களுக்காக, மக்களால்' — இணைக்கப்பட்டதாகவே இருக்கிறது. 'மக்கள் ஜனநாயகம்' என்ற சொல்லை சீனர்கள் பயன்படுத்தும் முறையும், ஜனநாயகத்தின் லட்சியங்களை அவர்கள் வரையறுக்கும் முறையும் 'மக்கள்' என்பதன் மதிப்பை முதன்மைப்படுத்தியே இருக்கின்றன. உண்மையிலேயே யார் இந்த மக்கள்? அப்படியான ஒரு கருத்தாக்கம் இருக்கிறதா? நம்முடைய சமூகங்களில் இது மெய்யான ஒன்றாக இருக்கிறதா? அது ஒற்றை உருப்படியை, ஒருபடித்தான தொகுப்பைக் குறிக்கிறதா? அல்லது வெறுமனே சொல்லணியிலான கருத்தாக்கமாகப் பயன்படுத்தப்படுகிறதா? இந்தக் கருத்தாக்கம் கொண்டிருக்கும் தெளிவற்ற தன்மையே ஜனநாயகத்தின் உண்மையான எதிர்பார்ப்புகளைக் கடந்துசெல்ல அனுமதிக்கிறதா? 'மக்களுக்கான' ஜனநாயகம் என்பது பொருள்கொள்ளத்தக்க அளவிலானதாக இல்லாமல் வெறும் பெயரளவிலானதாக மட்டுமே இருக்கிறதா?[25]

[25] அரசமைப்பு அவையின் பின்னணியில் 'மக்களாகிய நாம்' என்பது குறித்த விமர்சனபூர்வமான விவாதங்களுக்குப் பார்க்கவும்: Arvind Elangovan, '"We the People?": Politics and the Conundrum of Framing a Constitution on the Eve of Decolonisation', in Udit Bhatia (ed.), The Indian Constituent Assembly: Deliberations on Democracy (London: Routledge,

அரசாங்கங்களுக்கும் மக்களுக்கும் இடையேயான உறவு எப்படியான தெளிவற்ற தன்மையைப் பிரதிபலிக்கிறதோ அதே அளவுக்கான தெளிவற்ற தன்மை தனிநபருக்கும் சமூகத்துக்கும் இடையேயான உறவிலும் பிரதிபலிக்கப்படுகிறது. தனிநபர்களால் ஆனதுதான் சமூகம் என்பது தெளிவாக இருப்பதுபோல் இருக்கிறது — தனிநபர்கள் எப்போதும் ஒத்திசைந்த தொகுப்பாக இருப்பதில்லை என்றபோதும். சமூகத்தோடான உறவின் அடிப்படையில் தனிநபர் என்ற கருத்தைப் பார்த்தாலும்கூட, அது மற்றவர்களோடு ஒருங்கிய உறவுமுறைகளை சாத்தியப்படுத்தக்கூடிய ஒரு தனிநபரின் பண்பாக மட்டுப்பட்டே இருக்கிறது. ஒரு அறையில் பல தனிநபர்கள் ஒன்றாக இருக்க முடியும் என்றாலும்கூட, அவர்களுக்கு இடையே அர்த்தமுள்ள உறவு இல்லையென்றால், அவர்கள் ஒரு குழுமமாவதில்லை. ஒருசிலரை ஒரு தொகுப்பாக எடுத்துக்கொள்வோம் என்றால், அவர்களுக்கிடையே பல விதமான உறவுமுறைகளை நம்மால் கற்பனை செய்துபார்க்க முடியும். மளிகைக் கடை உரிமையாளருக்கும் அதன் வாடிக்கையாளருக்கும் இடையே காணப்படுவதுபோல் அது பரிவர்த்தனை உறவாக இருக்க முடியும். வகுப்பறையில் அல்லது அலுவலகங்களில் ஊழியர்கள் அவருக்கு மேல் இருக்கும் அதிகாரிகளுக்குப் பதில் சொல்வதுபோல், படிநிலையிலான உறவாக இருக்க முடியும். சில உறவுமுறைகளை நாம் சமூகரீதியானவையாக வகைப்படுத்த முடியும். ‘சமூகரீதியானது’ என்ற சொல்லோடு இணைந்திருக்கும் தெளிவற்ற தன்மையையும் மீறி, நாம் அதைப் பயன்படுத்துகிறோம், அதை உள்ளுணர்வு சார்ந்து புரிந்தும்கொள்கிறோம்.[26] எடுத்துக்காட்டாக, ஜான் டூவியின் ‘கூட்டு வாழ்க்கை’ அல்லது எமிலி துர்கெய்மின் ‘கூட்டு உறவுமுறை’ அல்லது அம்பேத்கரின் சகோதரத்துவம் போன்ற கருத்தமைவுகள் எல்லாமும் சமூக உறவுமுறைக்கான அடிப்படைகளாகப் பங்காற்ற முடியும். பலதரப்பட்ட தனிநபர்களைக் கொண்டு ஒருங்கிய குழுமத்தைப் படைப்பதற்கான பசையாக உறவுமுறைகள் இருக்க முடியும். கேள்வி இதுதான்: பலதரப்பட்ட தனிநபர்களை ‘மக்கள்’ என்று அழைக்கப்படும் ஒரு குழுமமாக்கி ஒன்றிணைப்பதற்கு இவர்களிடையே எப்படியான உறவுமுறை — அல்லது எப்படியான சமூக உறவுமுறை — அவசியமாகிறது?

2018), pp. 10–37. ‘மக்கள்’ என்பது குறித்த ஆய்வுக்குப் பார்க்கவும்: Dipesh Chakrabarty, ‘“In the Name of Politics”: Democracy and the Power of Multitude in India’, Economic and Political Weekly 40(30) (23–29 July 2005): 3293–301.

26 இந்தக் கருத்தாக்கம் குறித்த விமர்சனபூர்வமான விவாதங்களுக்குப் பார்க்கவும்: Gopal Guru and Sundar Sarukkai, ‘Experience, Caste and the Everyday Social’ (Delhi: Oxford University Press, 2019).

பல்வேறு பண்பாடுகளில் உள்ள ஜனநாயகங்களின் வெற்றி அல்லது தோல்வியைப் புரிந்துகொள்ள இந்தக் கேள்வி அவசியமாகிறது. ஆசியாவில் உள்ள பலர் கோருவதுபோல், ஆசிய நாடுகளில் காணப்படும் ஜனநாயகம் என்ற கருத்தை மேலோங்கிய மேற்கிலிருந்து வேறானதாகப் பார்க்க வேண்டியுள்ளது. இருப்பினும், எப்படியான அர்த்தத்தில் இவை வேறானவையாக இருக்கின்றன என்று நாம் குறிப்பிடுவது அவசியமாகிறது. சமூக உறவுகளின் இயல்பு — அதாவது, தனிநபர்களை ஒரு குமுகமாக இணைக்கும் உறவுமுறைகள் — முக்கியமான வேறுபாடாகிறது. தேர்தல் உள்பட பல சமூகரீதியான நிகழ்வுகளில், உணர்ச்சிகள் அவசியமான இணைப்பாகச் செயல்படுகின்றன. பெருமளவு சட்ட வகைமையாகப் புரிந்துகொள்ளப்படும் ‘தேசம்’ என்பதை உணர்வுபூர்வமான உறவுமுறையாக மாற்ற அரசாங்கங்கள் முற்படும்போது முரண்பாடுகள் எழுகின்றன. மிகச் சரியாக, மேற்கத்திய புரிதலில் ஜனநாயகத்தின் இயல்பு குறித்து மட்டுமல்லாமல் தனிநபர்களின் இயல்பு குறித்தும் புரிந்துகொள்வதில் உணர்ச்சிபூர்வமாக என்ற வகைமையை உள்ளடக்க முடியாத இயலாமை காணப்படுகிறது. மேற்கத்திய அறிவார்த்தச் சிந்தனையில் உணர்ச்சிகள் மோசமானவையாகவே பார்க்கப்படுகின்றன — காரணியத்துக்கும் உணர்ச்சிக்கும் இடையே முரண்பாடு இருப்பதாக அனுமானித்துக்கொண்டு இந்த வேறுபாடு மிகத் திடமாக முன்வைக்கப்படுகிறது. காலனியக் கதையாடல்களில், உணர்ச்சிகள் பகுத்தறிவற்ற தன்மையோடும், பெண்களோடும், ஆசியர்கள் மற்றும் ஆப்பிரிக்கர்களோடும் அடையாளம் காணப்பட்டன. உணர்வுகள் மீது சந்தேகம்கொள்ளும் வரலாறானது உணர்வுகளை மட்டுமல்லாமல் காரணியத்தையும் அதற்கு வேண்டியபடி வாசிப்பதை அடிப்படையாகக் கொண்டிருக்கிறது. இதே காரணியம் என்ற கருத்தாக்கத்தம்தான் மேற்கத்திய அறிவொளியால் (எடுத்துக்காட்டாக, கான்ட் சிறப்பாக வெளிப்படுத்துவதுபோல்) ஆசிய மற்றும் ஆப்பிரிக்கப் பண்பாடுகளுக்கும், அவருடைய சொந்தப் பண்பாட்டில் பெண்களுக்கும் மறுக்கப்பட்டது. காலனிய இலக்கியங்களில் இந்தியர்கள் குறித்த ஏளனமான விவரிப்புகளெல்லாம் இந்த மக்களை உணர்ச்சிவசப்படக்கூடியவர்களாகப் பார்த்ததன் விளைவாகின்றன. மேற்கத்தியச் சிந்தனையில் பெரும் அந்தஸ்தைப் பெற்றிருக்கும் கோட்பாடு என்ற கருத்துகூட உணர்ச்சிகளோடு எவ்விதத் தொடர்பும் இல்லாததுபோல் மிகக் கவனமாக அதிலிருந்து துண்டிக்கப்பட்டதாகத்தான் இருக்கிறது.

ஆனால், ஜனநாயகபூர்வமான செயல் என்பது உணர்ச்சிகளோடு உள்ளார்ந்து இணைந்திருப்பதாகிறது. உணர்ச்சிகள் மீதான சந்தேகத்தை அஸ்திவாரமாகக் கொண்டு வளர்க்கப்பட்ட மேலோங்கிய மேற்கத்தியக் கோட்பாடுகள், அதற்குள்ளாக உணர்ச்சியைக் கையாள்வதற்கான வழியைக்

கண்டெடுக்க மிகவும் போராட வேண்டியிருக்கிறது. ஆகவேதான், மக்களுடைய உணர்ச்சிகளைத் திறமையாகக் கையாளும் டொனால்ட் ட்ரம்ப் போன்றவர்களை எதிர்கொள்ள வேண்டியிருக்கும்போது, தங்களுடைய கோட்பாட்டுக் குகைகளுக்குள்ளிருந்து அர்த்தப்படுத்த முடியாமல் அவதிப்பட வேண்டியிருக்கிறது. உணர்ச்சிகள் மீதான சந்தேகம் சமூக அறிவியல்களுக்குள்ளாக, அனுபவம் என்ற வகைமையாக நீட்டிக்கப்படுகிறது. ஆகவேதான், ஜனநாயகத்தை வரையறுப்பதற்கான அடிப்படையான கருத்தாக்கங்கள் பலவற்றை — தனிநபர், மக்கள், சமூகரீதியானது, சுதந்திரம், தன்னாட்சி போன்றவை — நாம் உணர்ச்சி, அனுபவம் போன்ற கருத்தாக்கங்களிலிருந்து பிரித்தெடுக்க முடியாத காரணத்தால், வேறு பல விதமான ஜனநாயகங்கள் இருக்க முடியும் என்ற சாத்தியப்பாட்டை நாம் ஏற்றுக்கொள்ள வேண்டியிருக்கிறது. இதனால், ஜனநாயகத்தை வேறு விதமாகக் கருத்தாக்கம் செய்ய வேண்டியிருக்கிறது. ஜனநாயகபூர்வமான செயல்பாடுகளில் உணர்ச்சிகளை, உணர்வுகளை, அனுபவங்களை ஏற்றுக்கொள்ளத்தக்கதாக்குவதற்கு இவற்றை ஏதோ ஒருவிதத்தில் காரணியத்தின் வடிவங்களாகச் சுருக்க வேண்டியுள்ளது. ஒரு தனிநபரைப் பகுத்தறிவார்ந்த அரசின் பகுதியாக்குவதே இதைச் செய்வதற்கான ஒரே வழியாகிறது. பகுத்தறிவார்ந்த குடிநபருக்கும் வாக்களிக்கும் தெரிவு கொடுக்கப்படுகிறது. ஆனால், இது வெளிப்படையாக உணர்ச்சிபூர்வமான ஒன்றாக மாற்றப்படும்போது — இந்தியாவில் ஒவ்வொரு தேர்தலிலும் அல்லது ட்ரம்ப் விஷயத்தில் நடப்பதுபோல் — இந்த ஜனநாயகங்கள் எதிர்கொள்ளும் பெரும் நெருக்கடிகளாக மாறுகின்றன.

இப்படியான அஸ்திவாரத்தில் கட்டப்பட்டிருக்கும் பெரும்பாலான தாராளவாத ஜனநாயகங்கள், ‘மக்கள்’ என்பதன் மதிப்பிலிருந்தே அவற்றுக்கான மதிப்பைப் பெற்றுக்கொள்கின்றன. அதே சமயத்தில், உண்மையிலேயே ‘மக்கள்’ என்ற தொகுப்பு சாத்தியம் என்பதன் மீது அசாத்திய சந்தேகத்தின் அடிப்படையில் கட்டப்பட்டதாகவும் இருக்கிறது. உண்மையிலேயே மக்கள் ஒன்றுசேர முடியும் என்ற சந்தேகமே மேற்கத்திய ஜனநாயக நிறுவனங்களின் கொள்கைகள் பலவற்றுக்கு அடிப்படையாக இருக்கின்றன. சொல்லப்போனால், ‘ஒரு நபர், ஒரு வாக்கு’ என்ற கருத்து, ஜனநாயகத்தில் ஒரு தனிநபர் என்னவெல்லாம் செய்ய முடியும் என்பதையும் இந்த முறைமைக்குள் ஒரு தனிநபர் செய்வதற்கு எவ்வளவு அனுமதிக்க முடியும் என்பதையும் கட்டுப்படுத்துவதாகவே இருக்கிறது. உண்மையிலேயே ‘ஒரு நபர், ஒரு வாக்கு’ என்பதில் அப்படியென்ன புனிதத்தன்மை இருக்க முடியும்? இதன் மதிப்பு எதிர்மறையான நிலைப்பாட்டிலிருந்து, அதாவது எல்லா மனிதர்களுக்கும் வாக்களிப்பதற்கான உத்தரவாதத்தைக் கொடுக்காவிட்டால் எல்லோராலும் வாக்களிக்க முடியாது என்று

வாதிடப்படுகிறது என்றாலும், இந்த வாதம் அதுவாகக் கொண்டிருக்கும் மதிப்பு என்ன? எல்லோரும் வாக்களிக்க அனுமதிக்கப்பட்டாலும், ஒரு நபருக்கு ஒரு வாக்கு என்று பிரத்யேகமாக இணைக்கப்படுவது உண்மையிலேயே என்ன விளைவை ஏற்படுத்துகிறது? ஜனநாயகம் தொடர்பான கேள்வியோடு இதை இணைத்துப்பார்ப்போம் என்றால், இது அப்படியென்ன முக்கியத்துவத்தைக் கொண்டிருக்க முடியும்?

தனிநபர் என்ற கருத்தைத் தூய்மைப்படுத்தி, எண்ணிகையிலான ஒன்றாக அதைச் சுருக்குவோம் என்றால், அம்பேத்கர் முன்வைக்கும் ஜனநாயக வகையையோ அல்லது எவ்வளவுதான் குறைபாடுகள் கொண்டிருந்தாலும் சில ஆசிய ஜனநாயகங்கள் சுட்டிக்காட்டும் வகையையோ அடைவதற்கு வழி ஏதும் இல்லாமல்போகிறது. இந்த விமர்சனத்தின் விளைவாக, ஜனநாயகத்தின் அலகு குறித்து நாம் மீள்வாசிப்பு செய்ய வேண்டியிருக்கிறது. சமீபத்திய ஆக்ஸ்ஃபாம் அறிக்கை இந்தியாவில் 52.2 கோடி மக்கள் எவ்வளவு சொத்துகள் கொண்டிருக்கிறார்களோ அதே அளவுக்கான சொத்துகளை 98 குடும்பங்கள் மட்டுமே கொண்டிருப்பதாகச் சொல்கிறது.[27] 98 குடும்பங்களை நாம் 1,000 தனிநபர்களாக எடுத்துக்கொள்வோம் என்றால் 52.2 கோடி மக்கள் கொண்டிருக்கும் சொத்துக்கு சமமாக 1,000 தனிநபர்கள் மட்டுமே கொண்டிருக்கிறார்கள்! இந்தச் சதவீதக் கணக்கில் ஏதோ தவறிருக்கிறது — இது சமூகத்தில் காணப்படும் சமத்துவமின்மையை மட்டுமே குறிக்கவில்லை. நம் சமூகத்தைக் குணாம்சப்படுத்தும் தனிநபர், சமூகம் போன்ற கருத்தாக்கங்களும்கூட இந்தச் சமத்துவமின்மையைக் கொண்டிருக்கின்றன. சமூகத்தில் சகலமும் சமத்துவமற்ற தன்மையில் இருக்கும்போது, 'ஒரு நபர், ஒரு வீடு', அல்லது 'ஒரு நபர், ஒரு செல்வம்' போன்றவற்றுக்கு அவ்வளவு எதிராக இருக்கும்போது 'ஒரு நபர், ஒரு வாக்கு' என்ற கொள்கைக்கு மட்டும் ஏன் இவ்வளவு மதிப்பு இருக்க வேண்டும்? மாறாக, 'ஒரு நபர், ஒரு வாக்கு' என்ற கொள்கை, நம்முடைய சமூகங்களில் காணப்படும் சமத்துவமின்மையை மறைத்துவைப்பதில் வெற்றியடைவதோடு, அன்றாட வாழ்க்கையைப் பொறுத்தமட்டில் நிலைநிறுத்த முடியாத மதிப்பையெல்லாம் ஜனநாயகம் கொண்டிருப்பது போன்ற பாவனையை உருவாக்குவதிலும் வெற்றியடைகிறது.

அரசியல் புலத்திலானதாக ஜனநாயகம் முன்வைக்கப்படும்போது, குடிநபர் தொடர்பான கேள்வி வாக்களிக்கும் உரிமையாகவே பெரும்பாலும் மாற்றப்படுகிறது. வாக்களித்தல் 'மக்களுடைய நாட்ட'த்தின் வெளிப்பாடாக இருக்கிறது. ஆனால், எல்லோரும் வாக்களிக்க முடியாது.

---

[27] Oxfam India, 'Inequality Kills: India Supplement 2022', 17 January 2022. Available at: https://bit.ly/3uLr9fc (last accessed on 12 July 2022).

குடிநபர்கள் எல்லோரும்கூட வாக்களிக்க முடியாது. இந்தியாவில் 18 வயதை அடையாதவர்கள் வாக்களிக்க முடியாது என்றால், வேறு பல நாடுகளில் அந்த நாட்டின் குடிநபர்களாக இருப்பவர்கள்கூட வாக்களிக்க முடியாது. சில பத்தாண்டுகளுக்கு முன்புவரை, பல நாடுகளில் பெண்கள் வாக்களிக்க அனுமதிக்கப்படவில்லை. இன்றும் பல இடங்களில் சிறையில் உள்ளவர்கள் வாக்களிக்க முடியாது. ஏதோ ஒரு காரணத்துக்காக வாக்களிக்க முடியாதவர்கள் கோடிக்கணக்கில் இருக்கிறார்கள் — இவற்றில் சிலர் வாக்களிக்கக் கூடாது என்பதற்காகவே திட்டமிட்டு, முறைமையோடு செயல்படுவதாக இருக்கிறது. 2019 பாரதிய ஜனதா கட்சி கொண்டுவந்த குடியுரிமைச் சட்டத்தை (சிஏஏ) முன்வைத்து நடந்த விவாதங்கள் இப்படியான விஷயத்தைச் சுற்றியே நடந்தன. ஆக, 'மக்கள்' என்ற வகைமை வெறுமனே தனிநபர்களின் தொகுப்பல்ல. இந்தச் சொல் அரசியல்ரீதியான, தார்மீகரீதியான வகைமைகளின் ஊடாக உருவாக்கப்பட்டதாகிறது.

மக்கள் 'நாட்டம்' என்ற வெளிப்பாடு இரண்டாவது பிரச்சினை. இந்த வெளிப்பாடு பெரும்பாலும் சுதந்திரம், தன்னுரிமை, சமத்துவம் போன்ற சொற்களோடு ஒன்றிணைக்கப்படுகிறது. ஜனநாயகம் போலவே, இந்தச் சொற்களும் பல விதமான சூழ்நிலைகளில் பல விதமான அர்த்தங்களைப் பெறுகின்றன. ஜனநாயகம் என்ற கருத்து தனிநபர், சமூகரீதியானது போன்ற கருத்துகளோடு மிக இறுக்கமாகப் பிணைக்கப்பட்டுள்ளது என்று நான் முன்வைக்கும் வாதங்களைத் தொடர்ந்து சொல்வதென்றால், இப்படியான சொற்களும் அதுபோலவே பிணைக்கப்பட்டுள்ளன. முதலாவதாக, ஒரு தனிநபரின் செயல்பாடு, அந்தத் தனிநபரின் நாட்டமாகப் பெரும்பாலும் பார்க்கப்படுகிறது. பின் எப்படி இது ஒரு தொகுப்பின் நாட்டமாக மாறுகிறது? எல்லா மக்களும் ஏதோ 'நாட்டம்' கொண்டிருக்கிறார்களா — ஒன்றாக, ஒரே சமயத்தில்? அல்லது அதிகாரம் கொண்ட ஒரு சிறு குழுமத்தின் நாட்டம் எல்லா மக்களுடைய நாட்டமாக நியாயப்படுத்தப்படுகிறதா? தொகுப்பிலான நாட்டம் என்ற குழப்பமான கருத்தின் ஒருவிதமான வெளிப்பாடுதான் சுதந்திரம். இந்தக் கருத்து மிக முக்கியமானதாக இருப்பதோடு, நவீனத்துவத்தின் அஸ்திவாரமாகவும் ஜனநாயகத்தைக் குறிக்கும் அடிப்படையாகவும் இருந்துவருகிறது. 'பேச்சுச் சுதந்திரம்', 'செயல்படும் சுதந்திரம்', 'எதிர்ப்புச் சுதந்திரம்' போன்ற சொற்களிலெல்லாம் சுதந்திரம் பொதிக்கப்பட்டதாக இருக்கிறது. ஆனால், சுதந்திரம் என்ற கருத்தாக்கம் உண்மையிலேயே எதைக் குறிக்கிறது? சுதந்திரத்துக்கும், சுயம் மற்றும் சமூகரீதியானது என்பதற்கும், 'நான்' மற்றும் 'மக்களாகிய நாம்' போன்ற கருத்தமைவுகளுக்கும் இடையேயான உறவு என்ன? இந்தப் புத்தகத்தின் இறுதிப் பகுதியில் ஜனநாயகத்துக்குள்ளாகச் சுதந்திரம் என்ற கருத்தாக்கத்தின் பங்கு குறித்து விரிவாகத் துருவியகழவிருக்கிறேன்.

ஜனநாயகம் கட்டற்ற தனிநபர் என்ற மதிப்பை முன்னிலைப்படுத்தி, ஊக்குவிப்பதாக இருந்தாலும்கூட, தனிநபர் 'மக்கள்' என்பதன் பகுதியாக உள்ளடங்கியிருந்தால்தான் ஜனநாயகத்தின் ஏரணங்களை நடைமுறைப்படுத்த முடியும் என்பதுதான் பிரச்சினைக்குரிய உண்மையாக இருக்கிறது. இங்கு மிக சுவாரசியமான இயக்கவியல் செயலாற்றுகிறது: 'மக்கள் நாட்ட'த்தை வெளிப்படுத்தும் ஒன்றாகப் பார்க்கப்படுவதன் ஊடாகவே ஜனநாயகம் அதற்கான மதிப்பைப் பெற்றுக்கொள்கிறது. ஆனால், ஜனநாயக முறைமையின் பிரதிநிதிகள் 'நாம்' என்பதன் ஆற்றலை 'நான்' என்பதன் அந்தஸ்தாக மாற்றுவதற்குத் தொடர்ந்து முயன்றுகொண்டிருக்கிறார்கள். தனிநபர் குறித்தும் தொகுப்பு குறித்தும் அர்த்தமுள்ள வழிகளில் கைக்கொள்ள வேண்டும் என்றால், ஜனநாயகத்தின் குறிப்பிட்ட அறரீதியான அடிப்படைகளை நாம் அடையாளம் காண வேண்டியுள்ளது. 'மக்கள்' என்ற வகைமையின் வடிவாக்கத்திலும் 'மக்கள் நாட்டம்' என்ற வெளிப்பாடோடும் இணைந்திருக்கும் சில அறரீதியான அவசியங்கள் குறித்துப் பின்வரும் பகுதியில் விவாதிக்கவிருக்கிறேன்.

ஒரு சமூக வாழ்க்கை வடிவமாக ஜனநாயகம், மக்கள் என்ற தொன்மத்துக்கு சவால் விடுவதாக இருந்துவருகிறது. ஜனநாயகம் குறித்த அம்பேத்கரின் பார்வையை நாம் தீவிரமாக எடுத்துக்கொள்வோம் என்றால், அரசாங்கம்தான் ஜனநாயகரீதியானதாக இருக்க வேண்டும் என்பதோடு நம்மை நாம் மட்டுப்படுத்திக்கொள்ளாமல், சமூகம் எப்படி ஜனநாயகபூர்வமானதாக இருக்க முடியும் என்பது குறித்துச் சிந்தித்துப்பார்ப்பது மிகவும் அவசியம். வெறுமனே ஜனநாயகரீதியான அரசாங்கம் குறித்ததாக இல்லாமல், ஜனநாயகபூர்வமாகச் சமூகத்தைக் கற்பனை செய்துபார்ப்பது என்றால் என்ன? ஒரு சமூகம் எப்படி ஜனநாயகபூர்வமானதாக முடியும்? ஒரு சமூகத்தை ஜனநாயகபூர்வமானதாக்குவதற்குத் தடையாக இருப்பவை எவை? ஜனநாயகபூர்வமாக இருப்பது அவ்வளவு சுலபமானதல்ல. ஜனநாயகரீதியான அரசாங்கத்தைக் கொண்டிருப்பது மிகமிக சுலபமானது! ஜனநாயகபூர்வமாக வாழ்வதில் உள்ள சிரமங்களை நம்முடைய அன்றாட வாழ்க்கையில் நம்மால் அனுபவிக்க முடியும். மானுடச் செயல்பாட்டின் பல புலங்களில் நாம் எதிர்கொள்ளும் இந்தச் சவால்களைப் புரிந்துகொள்வது மிகவும் அவசியமாகிறது.

◉

3
ஜனநாயகத்தின் புலங்கள்

ஜனநாயக வாழ்க்கை என்பது அன்றாடத்தில் வாழ வேண்டியதாகவும், நம்முடைய சமூகச் செயல்கள் எல்லாவற்றிலும் வெளிப்படக்கூடியதாகவும் இருக்க வேண்டியுள்ளது. ஜனநாயகபூர்வமான சமூக வாழ்க்கையை அரசியலாக மட்டுமே சுருக்குவது இந்த அடிப்படைக் கொள்கையை நிராகரிப்பதாகிறது. இப்படி நிராகரிக்கப்படுகிறது என்றால், திறம்படச் செயல்படும் ஒன்றாக ஜனநாயகம் இருக்க முடியாது. நம்முடைய குடும்பங்களுக்குள் இருந்தாலும், சமூக உலகில் இருந்தாலும், ஜனநாயகபூர்வமான வழிகளில் செயல்படுவது ஒரு தொடர் போராட்டமாகத்தான் இருக்க முடியும். இந்தியாவின் அரசியல் கட்சிகளில் பெரும்பாலும் குடும்ப உறுப்பினர்களே அதிகாரத்தைக் கொண்டிருப்பதால், இவை உட்கட்சி ஜனநாயக நெருக்கடிகளைச் சந்திக்க வேண்டியிருக்கும் போக்கை நாம் பார்த்துவருகிறோம். தலைவர்கள் வெளிப்படையான செயற்பாங்கின் ஊடாகத் தேர்ந்தெடுக்கப்படுவதில்லை. மேலும், இவர்களுக்கு இடையேயான முரண்பாடுகளை எதிர்கொள்வதற்கான வெளிகளும் பெருமளவு இல்லாமல் இருக்கிறது. ஒரு கட்சிக்குள்ளாகவே ஜனநாயகத்தன்மை இல்லையென்றால், அந்தக் கட்சி எப்படி நாட்டை ஜனநாயகபூர்வமாக ஆட்சிசெய்யும் என்று நாம் எதிர்பார்க்க முடியும்?

எப்படியிருந்தாலும், ஜனநாயகபூர்வமாக இருக்கக் கற்றுக்கொள்ள, முதலில் நம்முடைய அன்றாட வாழ்க்கையில் நாம் அதைப் பயில வேண்டியுள்ளது. பொதுவெளிகளிலும் குடும்பத்தாரோடும் நண்பர்களோடும் சகாக்களோடும் ஊடாடும்போது, ஜனநாயகபூர்வமாக இருப்பதில் உள்ள சிரமங்களை நாம் தொடர்ந்து எதிர்கொள்ள வேண்டியிருக்கிறது. தனிநபர்கள் தங்களுடைய சொந்தச் செயல்பாடுகளில் ஜனநாயகபூர்வமாக இருப்பதில்லை என்று தீர்மானித்துவிட்டால், அரசியல் மற்றும் பொதுவெளிகளில் ஜனநாயகத்தன்மையற்று இருப்பது மிகச் சுலபமாக இருக்கிறது. ஆக, ஜனநாயகம் என்பது தனிப்பட்டது, சமூகரீதியானது என்று வேறுபாடு இல்லாமல் எல்லாப் புலங்களிலும் ஒரு பழக்கமாகவே இருக்க முடியும். இப்படியான அர்த்தத்தில் ஜனநாயகம் என்பது ஒரு வாழ்க்கை முறையாகிறது; நம்முடைய செயல்களை

எவ்வாறு நிகழ்த்துகிறோம் என்பதாக இருக்கிறது. மற்றவர்களோடு தொடர்புபடுத்தி நாம் நம்மை எவ்வாறு புரிந்துகொள்கிறோம் என்பதன் மீதான ஈடுபாட்டை மிக ஆழமாக வெளிப்படுத்துவதாகிறது.

ஆக, அன்றாட வாழ்க்கையில் ஜனநாயகபூர்வமாக இருப்பது என்றால் என்ன? குடும்பம் நல்லதொரு தொடக்கப் புள்ளியாக இருக்க முடியும் — பிற எல்லாவற்றையும்விடக் குடும்பத்தின் தாக்கம் அதிகமாக இருக்கும் மேற்கல்லாத சமூகங்களின் பின்னணியில் இது சரியாகவும் இருக்கும். குடும்பம் என்பதன் இயக்கத்துக்குள்ளாக இருந்துதான் சமூகரீதியானது என்ற கருத்து பெருமளவு பெற்றுக்கொள்ளப்படுகிறது. ஆசியாவிலும் ஆப்பிரிக்காவிலும் ஒரு சமூக அலகாகக் குடும்பம் செயல்படும் விதம், பல மேற்கத்தியச் சமூகங்களில் குடும்பம் செயல்படும் விதத்திலிருந்து முற்றிலும் வேறாக இருக்கிறது. ஆனால், குடும்பத்தில் ஜனநாயகபூர்வமாக இருப்பது என்றால் என்ன? 'மரபான' குடும்பமா அல்லது 'நவீன' குடும்பமா என்பதைச் சார்ந்து அதிகாரத்தின் இயக்கம் பல விதமான வடிவங்களைப் பெற முடியும் என்றாலும், மிக எளிமையாக, விவாதங்களுக்கும் இடம்கொடுக்காத விதத்தில் பெற்றோர்களுக்கும் குழந்தைகளுக்கும் இடையேயான சமச்சீரற்ற தன்மையை நாம் எடுத்துக்கொள்ள முடியும். குடும்பத்துக்குள்ளாக, குடும்ப உறுப்பினர்களோடு உரையாடி அல்லது உரையாடாமல் பெற்றோர்கள் சில முடிவுகளை எடுக்கிறார்கள். சில முடிவுகள் எடுக்கப்படும்போது அதன் தேவையின் அடிப்படையில் குழந்தைகள் அதன் பகுதியாக இருப்பதில்லை. இப்படியான சூழ்நிலைகளில், எல்லா விஷயங்களிலும் எல்லோரும் பங்கேற்க சமவுரிமை கொண்டிருப்பதே ஜனநாயகமாகும் என்ற அனுமானத்தின் அடிப்படையில் ஜனநாயகத்தன்மையற்ற வெளியாகக் குடும்பம் இருக்கிறது என்று நம்மால் கோர முடியாது. ஒரு முடிவின் தனிப்பட்ட பண்பு வேறு வழியில்லாமல் பெற்றோர்கள் மட்டுமே எடுக்கக்கூடிய முடிவாக அதனைச் சுருக்கலாம். ஆனால், குழந்தைகள் சார்பாக முடிவெடுக்கும் 'சுதந்திரத்தை' எல்லாச் செயல்பாடுகளுக்கும் விரித்தெடுப்போம் என்றால், குழந்தைகள் வீட்டை ஜனநாயகத்தன்மையற்றதாகப் பார்க்கத் தொடங்குவார்கள். இப்படியான பழக்கத்துக்குள்ளாக, சில விதமான செயல்கள் தனித்துவமானவையாக இருக்கின்றன என்று குழந்தைகள் கற்றுக்கொள்கிறார்கள். ஜனநாயகரீதியான அரசாங்கங்களும்கூடத் திரும்பத்திரும்பக் குடும்பம் என்ற பிம்பத்தைப் பயன்படுத்திவருவதில் நாம் ஆச்சரியப்பட ஏதுமில்லை: தீங்கற்ற குடும்பத்தலைவனாகப் பார்க்கப்பட வேண்டும் என்பதிலிருந்து பாதுகாப்பு என்ற பெயரில் ஆட்சிமையின் சில பகுதிகளைக் குடிநபர்கள் அணுக முடியாது என்பது வரை. குடிநபர்களைக் குழந்தைகளாகப் பார்க்கும் ஒரு அரசாங்கம் உண்மையிலேயே ஜனநாயகரீதியான அரசாங்கமாக இருக்க முடியாது.

ஜனநாயகத்தின் சமூக இருப்பு 79

ஜனநாயகபூர்வமான மனநிலையைக் குடும்பத்துக்குள்ளாக இருந்து நாம் முதலில் வளர்த்துக்கொள்ள வேண்டியுள்ளது.

ஜனநாயகம் செயல்படும் விதத்தைப் புரிந்துகொள்ள, குடும்பத்தை ஒரு மாதிரியாகக் கொண்டு நாம் தொடங்க முடியும். அரசியல் ஜனநாயகம் என்ற வரையறையின் அடிப்படையில், குடும்பம் ஜனநாயகபூர்வமானதா என்று கேட்பதற்குப் பதிலாக, ஒரு குடும்பத்துக்குள் ஜனநாயகபூர்வமான வெளி எப்படியானதாக இருக்க முடியும் என்று நம்மால் கேட்டுக்கொள்ள முடியும். ஜனநாயகத் தேர்தலின் ஊடாக ஒரு அரசாங்கத்தை உருவாக்குவதுபோல், குடும்பத்தை உருவாக்குவதற்கான தெரிவுகள் எதுவும் இல்லாதது அரசாங்கத்துக்கும் குடும்பத்துக்கும் இடையே காணப்படும் முதல் வேறுபாடாக இருக்கிறது. நம் பெற்றோர்களையோ உடன்பிறந்தவர்களையோ நாம் தேர்ந்தெடுப்பதில்லை. குடும்பத்தைப் பொறுத்தமட்டில் ஜனநாயகம் என்பது குடும்பத்தை ஆட்சிசெய்யும் நிறுவனத்துக்குக் கொண்டுவிடும் செயற்பாங்காகவும் இருப்பதில்லை. இருப்பினும், குடும்பத்தை நிர்வகிக்கும் செயற்பாங்கு ஜனநாயகபூர்வமான செயலுக்கு வெளியே இருப்பதாகவும் அர்த்தப்படுத்த முடியாது. இவ்வாறு கோருவதற்கு எதிராக, குடும்பம் ஜனநாயகபூர்வமான செயல்பாடுகளுக்குப் பொருந்திப்போகக்கூடிய வெளியைக் கொண்டிருக்கவில்லை என்ற விமர்சனத்தை ஒருவர் உடனடியாக முன்வைக்கக்கூடும். ஆனால், மிகச் சரியாக நான் சொல்லவருவதும் இதுதான். அரசாங்கங்கள் சமூகத்தை அல்லது தேசத்தை விவரிக்கும்போது ஒரு குடும்பமாக விவரிப்பது மிகச் சரியாக இந்த அனுமானத்தைத்தான் கொண்டிருக்கிறது. தேசத்தைக் குடும்பமாக வரையறுப்பது என்பது குடும்பத்துக்குள்ளாக நடப்பதை அரசியல் தளத்துக்குக் கொண்டுசெல்ல அனுமதிக்கிறது. இப்படியாகவே, ஜனநாயகத்தன்மையற்றதும் ஆணாதிக்க நடைமுறைகளும் ஆட்சிமையின் பகுதிகளாகின்றன.

குடும்பத்துக்குள் ஜனநாயகபூர்வமான சாத்தியப்பாடுகள் குறித்துப் பேசுவதற்கு முன், குடும்பத்தின் நெறிமுறைகளாக ஏற்றுக்கொள்ளப்பட்டிருக்கும் பல அனுமானங்கள் குறித்து நாம் மாற்றிச் சிந்திக்க வேண்டியுள்ளது. முதலில் குடும்பம் கொண்டிருக்கும் சொத்தை எடுத்துக்கொள்வோம். பொதுவாக, ஒரு குடும்பத்தின் சொத்து பெற்றோர்களால் சம்பாதிக்கப்பட்டதாக வைத்துக்கொள்வோம். இப்படியாக இருக்குமென்றால், இந்தச் சொத்து யாருக்குச் சொந்தம்? பெற்றோர்களுக்கானதா அல்லது மொத்த குடும்பத்துக்கானதா? குடும்பத்துக்குள் ஜனநாயகம் என்ற கருத்து எதிர்கொள்ளும் முதல் சவால் இந்தக் கேள்வியாகத்தான் இருக்கிறது. மொத்த சொத்தும் குடும்பத்துக்கானதாகப் பார்ப்போம் என்றால், அடுத்த கேள்வி

இதுவாக இருக்கிறது: அதை எவ்வாறு பயன்படுத்துவது என்று யார் தீர்மானிக்க முடியும்? பணத்தை எப்படிச் செலவழிக்க வேண்டும் என்று பெற்றோர்கள் குழந்தைகளோடு கலந்தாலோசிக்க வேண்டுமா? பணத்தை எப்படிச் செலவழிப்பது என்று தீர்மானிக்கும் அளவுக்குக் குழந்தைகள் அறிந்தவர்களாக இருக்க முடியாததால், பெரியவர்கள் அவர்களோடு கலந்தாலோசிக்க வேண்டியதில்லை என்பதே உடனடியான பதிலாக இருக்கும். மாறாக, தங்களுடைய குழந்தைகள் நலன் சார்ந்தே பணத்தைச் செலவழிப்பதாகப் பெற்றோர்கள் வாதிடக்கூடும். இப்படியாக முன்வைக்கப்படும் வாதம், குடிநபர்களுக்குச் சொந்தமான செல்வத்தை நிர்வகிப்பது குறித்த அரசாங்கத்தின் எதிர்வினைக்கு நிகரானதாக இருக்கிறது. ஒரு வகைமையாக மக்கள் குழந்தைகளாகிறார்கள். எப்படிக் குழந்தைகள் நலன் சார்ந்து பெற்றோர்கள் செயல்படுகிறார்களோ அதுபோலவே அரசாங்கங்கள் மக்கள் நலன் சார்ந்து செயல்படுவதாகின்றன. பொருளாதாரக் கொள்கைகள், அந்நிய உறவு, தேசியப் பாதுகாப்பு போன்ற 'வயதுவந்தவர்களுக்கான' விஷயங்கள் குறித்துக் கலந்தாலோசிக்கும் அளவுக்கு மக்கள், குழந்தைகள்போல் ஏதுமறியாதவர்களாக இருப்பதால், அரசாங்கங்கள் எல்லா விஷயங்களையும் மக்களோடு கலந்தாலோசிக்க முடியாது என்றாகிறது. இதனால்தான், மக்களுக்கும் அரசாங்கத்துக்கும் இடையீடு செய்பவர்களாக 'மேட்டிமை வல்லுனர்கள்' படைக்கப்படுகிறார்கள். சுவாரசியமாக, குடும்ப விஷயத்தில் குழந்தைகள் முடிவுகள்-எடுக்கும் அளவுக்கான பெரியவர்களாக மாறுவதற்கு அவசியமான திறனை உருவாக்க, பள்ளிகளும் ஆசிரியர்களும் மேட்டிமை வல்லுனர்களாகச் செயல்படுகிறார்கள்.

ஆக, குடும்பச் சொத்து முழுக்க பெரியவர்களுக்கு மட்டுமே 'உரியதா' என்ற கேள்விதான் முதல் படியாக இருக்க முடியும். அல்லது இப்படிக் கேட்பது ரொம்பவும் 'தீவிரையாக' இருக்கிறதென்றால், நாம் கேள்வியை மாற்றி 'உரியது' என்றால் என்னவென்று கேட்டுக்கொள்ளலாம். ஒருவருக்கு 'உரிய' பணத்தைக் கொண்டு அவர் என்னவெல்லாம் செய்ய முடியும்? குடும்பம் என்பதன் வரையறையின் அடிப்படையில், குடும்பச் சொத்து என்பது குடும்பத்தில் உள்ள எல்லோருக்கும் சொந்தமானதாகவே இருக்க முடியும். மேலும், பெரியவர்கள்தான் பணம் சம்பாதிக்கிறார்கள் என்றபோதும், அவர்கள் அந்தச் சொத்துகளுக்கு அறங்காவலராக மட்டுமே செயல்பட முடியும். இல்லையென்றால், குடும்பம் என்ற கருத்தமைவே கேள்விக்குள்ளாக்கப்படும். ஏனெனில், தனிநபர்கள் சகோதரத்துவத்தோடு ஒரு குமுகமாக ஒன்றிணைந்திருப்பதற்கான முதலாவதான, முக்கியமான எடுத்துக்காட்டாக இருப்பது குடும்பம்தான். குடும்பம் என்பது சமூகக் குமுகங்களிலிருந்து வேறானது என்று வாதிடுவது, சமூகரீதியானது என்பதை மிகவும் மட்டுப்பட்ட தன்மையில்

புரிந்துகொள்வதாகிறது. மாறாக, பிறரோடு உறவுகொள்வதன் முதல் அனுபவத்தையும், சமூகரீதியாக உறவுகொள்வதன் முதல் அனுபவத்தையும் வடிவமைக்கும் புலமாக நாம் குடும்பத்தைப் பார்க்க வேண்டியுள்ளது.[1] ஆக, குடும்பத்துக்குள் ஜனநாயகபூர்வமாகச் செயல்படுவது என்பது அறங்காவல் உணர்வை அறிமுகப்படுத்துகிறது — அறங்காவல் என்ற சொல், ஜனநாயகத்தோடு எப்படி மிக ஆழமாக உறவுகொண்டிருக்கிறது என்பது குறித்துப் பின்னர் பார்ப்போம். பெற்றோர்கள் உண்மையிலேயே தங்களுடைய குழந்தைகளுக்கு அறங்காவலர்களாக இருக்கிறார்கள். ஆனால், அறங்காவலராக இருப்பது என்பது நாம் என்ன செய்ய நினைக்கிறோமோ அதையெல்லாம் செய்வதற்கான சுதந்திரத்தைக் கொண்டிருப்பது அல்ல.

குழந்தைகள் நலனுக்காகத்தான் என்று சொல்லி ஒரு செயலை நியாயப்படுத்துவது என்பது கொள்கை அளவில் ஜனநாயகத்தன்மையற்ற செயலாகவே இருக்க முடியும். ஏனெனில், இப்படியான வாதம் குழந்தைகள் மீதும், இதன் நீட்சியாக மக்கள் மீதும் திணிக்கப்படும் சகலத்தையும் நியாயப்படுத்த கொண்டுவிடுகிறது. இப்படியான வாதமே பாலினம், வர்க்கம், சாதி உள்பட சகல விதமான படிநிலைகளுக்கும் அவசியமான உள்ளீட்டுப் பொருளாக இருந்துவருகிறது. அதே சமயத்தில், குடும்ப நலனுக்கு உகந்தது போல் பணத்தை எவ்வாறு செலவழிப்பது என்று குழந்தைகளால் சிறப்பாகத் தீர்மானிக்க முடியாது. ஆக, குடும்பத்தோடு தொடர்புடைய விஷயங்கள் குறித்தெல்லாம் தீர்மானிக்கும்போது 'ஜனநாயகபூர்வமாக' — அதாவது, அனைவரையும் உள்ளிணைத்துக்கொள்ளும் விதமாக — குழந்தைகளுடைய நிலைப்பாடுகளையும் உள்ளிணைத்துக்கொள்வதில் இருக்கும் இந்த இறுக்கத்திலிருந்து எவ்வாறு மீள்வது? அர்த்தமுள்ள முடிவுகளை எடுக்கும் அளவுக்குக் குழந்தைகள் இன்னும் வளரவில்லை என்று நம்மால் வாதிட முடியும் என்றாலும்கூட, குடும்பத்துக்குள்ளாக எடுக்கப்படும் பல விதமான முடிவுகளில் ஜனநாயகபூர்வமாகச் செயல்படுவது சாத்தியமானதே. எடுத்துக்காட்டாக, பெற்றோர்களில் ஒருவர் வேறொரு வேலைக்குச் செல்வதாக இருந்தாலும், வேறொரு நகரத்துக்குக் குடிபெயர வேண்டியிருந்தாலும், இவ்விஷயத்தின் சகல அம்சங்கள் குறித்தும் குழந்தைகளோடு உரையாடுவது மட்டுமே போதுமானது. வேறு வார்த்தைகளில் சொல்வதென்றால், முடிவுகள் ஒருசிலரால்தான் எடுக்கப்படுகின்றன என்றாலும்கூட, ஒரு செயலை ஜனநாயகபூர்வமான ஒன்றாகப் பார்ப்பதற்கு, அதில் எல்லோரும் பங்கேற்பது அவசியமான நிபந்தனையாகிறது. குடும்பமாக,

---

[1] பார்க்கவும்: Gopal Guru and Sundar Sarukkai, 'Experience, Caste and the Everyday Social' (Delhi: Oxford University Press, 2019).

நிறுவனமாக, சாதியக் குமுகமாக அல்லது தேசமாக என்று எதுவாக இருந்தாலும், அவற்றை வரையறுப்பவர்கள் எல்லோரும் பங்கேற்கும் பலத்தில்தான் ஜனநாயகத்தின் பலம் உள்ளது. குடும்பத்தில் ஜனநாயகத்தைப் பயில்வதே ஜனநாயகத்தை ஒரு வாழ்க்கை முறையாக நிறுவுவதற்கான முதல் அடியாகிறது. தன்னுடைய பெற்றோராக இல்லாத, தன்னுடைய குழந்தையாக இல்லாத மற்றவர்களுக்குக் குடும்ப உறவுகளின் அடிப்படையிலான உறவை நீட்டிப்பதென்பது, ஜனநாயகபூர்வமான உறவுகள் உள்பட பிற சமூக உறவுகள் குறித்து முக்கியப் பாடங்களைக் கொண்டிருப்பதாகிறது. குடும்பத்துக்குள்ளான நடத்தைகளின் ஜனநாயகபூர்வமான குணாம்சங்கள் என்பது அறங்காவல் கொள்கை உள்பட இது போன்றவற்றையெல்லாம் கொண்டிருக்க முடியும்: பெரியவர்கள்போல் அவ்வளவு 'வயதாகாதவர்களையும் விவேகமில்லாதவர்களையும்', பெற்றோர்போல் அவ்வளவு படித்திராதவர்களையும், தொழில்நுட்பத் திறன் கொண்டிராதவர்களையும், நிபுணத்துவ அறிவு என்று ஏதும் கொண்டிராதவர்களையும் அறங்காவலராக இருந்து பார்க்க வேண்டியுள்ளது. இப்படியானவர்களையெல்லாம், குடும்ப உறுப்பினர்கள் எல்லோரையும் பாதிக்கக்கூடிய செயல்களிலெல்லாம் உள்ளிணைத்துக்கொள்ள வேண்டியுள்ளது, பங்கேற்க இடம் கொடுக்க வேண்டியுள்ளது.

ஜனநாயகத்தின் அர்த்தத்தையும் நடைமுறையையும் கற்றுக்கொள்ளும் விதமாக இதை நாம் பிற புலங்களுக்கு விரித்தெடுக்க முடியும். குடும்பத்துக்கு வெளியே ஒரு குழந்தை முழுமையாக எதிர்கொள்ளும் முதல் புலம் பள்ளிக்கூடம். (கோடிக்கணக்கான குழந்தைகள் பள்ளிக்கூடம் போக முடியாதவர்களாக இருப்பதையும், இவர்கள் எல்லோரும் முறைசாரா மற்றும் சுரண்டப்படும் சூழ்நிலைக்குள் தள்ளிவிடப்படுகிறார்கள் என்பதையும் நாம் நினைவில் கொள்வது முக்கியம். இவர்கள் வாழும், உழைக்கும் பின்னணியில் இவர்களால் ஜனநாயகத்தை ஒரு லட்சியமாக நினைத்துப்பார்க்கக்கூட முடியாது.) பொதுவாக, பள்ளிக்கூடம் போகக்கூடிய குழந்தைகளுக்குக் கல்வி நிறுவனங்கள்தான் ஒரு வாழ்க்கைச் செயற்பாங்காக ஜனநாயகத்தைக் கற்றுக்கொடுக்கும் வெளியாக மாறுகிறது. பள்ளிகளுக்குள் ஜனநாயகம் எப்படியாகச் செயல்படுகிறது? பொதுவாகச் சொல்வதென்றால், பெற்றோர்களிடமிருந்து ஆசிரியர்கள் பல வழிகளில் வேறாக இருக்கிறார்கள் என்றாலும்கூட, பள்ளிகளில் பெற்றோர்களின் பாத்திரத்தை ஆசிரியர்கள் எடுத்துக்கொள்கிறார்கள். இருப்பினும், குழந்தைகளின் 'சொந்த நலனுக்காக' அவர்களுடைய ஆற்றலை மேம்படுத்துவதற்கான அக்கறையும் அர்ப்பணிப்பும் கொண்டிருப்பது என்று வரும்போது அது ஆசிரியர்களையும் பெற்றோர்களையும் ஒரு வெளிக்குள் கொண்டுவருகிறது. ஆனாலும்கூட வகுப்பறையில்,

தான்மயமற்ற உணர்வு காணப்படுகிறது. மாணவர்களைப் பொறுத்தமட்டில், தான்மயமாக்கத்திலிருந்து விலகுவது என்பது பெரியவர்களை – அதாவது, ஆசிரியர்களை – வேறு விதமாகப் பார்ப்பதற்குக் கொண்டுவிடுகிறது. பெற்றோர்களிடம் அல்லது கூட்டுக் குடும்பத்தில் உள்ள மற்றவர்களிடம் எடுத்துக்கொள்ளும் உரிமைகளை ஆசிரியர்களிடம் குழந்தைகளால் எடுத்துக்கொள்ள முடியாது. ஆனால் இங்கேயும்கூட, பாடத்திட்டம், கற்பித்தல், மதிப்பிடுதல் போன்ற பள்ளி விஷயங்களைப் பொறுத்தமட்டில், உள்ளிணைத்துக்கொள்ளுதலோ அறங்காவல் முறையோ பங்கேற்போ மிகவும் சொற்ப அளவிலேயே காணப்படுகின்றன. இப்படியான பின்னணியில், பொதுவாகப் பெரிதாக இருக்கும் பொதுப் பள்ளிகளில், ஜனநாயகச் செயல்பாடுகளுக்கான வெளி மிகக் குறைந்த அளவிலேயே காணப்படுகிறது. (இந்தியாவில் மேட்டிமையிலான தனியார் பள்ளிகள் உள்ளிணைத்துக்கொள்ளும், பங்கேற்கும் செயற்பாங்குகளைக் கொண்டிருப்பதாகச் சுட்டிக்காட்டியே பொதுப் பள்ளிகளிலிருந்து தங்களை வேறுபடுத்திக்கொள்கின்றன. ஆனால், இப்படியான பள்ளிகள் உண்மையிலேயே எந்த அளவுக்கு ஜனநாயகத்தன்மையோடு இருக்கின்றன என்பது விவாதத்துக்குரிய விஷயம்தான்.) பள்ளிகளில் ஜனநாயகம் குறித்து எதிர்கொள்ளும் சவால், குடும்பத்தில் எதிர்கொள்வதிலிருந்து சற்றே மாறுபட்டிருக்கிறது. குழந்தைகளுக்குப் பரந்துபட்ட சமூக அனுபவத்தைப் பள்ளிகள்தான் முதன்முதலில் உருவாக்கிக்கொடுக்கின்றன. குடும்ப உறவுகளின் பகுதியாக எப்போதும் சந்திக்க முடியாத மற்ற குழந்தைகளோடு சேர்ந்து இருப்பதற்கான பொதுவெளியைப் பள்ளிகள்தான் உருவாக்கிக்கொடுக்கின்றன. எப்படியான அனுபவத்தைப் பள்ளியிலிருந்து குழந்தைகள் கற்றுக்கொள்ள முடியும்? அவர்கள் போட்டிகள் குறித்தும், திறமை மற்றும் தேர்வு முடிவுகள் அடிப்படையிலான படிநிலைகள் குறித்தும், ஒருவரோடு ஒருவர் பழகும் நடத்தைகள் குறித்தும், ஆசிரியர்களோடு பழகும் விதத்தில் உள்ள வேறுபாடுகள் குறித்தும், ஆடை, உணவு, பயணம் போன்றவற்றில் வெளிப்படும் சமத்துவமின்மை குறித்தும் அறிந்துகொள்கிறார்கள். இன்றைய இந்தியாவில், பொதுவாக ஜனநாயகபூர்வமாக இருப்பது என்றால் என்ன என்றோ, எப்படி ஜனநாயகபூர்வமாக இருக்க முடியும் என்றோ பள்ளி அனுபவங்கள் பெரிதாக எதையும் கற்றுக்கொடுப்பதில்லை.

ஆக, பள்ளிகளில் ஜனநாயகபூர்வமான வாழ்க்கை எப்படியாக இருக்க முடியும் என்று கற்பனை செய்துபார்ப்பதே முதல் படியாகிறது. ஜனநாயகத்தின் சில கொள்கைகள் சிறப்பாகக் கற்பிக்கும் நடைமுறையின் பகுதிகளாக ஏற்றுக்கொள்ளப்பட்டிருக்கின்றன. ஆனால், இந்த நடைமுறைகளை வெறுமனே கற்பித்தலின் பகுதியாகப் பார்க்காமல், இவற்றை ஜனநாயகத்தின் பகுதியாக மாற்றியமைக்க வேண்டியுள்ளது.

எடுத்துக்காட்டாக, குழந்தைகளை உதாசீனப்படுத்தாமல் இருப்பது, சொந்தப் பார்வையிலிருந்து ஒரு பாடத்தின் உள்ளடக்கத்தை அவர்களாக அறிந்துகொள்ள அனுமதிப்பது, கற்பித்தல் குறித்த அவர்களது எதிர்வினைகளுக்குக் காதுகொடுப்பது, கற்பிக்கப்படுவதோடு உடன்பட மறுக்க அனுமதிப்பது, சக வயதுடையவர்கள் சொல்வதற்கு காதுகொடுக்கவும், மற்றவர்களிடமிருந்து கற்றுக்கொள்ளவும் ஊக்குவிப்பது போன்ற நடைமுறைகளெல்லாம் ஜனநாயகபூர்வமான வாழ்க்கையைப் படைப்பதற்குக் கொண்டுவிடுகின்றன. இவற்றில் சிலவற்றை ஒருசில பள்ளிகள் நடைமுறைப்படுத்திக்கொண்டிருக்கலாம். ஆனால், இவற்றை நாம் கற்பித்தல் உத்திகளாக அல்லது அறிவு மற்றும் அறிந்துகொள்வதோடு தொடர்புடைய திறமையாக மட்டுமே கற்றுக்கொடுப்போம் என்றால், அது ஜனநாயகபூர்வமான சமூக வாழ்க்கைக்குக் கொண்டுவிடாது. இந்தக் கொள்கைகள் வாழ்க்கை நடைமுறைகளாக மாறினால் மட்டுமே அதை ஜனநாயகபூர்வமான அனுபவமாகக் குழந்தைகள் கற்றுக்கொள்ள முடியும். அரசியல் உள்பட பரந்துபட்ட சமூகத்தில், இந்த அனுபவத்தை நடைமுறைப்படுத்த முடியும்.

இதற்கு நிகராக, ஜனநாயகத்தின் வெற்றி தோல்விகளுக்கான வேறுசில முக்கியப் பாடங்களை நிறுவனங்கள் கொண்டிருக்கின்றன. இந்தியாவில் இன்று சொற்பமான நிறுவனங்களே உண்மையில் ஜனநாயகபூர்வமானவையாக இருக்கின்றன. தனியார் நிறுவனங்களை, குறிப்பாகத் தனியார் தொழில் நிறுவனங்களை எடுத்துக்கொள்வோம். தனியார் என்பதோடு சேர்க்கப்பட்டிருக்கும் ஒருவிதமான கருத்தமைவின் விழுமியம், அவை ஜனநாயகச் சமூகத்துக்குள்ளாக இருந்தாலும்கூட, ஜனநாயகரீதியாகச் செயல்பட வேண்டிய தேவைகள் பலவற்றிலிருந்து தப்பித்துக்கொள்ள வழிவகுக்குகிறது. இதுவே மோசமான துயரமாகிறது — ஏனெனில், பெரும்பாலான சமூகங்கள் தனி உரிமையாளர் நோக்கி நகர்ந்துவிட்டன. உலக அளவிலான செல்வம் முழுக்க தனியார் நிறுவனங்களோடு தொடர்புடைய ஒருசில தனிநபர்களிடம் இருப்பது என்பது, இப்படித் தனி நோக்கி நகர்வதன் விளைவைப் பட்டவர்த்தனமாக வெளிப்படுத்துகிறது. மேலும், ஜனநாயக முறைமைகள், தன்னதிகார முறைமைகள் என இரண்டிலும் உள்ள அரசியலாளர்கள், சொல்ல முடியாத அளவுக்குச் செல்வத்தைக் குவித்திருக்கிறார்கள். சொல்லப்போனால், பொதுமக்களை நிர்வகிக்கும் பொறுப்பில் இருந்துகொண்டு ஏறக்குறைய தனியார் பிரதிநிதிகளாகவே அரசியலாளர்கள் மாறிவிட்டார்கள்.

இந்திய நிறுவனங்கள், குறிப்பாக அவை செயல்படும் விதத்தில் ஜனநாயகத்தன்மையற்றவையாக இருக்கின்றன. குடும்பங்களிலும்

சமூகத்திலும் உள்ள படிநிலைகள் இந்த நிறுவனங்களுக்குள் ஊடுருவியிருக்கின்றன. ஜனநாயகம், சுதந்திரம் குறித்தெல்லாம் அவ்வளவு எழுதிக்கொண்டிருப்பதால், கற்பித்துக்கொண்டிருப்பதால் கல்விப்புல நிறுவனங்கள் வேறாக இருக்க முடியும் என்று ஒருவர் நினைக்கலாம். ஆனால், இவையும் மிக மோசமாக ஜனநாயகத்தன்மையற்ற முறையில்தான் செயல்பட்டுவருகின்றன. பொதுப் பல்கலைக்கழகங்களுக்குள்ளும், பெருமளவு நிதியுதவி பெறும் அறிவியல் நிறுவனங்களுக்குள்ளும் சில செயற்பாங்குகள் இருக்கலாம் என்றாலும்கூட, இவற்றை நிர்வகிக்கும் பண்பாடு ஜனநாயகம் கொண்டிருக்க வேண்டிய சுதந்திரம் எதையும் வெளிப்படுத்தக்கூடியதாக இல்லை. தங்களுடைய தேவைகளுக்காக மாணவர்கள் குரல்கொடுக்க முடியாது. பல விஷயங்களில் அவ்வளவு சுலபமாக ஆசிரியர்களால் கூட்டாகச் செயல்பட முடியாது, நிர்வாகம் எடுக்கும் பல முடிவுகள் பொதுவெளிக்கு வருவதில்லை, அதற்கான பெறுப்பையும் நிர்வாகம் எடுத்துக்கொள்வதில்லை. இப்படிச் சொல்லிக்கொண்டே போக முடியும். பல தனியார் கல்விப்புல நிறுவனங்களில், ஆசிரியர்களுக்கான கூட்டங்கள் வெகு அபூர்வமாகவே நடத்தப்படுகின்றன; ஆசிரியர்களை வேலைக்கு எடுப்பது மற்றும் பிற நடைமுறைக் கொள்கைகள் குறித்துக் கலந்துரையாடல்களும் கிடையாது, வெளிப்படையான செயற்பாங்குகளும் கிடையாது. கல்விப்புலம் மற்றும் ஆராய்ச்சி நிறுவனங்களின் நிலையே இப்படித்தான் இருக்கிறது என்றால், பிற தனியார் நிறுவனங்களெல்லாம் எவ்வளவு மோசமாக இருக்கும் என்று நம்மால் கற்பனை செய்து பார்க்க முடியும். பொதுவான அரசாங்க அலுவலகங்கள்கூட ரகசியமாக இருப்பதில் எவ்வளவு கெட்ட பெயர் எடுத்திருக்கின்றன. வெளிப்படையான அரசாங்கம் என்பதற்கான முக்கியமான முதல் நகர்வாகக் கொண்டுவரப்பட்ட தகவல் அறியும் சட்டம் வெற்றிகரமாகச் செயல்படுவதற்கு எதிரான வெளிப்பாடுகளெல்லாம், இந்தியாவில் ஜனநாயகபூர்வமான பண்பாட்டை வளர்த்தெடுப்பதில் உள்ள சவால்களைத்தான் சுட்டிக்காட்டுகின்றன. அரசாங்க அலுவலகங்களின் அன்றாடச் செயல்பாடுகளில் ஊடுருவியிருக்கும் ஜனநாயகத்தன்மையற்ற நடைமுறைகள் அரசியல் நிர்வாகத்திலும் பிரதிபலிக்கின்றன. நம் சமூகத்தின் ஒவ்வொரு தளத்திலும் நம் வாழ்க்கையின் ஒவ்வொரு நிலையிலும் ஜனநாயகமற்ற தன்மை வெளிப்படும்போது, எப்படி நாம் ஜனநாயகபூர்வமான அரசியலைக் கொண்டிருக்க முடியும்? ஒவ்வொரு நிலையிலும், ஒவ்வொரு தளத்திலும் ஜனநாயகத்தின் மையமான குணங்கள் இல்லாமல்போகின்றன. இதே மக்கள்தான், இந்தக் குடும்பங்களிலிருந்து, பள்ளிகளிலிருந்து, நிறுவனங்களிலிருந்து வருகிறவர்கள், அரசியலாளராகவும் வருகிறார்கள்; இவர்கள்தான் அரசியல் முறைமையின் பகுதியாகவும் இருக்கிறார்கள்.

ஆக, சமூகத்தில் ஜனநாயகத்தை உற்பத்தி செய்வதற்கும் நிலைநிறுத்துவதற்கும் முதல் நிபந்தனையாக, அம்பேத்கரின் பார்வையில் சொல்வதென்றால், ஜனநாயகபூர்வமான சுயத்தை உற்பத்தி செய்வது என்று முன்வைப்பது ஏற்றுக்கொள்ளக்கூடியதுதான். சமூகச் செயல்பாட்டின் ஒவ்வொரு புலமும் (குடும்பம், பள்ளி, தொழில் நிறுவனங்கள், அரசியல் நிறுவனங்கள் போன்றவை) ஜனநாயகபூர்வமான நடைமுறைகளைப் பின்பற்ற, இந்தப் புலங்களில் செயல்படும் தனிநபர்களின் சுயம் ஜனநாயகபூர்வமாக இருக்க வேண்டிய அவசியத்தையே முன்வைக்கிறது — இப்படியான தனிநபர் சுயத்தை நான் ஜனநாயகபூர்வ சுயம் என்று அழைக்க விரும்புகிறேன். சுயத்தின் பண்புகள் மீது நாம் கவனம் செலுத்த வேண்டியுள்ளது. இது, ஜனநாயகத்தை ஒருவிதமாகத் தனிநபர்களின் மனநிலைகளாகச் சுருக்குகிறது என்பதாகப் பார்க்க முடியும் என்றாலும், இது ஒரு தனிநபர் எப்படியாக வரையறுக்கப்படுகிறார் என்பதைச் சார்ந்திருப்பதால், இப்படியாகப் பார்க்க வேண்டியதில்லை. தனிநபர்களைத் தன்னாட்சியிலான ஒற்றை அலகாக முதன்மைப்படுத்தும் பண்பாடுகளிலிருந்துதான் மேற்கத்திய ஜனநாயகங்கள் உருக்கொண்டன. அப்படியான சாத்தியப்பாடுகள் இல்லாத சமூகங்களில் தனிநபர் என்ற கருத்தமைவு குறித்து என்ன சொல்வது? தனிநபரையும் சமூகரீதியானதையும் முற்றிலும் வேறான விதத்தில் வரையறுப்பதன் விளைவுகள் என்னவாக இருக்க முடியும்? கட்டற்ற, தன்னாட்சியிலான தனிநபர் என்ற அடிப்படையில் ஜனநாயக நடைமுறைகளெல்லாம் ('ஒரு நபர், ஒரு வாக்கு' என்ற கொள்கையின் மூலம் முதன்மைப்படுத்தப்படுவது போல்), தனிநபரை இன்னும் சிக்கலான முறைகளில் வரையறுக்கும் சமூகங்களுக்கு அப்படியே பொருந்தும் என்று எதிர்பார்ப்பது பகுத்தறிவற்ற தன்மையாகத்தான் இருக்க முடியும். இந்தியாவில் குமுக உறுப்பினர்களாக இருந்து வாக்களிக்கிறார்கள் என்பதை அல்லது அரசியலாளர்கள் தங்களது குடும்பங்களிலிருந்து விடுபட்டுச் சுதந்திரமாகச் செயல்பட முடியாதவர்களாக இருக்கிறார்கள் என்பதைப் பார்த்துப் பலரும் ஆச்சரியப்படுகிறார்கள். ஆனால், இவை சுயநலம் அல்லது ஊழல் தொடர்பான விஷயம் மட்டுமே இல்லை. இந்தச் சமூகங்களில் தன்னாட்சியிலான தனிநபரின் செயல் என்னவாக இருக்க முடியும் என்ற புரிதலோடான போராட்டத்தை உள்ளடக்கியதாகவும் இருக்கிறது.

ஜனநாயகபூர்வமான சுயம்

தனிநபர்கள் என்றால் என்னவென்று வரையறுக்கும், நாம் ஒவ்வொருவரும் நம்மைக் குறித்துக் கொண்டிருக்கும் நம்பிக்கைகளுக்கு வடிவம் கொடுக்க அனுமதிக்கும் சுயம் என்ற கருத்தை நாம் முன்வைப்போம்

என்றால், அது பிறர், குழுமங்கள், மக்கள் என்று மொத்தமாகப் பிறரோடு தொடர்புடையதாக முன்வைக்கப்படும் ஜனநாயகத்தின் அடிப்படைக்கு எதிரானதாக இருக்கிறதா? ஜனநாயகபூர்வமான சமூகத்தை உருவாக்குவதற்கும் நிலைநிறுத்துவதற்கும் ஜனநாயகபூர்வமான சுயத்தை வளர்த்துக்கொள்வதே முதல் அடியாக இருக்க முடியும் என்று முந்தைய பகுதியில் முடித்திருந்தேன். ஜனநாயகபூர்வமான அரசாங்கத்தைப் படைப்பதற்கும் இந்த நகர்வே அடிப்படை. ஜனநாயகபூர்வமாக இருப்பது என்றால் நாம் ஒவ்வொருவரும் பெற்றோர்கள், குழந்தைகள், குடும்ப உறுப்பினர்கள், அறிமுகமில்லாதவர்கள், உடன் வேலைபார்ப்பவர்கள் மற்றும் பிறரோடெல்லாம் உறவுகொள்வதில் எப்படி ஜனநாயகபூர்வமாக இருக்க முடியும் என்று முதலில் விசாரணை செய்ய வேண்டியிருக்கிறது என்றே இதற்கு அர்த்தம்.

ஜனநாயகபூர்வமான சமூக வாழ்க்கையை உருவாக்குவதற்கு ஜனநாயகபூர்வமான சுயத்தை உருவாக்குவதே வழியாகிறது. இந்தக் கருத்து அதீதமான கற்பனையல்ல என்று அங்கீகரிப்பதற்கு, சுயங்களை காரணியத்தைக் கண்டடையும் ஒன்றாக்குவதற்கு எப்படியான முயற்சிகளெல்லாம் மேற்கொள்ளப்பட்டன என்று நாம் முதலில் நினைத்துப்பார்க்க வேண்டும். தனிநபர்கள் பகுத்தறிவின் பளுவை எடுத்துக்கொள்ள வேண்டும் என்றும், பகுத்தறிவுக்கான வழியை அவர்களாகக் கண்டடையப் பயில வேண்டும் என்றும் திரும்பத்திரும்ப அழைப்புவிடுப்பதே நவீனத்துவத்தின் குணாம்சமாக இருந்துவருகிறது. ஆனால், பகுத்தறிவிலான சுயத்தை உருவாக்குவதற்கு, பகுத்தறிவு என்ற கருத்துகளை மட்டுமே சமூகம் முதன்மைப்படுத்தவில்லை, மாறாக அதைக் கல்வியின் ஊடாக நடைமுறைப்படுத்தவும் செய்கிறது. எல்லா மாணவர்களுக்கும் தொடக்கத்திலிருந்தே கணிதவியல் மற்றும் அறிவியல் பாடங்களைக் கற்பிப்பது என்பது குறிப்பிட்ட வழியிலான பகுத்தறிவை நடைமுறைப்படுத்துவதற்கான முறையாகத்தான் இருக்கிறது. ஆகவே, ஜனநாயகபூர்வமான சுயங்களை உருவாக்குவது என்பது அர்த்தமுள்ளதாக இருக்க முடியுமா என்பதல்ல கேள்வி, மாறாக அதை எப்படிச் செயல்படுத்துவது என்பதே கேள்வியாகிறது.

தெற்கு உலகப் பண்பாடுகளுக்கு சுயத்தின் மீதான அக்கறை என்பது மிகவும் தனித்துவமானதாக இருக்கிறது. இந்தப் பண்பாடுகளில் செயல்பட்டுக்கொண்டிருக்கும் சுயங்கள், மேற்கின் மேலோங்கிய பண்பாடுகளில் காணப்படும் சுயங்கள் போன்று கட்டற்ற தனிநபர் சுயங்களாக இல்லாமல், சமூக சுயங்களாக வெளிப்படுகின்றன. குடும்பத்தையும் குழுமத்தையும் பின்னுக்குத் தள்ளி தனிநபரார்ந்த தன்னாட்சிக்கு முக்கியத்துவம் கொடுக்கும் போக்கு இங்கு மரபாக இல்லை. ஏன் சமகாலத்திலும்கூட, தன்னாட்சியிலான தனிநபர்

சுயத்துக்கும் தனிநபர்களின் சமூக சுயத்துக்கும் இடையேயான போராட்டம் தொடர்ந்துகொண்டுதான் இருக்கிறது.

மிக எளிமையான கூற்றிலிருந்து தொடங்குகிறேன்: தன்னாட்சி சார்ந்த தனிநபர் சுயம் என்பதும்கூட ஒருவகையான சமூக சுயமே. இது இப்படியான கருத்துக்கு மதிப்பை உருவாக்கும் குறிப்பிட்ட சமூக வடிவத்தின் விளைவாகிறது. இப்படி ஒரு தனிநபர் சுயம், அது பெறும் சமூகரீதியான மதிப்பால் அறிவார்ந்த வர்க்கத்தால் மட்டுமல்லாமல், பொருளாதாரக் காரணங்களுக்காகவும் மேலோங்கியதாக முன்வைக்கப்படுகிறது. நம்முடைய சமூகங்கள் பலவற்றில், தன்னாட்சியிலான தனிநபர் என்ற வெளிப்பாடு பொதுவாக நுகர்வு அடிப்படையிலான தெரிவு என்ற கருத்தமைவின் ஊடானதாக இருப்பதில் நாம் ஆச்சரியப்பட ஏதுமில்லை. சொல்லப்போனால், தனிநபரைத் தனித்துவமான ஒன்றாகவும் சிறப்புரிமை கொண்டிருக்கும் ஒன்றாகவும் — இதுவே மேற்கத்தியச் சமூகங்களைக் குணாம்சப்படுத்தும் ஒன்றாக இருந்துவருகிறது — உற்பத்தி செய்வதென்பது பல்வேறு செயற்பாங்குகளின் ஊடாகவே சாத்தியப்பட்டுள்ளது. அவற்றில் மிக முக்கியமானவையாக, உடலிலிருந்து மனம் வேறானது என்ற முன்வைப்பும், காரணியத்துக்கான ஆற்றலை மனம் சார்ந்து பார்ப்பதாகவும் இருக்கிறது. பிரபலமான தெக்கார்த்தேவோடு இணைத்துப்பார்க்கப்படும் உடல் வேறு, மனம் வேறு என்ற இந்த இருமைவாதம், ஒரு கொள்கையாக 'பகுத்தறிவுவாத' வளர்ச்சிக்குக் கொண்டுவிடுகிறது. கார்டீசிய மனம் உடலிலிருந்து மட்டுமே பிரிக்கப்பட்டதாக இல்லை. அது சமூகத்திலிருந்தும் பிறரிடமிருந்தும் பிரிக்கப்பட்டிருப்பதாகிறது. இப்படிச் செயற்கையாகத் தனிநபர் மனதிலிருந்து உடலை மட்டுமல்லாமல், சமூகரீதியானதையும் பிரித்துப்பார்ப்பது நவீனத்துவ கோஷங்களில் மேலும்மேலும் உரக்க வெளிப்படுத்தப்படுகிறது. இருப்பினும், இன்று இதன் மீதான எதிர்ப்பும் மேலும்மேலும் அதிகரித்துவருகிறது.

தனிநபர் மனமும் சமூகமும் சுதந்திரமானவையாக இருக்கின்றன என்ற நிலைப்பாட்டை, அறிதிறன் அறிவியல், உயிரியல், தத்துவம் போன்று பல துறைகளின் ஆக்கங்களை அடிப்படையாகக் கொண்டு, அப்படியே ஏற்றுக்கொள்ள முடியாது என்ற வாதம் மேலும் வளர்ந்துவருகிறது. மனதை நம்பிக்கைகள், மனப்பாங்கு, உணர்ச்சிகள், சிந்தித்தல் போன்றவற்றோடெல்லாம் தொடர்புகொண்டிருக்கும் 'மனநிலைகளாக' எடுத்துக்கொள்வோம் என்றால், சமூகத்திலிருந்து தனிநபர் மனம் சுதந்திரமானது என்ற பத்தாம்பசலித்தனமான பார்வையை நாம் பிடித்துக்கொண்டிருக்க முடியாது. சமூக மனம் என்பதைப் புலனுணர்வு, உடலுணர்வுரீதியான அனுபவங்கள், பிரதிநிதித்துவங்கள்

போன்றவையெல்லாம் பிறரிடமிருந்து கற்றுக்கொள்ளப்படுவனவாக இருப்பதோடு வரலாற்றின், பண்பாட்டின் விளைவுகளாவும் இருக்கின்றன என்று பார்க்கக்கூடிய பல மாதிரிகள் இருக்கத்தான் செய்கின்றன. மிகவும் பலம்வாய்ந்த குறிப்பிட்ட ஒரு வாதம், தனிநபர் மனம் என்று ஒன்று இருக்குமானாலும்கூட, அது புலனுணர்வு, உணர்ச்சிகள், பிரதிநிதித்துவங்கள் போன்றவற்றின் சமூக அர்த்தங்களையும் அவை குறித்த விதிகளையும் கொண்டிருக்கும் ஒன்றாகவே இருக்க முடியும் என்று முன்வைக்கிறது.[2] பூச்சிகளும் விலங்குகளும் கூட்டாக அல்லது குழுகம் சார்ந்த அறிவையே கொண்டிருக்கின்றன என்பது இப்படியான வாதங்களுக்கு வலுசேர்ப்பதாக இருக்கிறது – இவை எதுவும் தனித்தோ சுதந்திரமாகவோ சிந்திப்பதில்லை. மானுடர்களும் கும்பலாக இருக்கும் சமயங்களில் வெளிப்படையாகவும், வேறு சமயங்களில் மறைமுகமாகவும் ஒரு தொகுப்பாகவே சிந்திக்கிறார்கள். இப்படியான பார்வைக்கு பலம் சேர்க்கும் விதமாக, நம்முடைய அறிதிறன் நிலைகள் மிக ஆழமாக மொழியைச் சார்ந்திருக்கின்றன என்றும், மொழி சமூகரீதியாக உருவாக்கப்பட்ட ஒன்று என்பதால் மொழி என்பதே உள்ளார்ந்து சமூகரீதியானது என்றும் வாதங்கள் முன்வைக்கப்படுகின்றன. இப்படியான வாதங்கள் பல விதமான அணுகுமுறைகளிலிருந்து முன்வைக்கப்படுகின்றன: சுயம் மற்றும் அர்த்தங்கள் குறித்த பௌத்தர்களின் வாதம், தனித்துவமான சுயங்கள் பொய்யானது என்ற இருமைவாதமற்ற வாதம், ‘ஐம்புலன்களின் வளர்ச்சி என்பது முந்தைய வரலாற்றின் விளைவாகிறது’ என்று கார்ல் மார்க்ஸ் முன்வைக்கும் அவதானிப்பு, சமகாலத்தில் ‘சிந்திப்பதன் சமூகவியல்’ போன்று ஏவியேட்டர் ஸெருபவெல்லின் விவரிப்புகள் என்று பல விதமாக முன்வைக்கப்படுகின்றன.

இப்படியான வாதங்களெல்லாம் தனிநபர் சுயத்தைவிடச் சமூக சுயத்தையே முதன்மைப்படுத்துகின்றன. ஆக, தனிநபர் சுயத்துக்கு முக்கியத்துவம் கொடுக்கும் வாதங்கள்கூடச் சமூகங்களின் பரிணாம வளர்ச்சியில் குறிப்பிட்ட காலகட்டத்தில் தோன்றிய சமூகச் சிந்தனையின் விளைவுதான் என்று கோடிட்டுக்காட்டுவதாகவும் இருக்கிறது. சமூக சுயம் என்ற கருத்தைக் கொண்டு பல விதமான சமூகச் செயற்பாங்குகளை நம்மால் மேலும் சிறப்பாக விளங்கிக்கொள்ள முடியும். ஒரு குழுகமாக நாம் கொள்ளும் நாம்-அனுபவம் மிக முக்கியமான அனுபவமாக இருப்பதோடு, அது நான்-அனுபவத்துக்கு நிகரானதாகவும் இருக்கிறது. அடையாளம் என்பது நாம்-சுயத்தின் வெளிப்பாடாகிறது. ஒரு தனிநபர்

2 பார்க்கவும்: *Laurence Kaufmann, ‘Social Minds’ in Ian C. Jarvie and Jesus Zamora-Bonilla (eds), The SAGE Handbook of the Philosophy of Social Sciences (London: Sage, 2011), pp. 153–80.*

சுயம் செய்யும் எல்லாக் காரியங்களையும் சமூக சுயமும் செய்கிறது: ஒரு குமுகத்துக்குப் பொதுவானது என்பதுபோல், 'நாம்' அனுபவங்கள் குறித்துப் பேசுகிறோம் (சாதி அல்லது பாலின அனுபவம் போன்று); ஒரு தனிநபர் எப்படி நினைவுகள் கொண்டிருக்க முடிகிறதோ அதற்கு நிகராக ஒரு குமுகமும் நினைவுகள் கொண்டிருக்க முடிகிறது; பல சமயங்களில், ஒரு குமுகத்தின் உறுப்பினராக ஒருவர் செயல்படும்போது, கூட்டு சுயம் என்பது தனிநபர் சுயத்தைப் பின்னுக்குத் தள்ளக்கூடியதாக இருக்கிறது; கதையாடும் தனிநபர் சுயம்போலவே, சமூக சுயமும் தொகுப்பு குறித்து சமூகக் கதையாடல்களை உருவாக்குகிறது.[3]

ஜனநாயகபூர்வமான சுயம் குறித்த உரையாடலில், இந்தியப் பின்னணியில் சுயம் குறித்து இரண்டு கருத்துகள் மிக முக்கியமாக இருப்பதாக நான் நம்புகிறேன். ஜனநாயகபூர்வமான சுயத்தின் பலம்வாய்ந்த வெளிப்பாடு சுயாட்சி என்ற கருத்தின் ஊடாக வெளிப்படுத்தப்படுகிறது. இந்தக் கருத்து காந்திக்கு மிக முக்கியமான ஒன்றாகிறது. மற்றொரு கருத்தமைவு — பெரும்பாலும் சுயாட்சிக்கு மாற்றான ஒன்றாக முன்வைக்கப்படுவது — சுயமரியாதை என்ற அம்பேத்கரின் கருத்தமைவு. இவ்விரண்டு கருத்தமைவுகளும் சுயம் குறித்து முக்கிய முன்வைப்புகளாக இருப்பதோடு, இவ்விரண்டு கருத்தமைவுகளும் அடிப்படையில் சமூகரீதியான பண்பைக் கொண்டிருக்கின்றன என்றும், ஜனநாயகபூர்வமான சமூக வாழ்க்கைக்குக் கொண்டுவிடும் சாத்தியப்பாட்டைக் கொண்டிருக்கின்றன என்றும் நான் முன்வைக்க விரும்புகிறேன்.

சுயம் குறித்த காந்தியின் கருத்தமைவு அடிப்படையில் ஸ்வராஜ் என்ற கருத்தோடு தொடர்புடையதாக இருக்கிறது. ஸ்வராஜ் என்ற சொல் சுய-ஆட்சி என்ற அர்த்தத்தைக் கொண்டுள்ளது. முதல் வாசிப்பில், இந்தச் சொல் அடிப்படையில் நம்முடைய தனிநபர் சுயத்தை ஆட்சிசெய்வது, நம்முடைய செயல்பாடுகளைக் கட்டுப்படுத்துவது போன்ற அர்த்தங்களைக் கொண்டிருப்பதுபோல் தெரியலாம். ஆனால், ஒரு சொல்லாக ஸ்வராஜ், பரந்துபட்ட அர்த்தத்தைக் கொண்டிருக்கிறது; நம்மை நாமே ஆட்சிசெய்துகொள்வது என்ற கருத்தமைவுக்குள் சமூகரீதியானது என்ற குறிப்பிட்ட கருத்தை உள்ளடக்கியதாகவும் இருக்கிறது. தேசத்தின் சுயாட்சிக்கு காந்தி அறைகூவல் விடுக்கிறார் என்றாலும்கூட, அது தனிநபரின் சுயாட்சிக்கு அறைகூவல் விடுப்பதாகவும் இருக்கிறது. ஏனெனில், தனிநபர் சுயாட்சி இல்லாமல் தேசத்தின் சுயாட்சி சாத்தியமே இல்லை. ஸ்வராஜ் என்ற சொல்லுக்கு நான்கு விதமான அர்த்தங்கள் இருப்பதாக ஆன்டனி ஜே. பரேல்

3 இது குறித்த மேலும் விரிவான விவாதங்களுக்குப் பார்க்கவும்: *Guru and Sarukkai, 'Experience, Caste and the Everyday Social'.*

வாதிடுகிறார்: தேசச் சுதந்திரம், தனிநபரின் அரசியல் சுதந்திரம், வறுமையிலிருந்து சுதந்திரம், சுயாட்சிக்கான தனிநபரின் ஆற்றல் (ஆன்மீக விடுதலை).[4] பரேலுக்கு எதிர்வினையாகவும் ஸ்வராஜ் என்ற கருத்தமைவை மிக நுட்பமாக ஆய்வுசெய்யும் விதமாகவும் நிஷிகாந்த் கோல்கேவும், என். ஸ்ரீகுமாரும், இந்த நான்கு கருத்தமைவுகளும் ஒன்றிலிருந்து ஒன்று தனித்து இயங்குபவையல்ல என்றும், ஒன்றோடொன்று தொடர்புகொண்டவையாக இருக்கின்றன என்றும் சுட்டிக்காட்டுகிறார்கள்.[5] காந்தியைப் பொறுத்தமட்டில், 'ஸ்வராஜ் என்ற கருத்து அல்லது தேசத்தின் சுதந்திரம் [...] ஒத்திசைவோடும் அமைதியாகவும் கூட்டாக வாழ்வதற்கான ஆற்றலைக் குறிக்கிறது. நாம் நம்மை ஆட்சிசெய்யக் கற்றுக்கொள்ளும்போது அது சுயாட்சியாகிறது என்றும், அது நம்முடைய உள்ளங்கையில் இருக்கிறது என்றும் இந்து ஸ்வராஜில் காந்தி எழுதுகிறார்' என்று இவர்கள் வாதிடுகிறார்கள்.[6] இன்று நாம் எதை ஜனநாயகம் என்று அழைக்கிறோமே அதற்கு மிகச் சரியாகப் பொருந்திப்போகக்கூடியதாக இருக்கிறது ஸ்வராஜ் குறித்த காந்தியின் பார்வை. 'நாம் நம்மை அதற்குத் தகுதியானவர்களாக ஆக்கிக்கொள்ளவில்லை என்றால், நம்மால் சுயராஜ்ஜியத்தை அடைய முடியாது' என்று காந்தி உறுதிப்படுத்துகிறார். ஜனநாயகபூர்வமான சமூக வாழ்க்கைக்கு மிகச் சரியாகத் தேவைப்படுவதும் இதுதான். மேலும், அடிப்படையில் தனிநபர்களைச் சந்தேகக் கண்கொண்டு பார்க்கும் பார்வையை காந்தி ஏற்றுக்கொள்ளவில்லை. 'தனித்து வாழ்வது என்ற அனுமானத்தின் அடிப்படையில் பிறந்தவன் இல்லை மனிதன்; அவன் அடிப்படையில் சுதந்திரமான, பரஸ்பரம் சார்ந்திருக்கும் சமூக விலங்காகத்தான் இருக்கிறான்' என்பதே காந்தியின் பார்வையாக இருக்கிறது என்று கோல்கேவும் ஸ்ரீகுமாரும் வாதிடுகிறார்கள்.[7] ஜனநாயகபூர்வமான சமூக வாழ்க்கையை உருவாக்குவதில் சமூக சுயம் கொண்டிருக்கும் மையமான பாத்திரத்தை இதைவிடச் சிறப்பாக வெளிப்படுத்த முடியாது.

4 Anthony J. Parel, 'Introduction: Gandhian Freedoms and Self-Rule' in Anthony J. Parel (ed.), Gandhi, Freedom, and Self-Rule (New York and Oxford: Lexington Books, 2000), pp. 1–24.

5 Nishikant Kolge and N. Sreekumar, 'Towards a Comprehensive Understanding of Gandhi's Concept of Swaraj: Some Critical Thoughts on Parel's Reading of Swaraj' in Siby K. Joseph and Bharat Mahodaya (eds), Reflections on Hind Swaraj (Wardha: Institute of Gandhian Studies, 2010), pp. 171–93.

6 Kolge and Sreekumar, 'Towards a Comprehensive Understanding', p. 177.

7 Kolge and Sreekumar, 'Towards a Comprehensive Understanding', p. 180.

ஜனநாயகபூர்வ சுயத்துக்கான வாதங்களில் மற்றொரு முக்கியமான பங்களிப்பை சுயமரியாதை என்ற அம்பேத்கரின் கருத்தமைவில் காண முடியும். அவர் இந்தக் கருத்தமைவை எவ்வளவு முக்கியமானதாகப் பார்த்தார் என்று தொடர்ந்து முன்வைக்கப்படும் இந்த மேற்கோள்கள் தெளிவுபடுத்துகின்றன: 'ஒருவர் தன்னுடைய சுயமரியாதையை இழந்து வாழ்வது மானக்கேடாகும். சுயமரியாதையே வாழ்க்கையின் ஜீவாதாரமான அம்சம். அது இல்லாமல் மனிதன் பூஜ்ஜியமாகிறான்.'; 'வீரமிக்க மனிதன் ஒருவன் சுயமரியாதை இல்லாத வாழ்க்கையை வாழ்வதைக்காட்டிலும் மானக்கேடான விஷயம் எதுவும் இருக்க முடியாது.' டி.ஆர். நாகராஜ் எழுதிய 'ஃபிளேமிங் ஃபீட்' என்ற மிக முக்கியமான புத்தகத்தில், காந்தி மற்றும் அம்பேத்கரின் முரண்பட்ட நிலைப்பாடுகளை சுய-தூய்மையாக்கத்துக்கும் சுயமரியாதைக்கும் இடையேயான வேறுபாடுகளாக முன்வைக்கிறார். அவரது புத்தகத்தில் சுய-தூய்மையாக்கம் என்றால் என்னவென்பது குறித்து ஓரளவு விவாதிக்கிறார் என்றாலும், சுயமரியாதை குறித்து ஏதுமில்லை.[8] ஒரு தளத்தில், இந்தக் கருத்தாக்கம் அது சொல்லவருவதை அதுவாகத் தெளிவுபடுத்துவதுபோல் இருக்கிறது. அதாவது, ஒருவர் தன்னைக் குறித்து ஓரளவு மரியாதை கொண்டிருக்க வேண்டும் என்று வெளிப்படுத்துவதாக இருக்கிறது. ஆனால், மிக முக்கியமாக, இந்தக் கருத்தாக்கம் கொண்டிருக்கும் சமூகப் பின்னணியை நாம் வெளிக்கொணர வேண்டியுள்ளது. மரியாதையோடு வாழ்வது கொண்டிருக்கும் பெரிய சவால் என்னவென்றால், அது எப்போதும் மற்றவரைச் சார்ந்திருப்பதாகிறது. அதாவது, தனிநபர் ஒருவர் வேறொருவர் பார்வையில் மரியாதை ஏதுமில்லாமல் இருப்பதைச் சார்ந்திருப்பதாகிறது. சுயமரியாதையோடு வாழும் ஒருவர், சமூகப் படிநிலையில் மேலான நிலையில் இருக்கும் ஒருவர் தன் மீது திணிக்கும் இழிவுகளுக்கு எதிர்வினையாற்றுகிறார். பிறருடைய பார்வையின் ஊடாகத் தன்னைப் பார்த்துக்கொள்ளாமல், குறிப்பாகத் தனிநபரை இழித்துரைப்பவரின் பார்வையிலிருந்து தன்னைப் பார்த்துக்கொள்ளாமல், தனக்கு என்னவாக இருக்கிறார் என்று ஒருவர் ஏற்றுக்கொள்வதிலிருந்துதான் சுயமரியாதை தோன்றுகிறது.

இந்தப் பின்னணியில் சுயமரியாதை குறித்த பெரியாரின் பார்வையையும், தமிழ்நாட்டில் பார்ப்பனரல்லாதார் இயக்கத்தின் மீதான இந்தக் கருத்தின் தாக்கத்தையும் பார்ப்பது பயனுள்ளதாக இருக்கும். மிக முக்கியமாக, பார்ப்பனியம் மற்றும் தீண்டாமைக்கு எதிரான தனது போராட்டத்தில், சுயமரியாதையின் பாத்திரத்தை பெரியார் முன்வைத்தார். அவர்

8 தாராளவாத ஜனநாயகத்தின் பின்னணியில் சுய-மதிப்பு மற்றும் சுய-மரியாதை குறித்த விவாதங்களுக்குப் பார்க்கவும்: Guru, 'Liberal Democracy in India', p. 104.

சுயமரியாதைக்கும் சுயாட்சிக்கும் இடையே முக்கியமான வேறுபாடு ஒன்றை முன்வைக்கிறார். இதுவே காந்தியுடனான அவரது பிளவுக்குக் கொண்டுவிடுகிறது. வர்ணாஸ்ரம தர்மம் (சாதிய நடைமுறைகளை நியாயப்படுத்தும் முறைமை) அழிக்கப்பட வேண்டிய அவசியத்தை சுயாட்சி இயக்கம் அங்கீகரிக்காததால், சுயாட்சிக்குப் பதிலாக சுயமரியாதையை முதன்மைப்படுத்த வேண்டியிருப்பதால் அவர் சுயாட்சியை எதிர்த்தார். ‘ஓரளவுக்கு சுயமரியாதை சாத்தியப்படாமல் சுயாட்சி சாத்தியமில்லை’ என்றே அவர் வாதிட்டார். ‘ஒரு கருத்தாகவும் நடைமுறையாகவும் சுயாட்சி என்ற லட்சியத்தை எதிர்கொள்வதற்கு அரசியல்ரீதியான, அறரீதியான மறுப்பாக சுயமரியாதையை எடுத்துக்கொள்ள வேண்டும்’ என்ற பெரியாரின் வாதம், இதை மிகத் தெளிவாக முன்வைக்கிறது.[9]

ஸ்வராஜ் விஷயத்தில் உள்ளதுபோலவே, சுயமரியாதையிலும் நாம் பல வகைகளை அடையாளம் காண முடியும். ஒருவரது உழைப்புக்கு, ஒருவரது செல்வத்துக்கு, ஒருவரின் சமூக நிலைக்கு, ஒருவரின் தொழிலுக்கு என்பதுபோல் பலவற்றில் சுயமரியாதை கொண்டிருக்க முடியும். ஒடுக்கப்பட்ட சாதிகளுக்கு சுயமரியாதை மிக முக்கியமானது. ஏனெனில், இதுவே சமூகத்தின் பிற உறுப்பினர்களிடமிருந்து மரியாதைப் பெற்றுக்கொள்வதற்கான இயங்குத்தன்மையைச் சாத்தியப்படுத்துகிறது. மேலும், ஜனநாயகத்துக்கும் மரியாதைக்கும் இடையே மிக வெளிப்படையான உறவும் காணப்படுகிறது. சொல்லப்போனால், சுயாட்சியையும் சுயமரியாதையையும் நாம் ஜனநாயகம் என்ற கருத்தாக்கரீதியான முப்பட்டகத்தின் ஊடாகப் பார்ப்போம் என்றால், காந்தி மற்றும் அம்பேத்கரின் அக்கறைகளில் உள்ள ஒத்த தன்மையை நம்மால் உள்வாங்கிக்கொள்ள முடியும். இவ்விரண்டுக்கும் இடையான இணைவை இவ்வாறு முன்வைக்க முடியும்: முதலில், ஒரு சமூகத்தை ஆட்சிசெய்ய, சுயாட்சிக்கான ஆற்றல் தேவைப்படுகிறது. ஆக, ஜனநாயகபூர்வமாக ஆட்சிசெய்ய, சுயத்தை ஜனநாயகபூர்வமாக, அதாவது ஜனநாயகபூர்வமான சுயத்தை வளர்த்துக்கொள்ள வேண்டியுள்ளது. எப்படி ஜனநாயகத்தோடு ஆட்சிமை நெருக்கமாக உறவுகொண்டிருக்கிறதோ அதுபோல்தான் மரியாதையும். மரியாதை என்ற கருத்தமைவை ஜனநாயகம் மிக ஆழமாகச் சார்ந்திருக்கிறது. ஜனநாயகரீதியான செயலாக்கத்தை விவரிக்க இப்படியான வெளிப்பாடுகள் முன்வைக்கப்படுகின்றன: ‘தேர்தலில்

9 *Quoted in V. Geetha and S.V. Rajadurai, ‘Towards a Non-Brahmin Millennium: From Iyothee Thass to Periyar’ (Kolkata: Stree-Samya, 1998), pp. 285, 283.* இவ்விஷயத்தைச் சுட்டிக்காட்டிய சயோனி கோஷுக்கும், பெரியார் குறித்து என்னோடு உரையாடிய சீனிவாச ராமாநுஜத்துக்கும் எனது நன்றி.

மக்களின் விருப்பங்களை மதிக்க வேண்டும்', 'எதிரிகளை மதிக்க வேண்டும்', 'தேர்தல் முடிவுகளை மதிக்க வேண்டும்', 'ஜனநாயக விதிகளை மதிக்க வேண்டும்'. இந்த வெளிப்பாடுகளிலெல்லாம் 'மதிக்க வேண்டும்' என்ற சொற்கள் முக்கியமாக இருப்பதை அங்கீகரிக்க வேண்டியுள்ளது. ஒரு ஜனநாயகச் சமூகத்தில் 'மரியாதை கொடுக்க வேண்டும் [அல்லது மதிக்க வேண்டும்]' என்ற சொற்களின் இடத்தில் 'பின்பற்ற வேண்டும்' என்ற சொல்லைப் பயன்படுத்த முடியாது — இங்கே கொடுக்கப்பட்டிருக்கும் எடுத்துக்காட்டுகளில் 'பின்பற்ற வேண்டும்' என்று குறிப்பிட்டாலும்கூட, அது ஒன்றும் அதன் அர்த்தத்தை மாற்றிவிடப்போவதில்லை என்றாலும், அல்லது 'மக்களின் விருப்பங்களை ஏற்றுக்கொள்', 'தேர்தல் முடிவுகளை ஏற்றுக்கொள்' போன்று சொல்வதில் உள்ள 'ஏற்றுக்கொள்' என்பதைப் பயன்படுத்துவதும்கூட அர்த்தத்தை மாற்றிவிடப்போவதில்லை என்றாலும், 'ஏற்றுக்கொள்' என்ற சொல்லோ, 'பின்பற்று' என்ற சொல்லோ ஜனநாயகத்துக்கு உரித்தான பண்பைக் கைக்கொள்வதில்லை. ஏனெனில், இவ்விரு சொற்களும் அவற்றுக்குள்ளாகக் கொண்டிருக்கும் செயலற்ற தன்மையையே வெளிப்படுத்துகின்றன. இவ்விரு சொற்களும் தேர்தல் அல்லது ஜனநாயகத்தின் செயற்பாங்கு குறித்து ஆழமான புரிதல் ஏதுமில்லாமல், மக்கள் என்ன செய்ய வேண்டும் என்று சொல்லும் சொற்களாக மட்டுமே இருக்கின்றன. ஆனால், 'மரியாதை' என்ற சொல் தனிநபரிடம் முகமையைக் கொடுக்கிறது. அரசியலாளர் ஒரு ஜனநாயகச் சமூகத்தில் மக்களின் விருப்பங்களை வெறுமனே 'பின்பற்றுவதில்லை'. அவற்றுக்கு மரியாதை கொடுக்கிறார். நாம் சில விதிகளை வெறுமனே பின்பற்ற வேண்டும் என்றில்லாமல், அவற்றுக்கு மரியாதை கொடுக்க வேண்டும் என்றே எதிர்பார்க்கிறோம். இதை அதன் இயல்பில் நீட்டித்துச் சொல்வதென்றால், நாம் ஒன்றைக் குறித்துச் சிந்திக்கும் செயற்பாங்குக்குப் பிறகே அதை மதித்துப் பின்தொடர்வது என்ற முடிவுக்கு வருகிறோம். ஆகவே, சுயமரியாதை குறித்து அம்பேத்கர் மற்றும் பெரியாரின் முன்வைப்புகளை நாம் ஜனநாயக நடைமுறைகளுக்கான அடிப்படையாகப் பார்க்க வேண்டியுள்ளது. ஏனெனில், சமூகத்தில் மக்களிடம் அல்லது சமூகச் செயற்பாங்குகளில் மரியாதை இருக்க வேண்டுமென்றால், சுயமரியாதை மிக அவசியமாகிறது. சகோதரத்துவம் — இதுவே அம்பேத்கரைப் பொறுத்தமட்டில் ஜனநாயகத்துக்கான அடிப்படையாக இருக்கிறது — மீதாகக் கொண்டிருக்க வேண்டிய மரியாதையின் அவசியம், ஜனநாயகமும் மரியாதையும் இணைந்திருப்பதை மிகத் தெளிவாக வெளிப்படுத்துகிறது. ஆக, சுயமரியாதை என்ற கருத்தை முன்வைப்பது என்பது தன்னையே மதித்துக்கொள்வது, தன்னோடு தானே சகோதரத்துவத்தோடு இருப்பது போன்றவற்றின் அடிப்படையில்

ஜனநாயகபூர்வ சுயம் என்ற கருத்தை முன்வைப்பதாக இருக்கிறது. இதுவே சமூக சுயம். இது, ஜனநாயகபூர்வச் சமூக வாழ்க்கைக்கான உருவரையை உருவாக்கிக்கொடுப்பதாகவும் இருக்கிறது.

சுயாட்சி, சுயமரியாதை ஆகிய இரண்டுமே அடிப்படையில் உழைப்போடு தொடர்புடையவையாக இருக்கின்றன. சுயாட்சியின் மிக முக்கிய அம்சமாக சுய-உழைப்பைப் பார்க்க முடியும் என்பதோடு, சுயமரியாதையின் சமூக அர்த்தம் என்பது ஒருவரின் உழைப்புக்குக் கொடுக்கப்படும் மரியாதையைச் சுற்றி இயங்குவதாகிறது. சாதிக்கும் உழைப்புக்கும் இடையேயான உறவு, சுயமரியாதையை முக்கிய லட்சியமாக்குகிறது. அம்பேத்கர் இதற்கு மிகச் சிறந்த எடுத்துக்காட்டாகிறார். ஆக, சுயாட்சி மற்றும் சுயமரியாதையின் மீது கவனம் கொள்வது உண்மையிலேயே ஜனநாயகத்தைப் பயில்வதற்கு அவசியமான உழைப்பின் பாத்திரத்தை அங்கீகரிப்பதாகிறது. குறிப்பாக, ஜனநாயகரீதியான சமூக வாழ்க்கைக்குக் கொண்டுவிடுவதாகவும் இருக்கிறது.

உழைப்பு

உண்மையிலேயே யாருக்கு ஜனநாயகம் அவசியமாகிறது? யாருடைய சார்பாக ஜனநாயகம் செயல்பட வேண்டியிருக்கிறதோ அவர்களுடைய வாழ்க்கைக்குள் ஜனநாயகம் எப்படி நுழைகிறது? அன்றாட வாழ்க்கையில் அரசாங்கரீதியான அரசியல் மீது மக்கள் கொண்டிருக்கும் அக்கறையற்ற தன்மையைக் கணக்கில் கொள்வோம் என்றால், ஜனநாயகம் ஒரு முறைமையாக யாருக்கு சேவைபுரிவதாக இருக்க வேண்டியுள்ளதோ, அவர்களோடு தொடர்பு ஏதுமில்லாமல் இருக்கிறது. மற்றுமொரு திருவிழா என்பதுபோல் தேர்தல்கள் நடக்கும்போது மட்டுமே ஜனநாயகம் உயிர்பெறுகிறது. ஆனால், இந்த ஜனநாயகத் திருவிழா ஒருசில ஆண்டுகளுக்கு ஒரு முறைதான் — எப்படியான தேர்தல் நடத்தப்படுகின்றன என்பதைப் பொறுத்து, வருகிறது. இந்தத் திருவிழாவில் சிலர் ஆவலோடு பங்கேற்கலாம்; சிலர் வாக்களிக்க பணம் அல்லது அதுபோன்ற ஊக்குவிப்புகளைப் பெற்றுக்கொண்டு பங்கேற்கலாம். ஆனாலும், அன்றாட வாழ்க்கையில் ஜனநாயகரீதியான பண்பாடு இல்லாததால் அது ஜனநாயகத்தை அந்நியமான அனுபவமாக ஆக்குகிறது. ஏன், வாக்களித்தல் என்ற செயலிலும்கூட, பரந்துபட்ட ஜனநாயகச் செயல்பாடு குறித்த புரிதல் மிகவும் குறைந்த அளவிலேயே காணப்படுகிறது. ஜனநாயகம் ஏன் மக்களுக்குப் புலப்படாததாக இருந்துவருகிறது? அரசியலாளர்கள் அதிகாரத்துக்குத் தேர்ந்தெடுக்கப்பட்ட பின்னரும்கூட, ஜனநாயகத்தின்

செயல்பாடுகள் குறித்தும், அதன் செயற்பாங்குகள் குறித்தும் மக்களோடு எதுவும் பகிர்ந்துகொள்வதில்லை. அரசாங்கம் என்ன செய்கிறது அல்லது செய்யவில்லை என்பது குறித்து மக்கள் படித்துதான் தெரிந்துகொள்கிறார்கள் என்றாலும்கூட, இப்படியான செயல்கள் ஜனநாயகம் குறித்த ஒத்திசைவான கதையாடலை உருவாக்குவதில் வெற்றியடைவதில்லை. ஜனநாயகம் குறித்த கதையாடல்களும், ஜனநாயகபூர்வமாக இருப்பது என்றால் என்ன என்ற அனுபவங்களும் சமூகத்தில் எவ்வாறு உருவாக்கப்படுகின்றன? சுவாரசியமாக, எதேச்சாதிகார ஆட்சி குறித்த கதையாடல்களையும் அனுபவங்களையும் உருவாக்குவதும் அதை மக்களிடையே கடத்திக்கொண்டுசெல்வதும் ஓரளவு சுலபமாக இருக்கிறது. அன்றாட வாழ்க்கைக்குள் ஜனநாயகம் உள்ளடக்கப்படவில்லை என்றால், சமூகத்தில் ஜனநாயகபூர்வமாக இருப்பது என்றால் என்ன என்று கற்பித்தல் மிகக் கடினமான காரியமாக இருப்பதோடு, சமூகத்தில் மோசமான விளைவுகளை ஏற்படுத்தக்கூடியதாகவும் இருக்கிறது.

இருப்பினும், அன்றாட வாழ்க்கையில் ஜனநாயகம் வெளிப்படையாக இல்லையென்றாலும்கூட, மறைமுகமான இருப்பை அது கொண்டிருக்கிறது. இதன் ஊடாகவே சமூகப் பிரக்ஞைக்குள் ஜனநாயகம் குறித்த கருத்துகள் கசிந்துகொண்டிருக்கின்றன. இது உழைப்பின் ஊடாக சாத்தியப்படுகிறது. உழைப்பு இரண்டு காரியங்களைச் செய்கிறது: சமூகத்தை ஒழுங்கமைக்கும் கொள்கையாக, ஜனநாயகம் குறித்த அன்றாடத் தன்மையிலான பிரக்ஞையை வளர்த்துக்கொள்வதற்கு உழைப்பு தடையாக இருக்கிறது. அதே சமயத்தில், ஜனநாயகப் பண்புகளை வளர்த்தெடுப்பதற்கு அது அவசியமானதாகவும் இருக்கிறது. தனிநபர் மற்றும் சமூக சுயங்களை வடிவமைப்பதில் மையமான உழைப்பு இருப்பதால், ஜனநாயகத்தோடு தொடர்புடைய எல்லாக் கருத்தாக்கங்களிலும் உழைப்பே மிக முக்கியமான ஒன்றாகிறது என்று நான் வாதிட விரும்புகிறேன். அன்றாட வாழ்வனுபவத்தில் பிரதானமானது உழைப்பே — நாம் தொடர்ந்து செய்துகொண்டிருக்கும் வேலை. ஓய்வும்கூட வேலையற்ற நிலையாக இருப்பதோடு அது சந்தைப் பொருளாக ஆக்கப்பட்டுள்ளதால், ஓய்வும் பொழுதுபோக்கும்கூட ஒருவிதமான வேலைகளாகிவிட்டன.

சமூக மதிப்பு கொண்டிருக்கும் ஒன்றான ஜனநாயகத்தோடு உறவுகொள்வதற்கு உழைப்பு தடையாக இருக்கிறது என்று சொல்வதன் அர்த்தம் என்ன? ஜனநாயகத்துக்கும் உழைப்புக்கும் இடையேயான உறவை நாம் அன்றாட வாழ்க்கைச் செயல்பாடுகளில் மிகத் தெளிவாகப் பார்க்க முடியும். நம் சமூகத்தில் பெரும்பாலான மக்களுக்கு ஒவ்வொரு நாளும் வேலை செய்வதிலிருந்தே தொடங்குகிறது. கிராமத்தில் இருந்தாலும்,

நகரங்களில் இருந்தாலும் ஒரு நாளின் நேரத்தை மட்டுமே வேலை ஒழுங்கமைப்பதில்லை. ஒருவர் எங்கே வாழ்கிறார், அவரது குழந்தைகள் எங்கே படிக்கிறார்கள் போன்றவற்றையெல்லாம்கூட தீர்மானிப்பதாக இருக்கிறது. எந்தவித விலக்கும் இல்லாமல், வேலைபார்க்கும் இடங்களெல்லாம் ஜனநாயகத்தன்மையற்றவையாக இருக்கின்றன. நிலத்தில் உழைப்பவர்களைக் கொண்டிருக்கும் கிராமங்களில், பல தளங்களில் நிலப்பிரபுத்துவம் நிலவுகிறது – வெளிப்படையாகவும் கொடூரமாகவும் அடக்கியாளும் நில உரிமையாளர்களிலிருந்து, மிக நுட்பமான வழிகளில் உரிமையாளர்களின் பிடியில் சிக்கியிருப்பது என்பதுவரை பல தளங்களில் நிலவுகிறது. பெட்டிக் கடை, உணவகம் போன்ற லட்சக்கணக்கான சுய-தொழில் செய்பவர்கள் பல விதமான அன்றாட வாழ்க்கை அழுத்தங்களுக்கு ஈடுகொடுப்பதிலேயே அவர்களுடைய நேரத்தையெல்லாம் கழிக்க வேண்டியிருக்கிறது. பெருநகரங்களிலும் சிறு நகரங்களிலும்கூட அடித்தட்டு மக்களின் சூழ்நிலை வேறாக இல்லை. மிகக் கடினமான நகரத்துச் சூழ்நிலையில் வாழ்வதற்கே அவர்கள் பெருமளவு போராட வேண்டியிருக்கிறது. சமூகத்தில் உள்ள பெரும்பாலான மக்களுக்கு ஜனநாயகம் என்பது ஒரு கருத்தாகவோ நடைமுறையாகவோ சென்றடைவதில்லை என்றே இதற்கு அர்த்தம். இவர்களுக்கு நேரம் என்று ஒன்று கிடைக்காததால், ஜனநாயகம் என்பது இவர்களுக்கு சாத்தியப்படாத ஓய்வின் வடிவமாகிறது. இதனாலேயே வசதிபடைத்தவர்கள் (இவர்களில் பலர் வாக்களிப்பதுகூட இல்லை) ஜனநாயகத்தை ஆதரிக்கும் பொதுப் பிரதிநிதிகளாக மாறுகிறார்கள். ஜனநாயகச் சமூகத்தின் பலன்கள் அடிதட்டு வர்க்கங்களுக்குச் சென்றடையாத வழியிலேயே உழைப்பின் சமூக வடிவம் கட்டமைக்கப்பட்டுள்ளது. பெரும்பாலானோருக்கு அரசியல் ஜனநாயகத்திலிருந்து இவ்வாறு அந்நியப்பட்டு இருப்பது என்பது பல சமயங்களில் அக்கறையற்ற தன்மையாக வெளிப்படுகிறது. பொதுமக்களில் பெரும்பாலானோர் மாநிலத்தில் அல்லது மத்தியில் யார் 'ஆட்சிசெய்கிறார்கள்' என்பது குறித்து எந்த அக்கறையும் காட்டுவதில்லை. மையப்படுத்தப்பட்ட ஆட்சிமையின் செயற்பாங்கு அவர்களது வாழ்க்கையிலிருந்து அந்நியப்பட்டதாக இருக்கிறது. அதிகபட்சம், உள்ளாட்சித் தேர்தல் நடக்கும் சமயங்களில் மட்டுமே ஜனநாயக அரசியல் அவர்களது வாழ்க்கைக்குள் நுழைகிறது. அடிப்படையான விஷயம் என்னவென்றால், பெரும்பாலான மக்களுக்கு ஜனநாயகம் என்ற கருத்தோடு ஊடாடுவதற்குப் போதுமான நேரம் கிடைப்பதில்லை. உயிர்வாழ்வதற்கான அவர்களது உழைப்புக்குள் ஜனநாயகம் என்ற கருத்தமைவு நுழையாதவரை, ஜனநாயகம் அவர்களது வாழ்க்கையில் முக்கியமானதாகவோ அர்த்தமுள்ளதாகவோ இருக்கவே முடியாது.

அதே சமயத்தில், உழைப்பின் சாத்தியப்பாடு என்பதே சமூக ஆட்சிமை நடைமுறைகளைச் சார்ந்திருப்பதாகிறது. மாநிலத்தில் அல்லது மத்தியில் இருக்கும் அரசாங்கங்கள், அவற்றின் பெருளாதாரக் கொள்கைகளின் ஊடாக உழைப்பு மீது செல்வாக்கு செலுத்திவருகின்றன. அரசாங்கம் மற்றும் தனியார் நிறுவனங்களின் ஊடாக மட்டுமல்லாமல், விவசாயத்துக்கு உதவிகள் செய்வதன் ஊடாகவும் கிராமத்துக்குள் தொழில்கள் கொண்டுவரப்படுகின்றன. அன்றாட வாழ்க்கை பிரக்ஞையில் அவ்வளவு வெளிப்படையாக வெளிப்படுவதில்லை என்றாலும்கூட, அரசாங்கக் கொள்கைகள் செல்வாக்கு கொண்டிருக்கும் உழைப்பில் பங்கேற்பதன் ஊடாக ஜனநாயக உணர்வு மேலெழுந்துவருகிறது. நாம் உழைப்பு குறித்து எப்படியாகச் சிந்திக்கிறோம், அதோடு எப்படியாக உறவுகொள்கிறோம் போன்ற விஷயங்கள் ஜனநாயகபூர்வமான சுயத்தை வடிவமைப்பதில் பெரும் செல்வாக்கு செலுத்துகின்றன. குறிப்பாக, ஜனநாயகபூர்வமான சுயத்தை உருவாக்குவதற்கான இரண்டு முறைகள், அதாவது சுயாட்சி மற்றும் சுயமரியாதைக்கான சாத்தியப்பாடு, ஒரு சமூகத்தில் உழைப்பு எப்படியாகச் செயல்படுகிறது என்பதோடு இணைக்கப்பட்டதாகத்தான் இருக்கிறது. இப்படியாக, தனிநபர் சுயமும் சமூக சுயமும் ஜனநாயகமும் சமூகத்தில் தீர்மானமாக ஒன்றிணைவதற்கு சக்திவாய்ந்த வழிகளில் ஒன்றாகிறது உழைப்பு.

சமூக சுய உருவாக்கம் உழைப்புக்குப் பெருமளவு கடன்பட்டிருக்கிறது. சொல்லப்போனால், இந்தியாவில் சாதிய முறைமையை நிறுவுவதற்கான அடிப்படைகளை உழைப்பே உருவாக்கிக்கொடுக்கிறது என்றுகூட ஒருவரால் வாதிட முடியும். சாதிய முறைமை உழைப்பின் ஊடாக உருவாக்கப்பட்டதாகவும் அங்கீகரிக்கப்பட்டதாகவும் இருக்கிறது. ஒரு தனிநபர் பல விதமான பண்புகள் கொண்டிருக்கும்போது, உழைப்போடு தொடர்புடைய பண்பைச் சார்ந்து மட்டுமே ஒருவரைச் சுருக்கி, சாராம்சப்படுத்தும் சாதிய நடைமுறைகள், முதலாவதாகவும் முக்கியமாகவும் ஜனநாயகத்தன்மையற்ற நடைமுறைகளாகவே இருக்க முடியும். இது, ஒரு தனிநபர் இருப்பின் ஒரு அம்சத்தை மட்டுமே பிரதானப்படுத்தி அவரை மட்டுப்படுத்துவது என்பது வேறு விதமான உழைப்புகளில் ஈடுபடும் பிறரோடு அவர் பகிர்ந்துகொள்ளும் பொதுத்தன்மைகளை அழிப்பதாகவும் இருக்கிறது. தனிமனித மானுடச் செயலான உழைப்பு, சாதி என்றழைக்கப்படும் ஒரு சமூகச் சொல்லாக மாற்றப்படுகிறது. இன்றும்கூட சாதியப் பிரக்ஞை உழைப்பு சார்ந்தே பெருமளவு புரிந்துகொள்ளப்படுகிறது என்பது, உழைப்பின் அடிப்படையில் ஒரு சமூக சுயத்தை உருவாக்குவதற்குக் கொண்டிருக்கும் ஆற்றலை வெளிப்படுத்துவதாக இருக்கிறது. இப்படியான சாதியக் குமுகத்தினர்கள் வேறு விதமான உழைப்புக்கு மாறினாலும்கூட, அவர்களது ‘மூல’ உழைப்போடு அவர்கள் கொண்டிருக்கும் தொடர்பை

முன்வைத்து அவர்களுக்கான மரியாதை மறுக்கப்படுவதை இன்றளவும் காண முடியும். பிரதானச் சமூகச் சொல்லாகச் சாதிக்கு அழுத்தம் கொடுப்பது என்பது உழைப்பைச் சமூகமயமாக்குவது குறித்த புரிதல் என்று மட்டுமல்லாமல், தனிநபர் சுயம், சமூக சுயம் ஆகிய இரண்டின் உருவாக்கத்திலும் உழைப்பு என்ற கருத்தமைவின் தாக்கம் குறித்த புரிதலின் முக்கியத்துவத்தையும் பின்னுக்குத் தள்ளுவதாக இருக்கிறது.

ஜனநாயகம் என்ற கருத்து எப்படியானதாக இருந்தாலும் அது சமூகத்தில் உழைப்போடும் உழைப்பு வடிவங்களோடும் இணைக்கப்பட்டதாகவே இருக்கிறது. இவற்றோடு சேர்ந்து, ஜனநாயகத்துக்கான உழைப்பு — இதுவும் உழைப்பின் குறிப்பிட்ட வடிவம்தான் — என்றும் ஒன்றுள்ளது. அதாவது, ஜனநாயகபூர்வமாக இருப்பதற்கான உழைப்பு. பல்வேறு புலங்களின் ஜனநாயகரீதியான நடைமுறைகள் குறித்த விவாதத்தில், இந்தப் புலங்களையெல்லாம் ஜனநாயகபூர்வமாக மாற்றுவதற்கு எப்படியான உழைப்பை முதன்மைப்படுத்த வேண்டும் என்பது முக்கியமாகிறது. பெரும்பாலும், ஜனநாயகத்தோடு உழைப்பு கொண்டிருக்கும் தொடர்பு குறித்துத் தெளிவான புரிதல் இல்லாத காரணத்தால், ஜனநாயகத்தின் இயல்பு குறித்தான குழப்பம் மேலும் கூடுகிறது. வாக்களிப்பதும் தேர்ந்தெடுக்கப்படுவதும் உண்மையிலேயே ஜனநாயகத்துக்கான உழைப்பை உள்ளடக்கியதாக இல்லை. தேர்ந்தெடுக்கப்படும் அரசியலாளர்கள் மீதான அவநம்பிக்கையே, மக்கள் ஜனநாயகத்தை ஏற்றுக்கொள்வதில் மிகப் பெரிய பிரச்சினையாக இருந்துவருகிறது — இது அரசியல்ரீதியான செயலின் இயல்பு குறித்து ஒருசில பார்வைகளால் தாக்கம் பெற்றதாகவும் இருக்கிறது. பெருமளவில் குற்றஞ்சாட்டப்பட்டிருப்பவர்கள் தேர்ந்தெடுக்கப்படுவது அல்லது ‘குண்டர்’ போன்றவர்கள் மக்கள் பிரதிநிதிகளாக வருவதெல்லாம் அரசியலாளர் என்ற வகைமையைப் பிரச்சினைக்குரியதாக்கியுள்ளது. காவல் துறையினர் மீதும் நிர்வாகத்தில் உள்ளவர்கள் மீதும் தங்களுடைய அதிகாரத்தைத் தவறாகப் பயன்படுத்தும் அரசியலாளர்களின் முரட்டு அதிகாரத்தைத் திரைப்படங்கள்கூடக் காட்டுகின்றன. இப்படியாக ஜனநாயகரீதியான பிரதிநிதி முழுக்க எதேச்சாதிகாரியாகத்தான் இருக்கிறார் என்ற பிம்பம் உருவாக்கப்படுகிறது. இதனால்தான், மத்தியதர மற்றும் மேலெழுந்துவரும் வர்க்கங்கள் தங்களுடைய பிள்ளைகள் அரசியலில் பங்கேற்க, அதாவது அரசியலுக்கான உழைப்பில் பங்கேற்க அனுமதிப்பதில்லை. அரசியல் உழைப்புக்கான இந்த எதிர்வினையே, அரசியலில் குடும்பங்கள் பிரதானமாகப் பங்காற்றுவதற்கு முக்கியமான காரணமாகிறது. இப்படியான மனநிலையால்தான், அரசியலுக்கான உழைப்பும்கூடப் பரம்பரைச் சாதிய ஏரணத்துக்குள் உறிஞ்சிக்கொள்ளப்பட்டதாகிறது.

இன்று, சமூக வலைதளங்களின் ஊடாக ஜனநாயகரீதியான செயல்கள் சாத்தியப்படுவதாகக் கோரப்படுகிறது. ஒருவர் தன்னுடைய கருத்தை முகநூலில், வாட்ஸ்அப், ட்விட்டர் போன்றவற்றில் தெரிவிப்பதெல்லாம் ஜனநாயகச் செயலாகச் சுருக்கப்படுகிறது. இப்படியான சமூக வலைதளங்கள் மக்களைத் திரட்டும் ஆற்றல் கொண்டிருக்கின்றன என்றாலும், இவை ஜனநாயகத்தோடு கொண்டிருக்கும் மேலோட்டமான தொடர்பு குறித்து நாம் சிந்திக்க வேண்டியுள்ளது. ஜனநாயகத்துக்கான உழைப்பின் இயல்பு குறித்து ஆராய்வதன் மூலம் நாம் இதைச் செய்ய முடியும். ஜனநாயகத்தின் பெயரால், சமூக வலைதளங்கள் என்ன செய்கின்றன? இவற்றின் செல்வாக்கு எப்படியானதாக இருந்தாலும், தனிநபர்கள் அநாமதேயக் கூண்டுக்குள் தங்களை மறைத்துக்கொள்வது என்பது ஜனநாயகபூர்வமான சமூக வாழ்க்கையை உருவாக்குவதற்கு உகந்ததாக இருக்க முடியாது.

எந்த ஒரு சமூகத்திலும் 'மக்கள்' என்ற அரூபமான கருத்தமைவு, உழைப்பின் ஊடாகவே ஸ்தூலமான வழிகளில் மெய்யானதாகிறது. ஆகவேதான், உழைப்பு குறித்தான கேள்விகளை நாம் வேறு விதமாகக் கேட்டுக்கொள்ளாமல் ஜனநாயகம் குறித்து எப்படியான லட்சியத்தையும் நாம் கொண்டிருக்க முடியாது. காந்தியிடம் நாம் இதைத் தெளிவாகப் பார்க்க முடியும். ஜனநாயகச் செயல் என்ற காந்தியின் கருத்து உழைப்பில் காணப்படும் படிநிலையிலான கருத்தமைவுகளுக்கு எதிரான சவால்களை அதோடு நெருக்கமாக இணைத்துக்கொண்டுள்ளது. கழிப்பறையைச் சுத்தப்படுத்துவது இதற்கான சிறந்த எடுத்துக்காட்டு. இப்படி உழைப்புக்கு அழுத்தம் கொடுப்பதன் ஊடாகவே, சீன ஆவணத்தை மட்டுமல்லாமல் ஜனநாயகத்தின் ஆசியப் பண்பாட்டு மாதிரிகளையும் நாம் புரிந்துகொள்ள முயல முடியும். உழைப்பு என்ற கருத்தை, சமத்துவம் மற்றும் சுதந்திரம் ஆகிய கருத்தமைவுகளிலிருந்து துண்டிக்க முடியாது என்றால், உழைப்பு எப்படியாக ஒழுங்கமைக்கப்படுகிறது, மதிக்கப்படுகிறது என்பதிலிருந்தும் துண்டிக்க முடியாது என்றால், உண்மையான 'ஜனநாயகப் பண்பாடு' என்பது உண்மையிலேயே 'உழைப்புப் பண்பாட்டின்' பிரதிபலிப்பாகத்தான் இருக்க முடியும். இந்தியாவில் சாதியச் சமூகக் கட்டமைப்பானது உழைப்பு குறித்தான சில கருத்தமைவுகளைச் சார்ந்து இருப்பதால், இப்படியான சமூகத்தில் நடைமுறைப்படுத்தப்படும் ஜனநாயகம் குறித்த கருத்து எப்படியானதாக இருந்தாலும், ஏன் அது உழைப்பின் மீவியற்பியல்ரீதியான அடிப்படைகளைப் பிரதிபலிப்பதாக இருக்கிறது என்று நம்மால் புரிந்துகொள்ள முடிகிறது. எடுத்துக்காட்டாக, குடும்பத்தை நடத்துவதன் உழைப்பு குறித்து நிறைய எழுதப்பட்டிருக்கிறது. இந்த உழைப்பின் புலப்படாத தன்மையும், அதை அர்த்தமுள்ள பொருளாதாரச் செயலாக அங்கீகரிக்காமல் இருப்பதும் சமூகத்தில் குடும்பத்தை நடத்துவதற்கு

அவசியமான உழைப்பில் பெண்களின் பாத்திரத்தை அரித்தெடுத்து நிராகரிக்கும் நிலைக்குக் கொண்டுவிட்டுள்ளது. இவர்களோடு சேர்ந்து, வீட்டு வேலைகளில் உழைக்கும் வர்க்கத்தையும் சமூகம் கொண்டிருக்கிறது. இந்த உழைப்பைச் சுற்றிய சமூக நடைமுறைகள் மொத்தமாக ஒரு முறைமையாக வளர்த்தெடுக்கப்பட்டுள்ளது. சில சமயங்களில் புலப்படக்கூடிய, பல சமயங்களில் புலப்படாத உறுப்பினர்களுக்கு இடையே வலைப்பின்னலிலான நிர்வாக முறைமை ஒன்று காணப்படுகிறது. பெரும்பாலும் பெண்களைக் கொண்டிருக்கும் இந்த முறைமையில், வீட்டு வேலைகளில் ஈடுபடுகிறவர்களுக்குக் கொடுக்கப்படும் சம்பளம், விடுமுறை, கடன் போன்றவற்றைத் தீர்மானிப்பவர்களாக இவர்கள்தான் இருக்கிறார்கள். வீட்டுவேலைக்கு ஆள் வைத்து, அவர்களைக் கட்டுப்படுத்தி, நிர்வகிக்கும் பெண்கள் ஏதோ முறைமைக்கு உட்பட்ட விதிகளை இந்தத் துறையில் பின்பற்றுவதுபோல் தங்களுடைய நடைமுறைகளை நியாயப்படுத்துகிறார்கள். இது கொஞ்சமும் ஜனநாயகத்தன்மையற்ற வெளியாக இருப்பதோடு, பல ஜனநாயகத்தன்மையற்ற போக்குகளும் இங்கு நியாயப்படுத்தப்படுகின்றன. மீண்டும், இரண்டு விஷயங்களை இங்கே நம்முடைய கவனத்தை வேண்டுகின்றன: இந்தப் புலத்தில் நடைமுறைப்படுத்தப்படும் ஜனநாயகத்தன்மையற்ற நடைமுறைகள் பெரும்பாலும் சுயாட்சித்தன்மையற்ற (வேலைக்கு மற்றவர்களைச் சார்ந்திருக்கும் தனிநபர்களில் சுயாட்சியே இங்கே குறிக்கப்படுகிறது) நிலைக்குக் கொண்டுவிடுவதோடு மட்டுமல்லாமல், இந்த உழைப்பாளிகளின் உழைப்புக்கு மரியாதை இல்லாத போக்கும் காணப்படுகிறது. இது வெறுமனே பொருளாதாரப் பிரச்சினை அல்ல. இது, சமூக வாழ்க்கையில் காணப்படும் ஜனநாயகப் பண்புகள் எப்படி அரசியல்ரீதியான ஜனநாயகத்தில் செல்வாக்கு செலுத்துகின்றன என்பதற்கான எடுத்துக்காட்டாகிறது.

ஆக, உழைப்புக்கும் ஜனநாயகத்துக்கும் இடையேயான தொடர்பை எப்படி வெளிப்படையான ஒன்றாக்க முடியும்? இந்தக் காரியத்தைச் செய்யும் திட்டம் எப்படியானதாக இருந்தாலும், அது ஜனநாயகரீதியான சமூக வாழ்க்கையை உருவாக்குவதற்கானதாகவும், ஜனநாயகத்தை ஒரு சமூக வடிவமாகப் பார்த்த அம்பேத்கரின் நிலைப்பாட்டை அடைவதற்கான வழியாகவும்தான் இருக்க முடியும் என்றே நான் பார்க்க விரும்புகிறேன். ஜனநாயகபூர்வமான செயல் என்பது முதலில் மற்றவர்களுடைய உழைப்பில் பங்கேற்பதாக இருக்கிறது. இன்று பெரும்பாலும், சமத்துவம் என்பது தனிநபர் உரிமையாக மிகச் சாதாரணமாக முன்வைக்கப்படுகிறது. சமத்துவத்தை நாம் வெறுமனே நம்முடைய உரிமைகளாக முன்வைப்போம் என்றால் அது உண்மையிலேயே பொருள்கொள்ளத்தக்க ஒன்றாக இருக்க முடியாது.

‘நாம் எல்லோரும் சமமானவர்கள்’ என்ற வெளிப்பாடு அதற்கு இணையானதைச் செயலில் கொண்டிருக்க வேண்டும்: அதாவது, எல்லா விதமான உழைப்பையும் சமமாக மதிப்பது. சந்தேகம் வேண்டாம். இது அபத்தம்போல் தெரியலாம் — ஏனெனில் எடுத்துக்காட்டாக, மேலாளர் ஒருவரைத் தொழிலுக்குப் புதிதாகச் சேர்ந்திருப்பவரோடு ஒப்பிட்டோம் என்றால், அந்த மேலாளர் கூடுதலாக உழைக்க வேண்டியிருக்கும். ஆனால், நாம் இங்கே சமத்துவம் குறித்துப் பேசும்போது சம-கூலி என்ற அர்த்தத்தில் பேசவில்லை. மாறாக, சமூக மதிப்பின் சமத்துவம் குறித்தே பேசுகிறோம். ஜனநாயகச் சமூகம் சாத்தியப்படுவதற்கு அனைத்து விதமான உழைப்பும் சமமதிப்பு கொண்டவையாக இருக்க வேண்டியது அடிப்படையான நிபந்தனையாகிறது. ஏனெனில், ஒரு சமூகம் நிலைத்திருக்க, பல விதமான உழைக்கும் வர்க்கங்கள் தேவைப்படுகின்றன. திறமையில், வேலையளவில், பொருளாதார மதிப்பில் வேறுபாடுகள் இருக்கும் என்பதை ஏற்றுக்கொள்ளும் அதே வேலையில், எல்லா உழைப்புக்கும் சமமான சமூக மதிப்பைக் கொடுக்க வேண்டும் என்று நம்மால் கோர முடியும். எல்லாத் தொழில்களையும் மதிப்பது இதன் ஒரு வெளிப்பாடாகிறது. துரதிர்ஷ்டவசமாக, நம்முடைய சமூகக் கட்டமைப்புகள் எல்லாமும், உழைப்பு குறித்த மதிப்புகளில், உடல் உழைப்பை மிகவும் கீழாக வைத்துப்பார்க்கும் மிக மோசமான படிநிலையைக் கொண்டிருக்கின்றன. துப்புரவுப் பணியோடு தொடர்புடைய உழைப்பு இந்தப் பட்டியலில் மிகவும் கீழாக வைக்கப்பட்டுள்ளதால், இப்படியான உழைப்பில் ஈடுபடுகிறவர்கள் சமூகத்தின் அடிமட்டத்தில் வைக்கப்பட்டிருப்பதில் நாம் ஆச்சரியப்பட ஏதுமில்லை. ஜனநாயகப் பின்னணியில், உழைப்புக்கான மதிப்பில் சமத்துவத்தை முன்வைப்பதன், நிலைநிறுத்துவதன் மூலமே சமத்துவத்தைத் தொடங்க வேண்டியுள்ளது. இந்த அர்த்தத்தில், கழிப்பறையைத் தனிநபர்கள் சுத்தப்படுத்துவதற்கு காந்தி அழுத்தம் கொடுத்தது வெறுமனே அரசியலில் பங்கேற்பதை மட்டுமே சார்ந்திராமல், உழைப்பில் பங்கேற்பதன் ஊடாக ஜனநாயகத்தை முன்வைப்பதற்கான முயற்சியாகிறது. (நான் இந்த எடுத்துக்காட்டை மீண்டும் முன்வைப்பதற்குக் காரணம், மேலோங்கிய சாதியைச் சேர்ந்தவர்கள், தங்களுடைய அன்றாட வாழ்க்கையில், தங்களுடைய சொந்தக் கழிப்பறையைத் தாங்களே சுத்தம்செய்வதைக்கூட மிகவும் அசுத்தமான செயலாகப் பார்ப்பதோடு மட்டுமல்லாமல், அதைக் குறிப்பிட்ட உழைக்கும் வர்க்கத்தைச் சேர்ந்தவர்கள் செய்ய வேண்டியதாகவும் பார்த்துவருகிறார்கள். இந்தக் குடும்பங்களைச் சேர்ந்த பிள்ளைகளின் மனதில் இந்தப் பாடம் மிகச் சிறு வயதிலேயே மிகத் திடமாகப் பதிக்கப்படுகிறது.) உழைப்புக்கு எதிரான எதிர்வினையே ஜனநாயகத்தன்மையற்ற சமூகத்தைப் படைக்கிறது.

இந்தச் சமத்துவமின்மையை எதிர்கொள்ளாமல், வெறுமனே அரசியலில் பங்கேற்பதன் ஊடாக மட்டுமே ஜனநாயகத்தை உருவாக்க முடியும் என்ற அனுமானம் அடிப்படையிலேயே தவறானதாகும்.

உழைப்பு சார்ந்த சமகால நடைமுறைகளில், இரண்டு ஜனநாயகத்தன்மையற்ற அம்சங்கள் காணப்படுகின்றன. ஒன்று, சமூகத்தில் சிலரால் செய்யப்படும் உழைப்பு நடைமுறைகளை மற்றவர்கள் செய்ய மறுப்பது. இதற்கு சாதி, வர்க்கம் ஆகிய இரண்டு முறைமைகளும் சிறந்த எடுத்துக்காட்டுகள். மேல் மற்றும் இடைநிலைச் சாதிகளைச் சேர்ந்தவர்கள் தலித்துகள் செய்யக்கூடிய உழைப்பு என்று சொல்லப்படுவதைச் செய்ய மறுக்கிறார்கள். சமூகத்தில் ஜனநாயகமற்ற சிந்தனைகளை உருவாக்குவதோடு உழைப்பு என்ற கருத்து மிக நெருக்கமாக இணைந்திருப்பதையே துப்புரவுப் பணி சார்ந்த உழைப்பு எடுத்துக்காட்டுகிறது. மறுபுறம், ஏழைகள் மற்றும் ஒதுக்கப்பட்டவர்களின் எல்லைக்கு அப்பாலான உழைப்புகள் என்று சில இருக்கின்றன — இவற்றின் தோற்றம் சார்ந்து எத்தகைய தகுதிகளையும் இவை கொண்டிருக்கவில்லை என்றாலும்கூட, இவை 'கல்வித் தகுதி' சார்ந்தவையாக இருக்கின்றன. சொல்லப்போனால், இப்படியான தகுதிகள் அறிதிறனார்ந்த திறமையாகப் பெரும்பாலும் முன்வைக்கப்படுகின்றன என்றாலும்கூட, இவை சமூகக் கட்டமைப்பு மற்றும் முன்தீர்மானங்களால் உருவாக்கப்பட்டவையாக இருந்துவருகின்றன. தகுதியும் திறனும், குறிப்பாக, திரும்பத்திரும்ப முன்வைக்கப்படும் தகுதி என்ற சொல்லணி உண்மையில் அறிதிறன் சார்ந்திராமல், சமூகக் கருத்தாக்கமாகவே முன்வைக்கப்படுகிறது. இது இரண்டு பின்னடைவுகளை உருவாக்குகிறது: வறுமையில் இருப்பவர்களும் ஒதுக்கப்பட்டவர்களும் அவர்கள் சிக்கிக்கொண்டிருக்கும் உழைப்பிலிருந்து வெளியேற முடிவதில்லை. அதனால், 'மற்றவர்கள்' செய்ய மறுக்கும் உழைப்பை அவர்கள் தொடர்ந்து செய்ய வேண்டியுள்ளது. அதே சமயத்தில், பேரவா கொண்ட வர்க்கங்களுக்கான செல்வங்களைப் படைக்கும் உழைப்பை, கல்வித் தகுதி, திறன் என்பதன் பெயரால் இயங்கும் சமூக விதிமுறைகளால் கைக்கொள்ள முடியாமல்போகிறது. உழைப்போடு ஜனநாயகம் உள்ளார்ந்து இணைந்திருப்பதால், சகோதரத்துவம் என்ற பெரும் உணர்வு கொண்டு சமூக நடைமுறைகள் உழைப்பை எதிர்கொள்ள வேண்டியுள்ளது. இல்லையென்றால், உண்மையான ஜனநாயகச் சமூகத்தை அடைவதற்கு உழைப்பு பெரும் தடையாக இருக்கும் என்றே முன்வைக்க விரும்புகிறேன். ஜனநாயகம் குறித்த உண்மை எதுவாக இருந்தாலும், உழைப்போடு ஜனநாயகம் கொண்டிருக்கும் உறவை மறுபரிசீலனை செய்வதன் ஊடாகவே நாம் அதைக் கண்டுணர்ந்துகொள்ள முடியும்.

இரண்டு சக்திவாய்ந்த புலங்கள், சமகாலச் சமூகத்தில் ஜனநாயகச் செயற்பாங்கின் முதுகெலும்பாக இருக்கின்றன: அறிவியல் மற்றும் தொழில்நுட்பமும் மதமும். தொழில்நுட்பத்தால் தாக்கம் பெற்றிருக்கும் உலகில் நாம் வாழ்ந்துவருகிறோம். உலக அளவிலான அரசியலில் மதம் மேலும் முக்கியப் பாத்திரம் பெற்றுவருவதையும் நாம் பார்த்துக்கொண்டிருக்கிறோம். இந்தியாவில், எப்போதுமே மதம் அன்றாட வாழ்க்கையின் பகுதியாகவே இருந்துவருகிறது. அறிவியல் மற்றும் தொழில்நுட்பத்தோடு இன்று உழைப்பு நெருக்கமாக இணைக்கப்பட்டுள்ளது. இவ்விரண்டு புலங்களும் ஜனநாயக நடைமுறைகளோடு எவ்வாறு உறவுகொள்கின்றன? ஜனநாயகபூர்வமான சமூக வாழ்க்கை சாத்தியப்பட வேண்டுமென்றால், அன்றாட வாழ்க்கையின் ஒவ்வொரு புலமும் அதன் இயல்பில் ஜனநாயகபூர்வமாக இருக்க வேண்டும் என்ற என்னுடைய வாதத்தின் விளைவுகள் இவ்விரண்டு புலங்களிலும் என்னவாக இருக்க முடியும்? இவ்விரண்டு புலங்களும் ஜனநாயகபூர்வமான சமூக வாழ்க்கையை உருவாக்குவதற்குத் தடையாக இருக்கின்றனவா அல்லது அதைச் சாத்தியப்படுத்துவதற்கென்று தனித்துவமான பலங்களைக் கொண்டிருக்கின்றனவா?

அறிவியல் மற்றும் தொழில்நுட்பமும் ஜனநாயகமும்

நவீனச் சமூகங்கள் அறிவியல் மற்றும் தொழில்நுட்பங்களின் பிம்பங்களாக மாற்றி அமைக்கப்பட்டிருக்கின்றன. இன்று உலகளாவிய தொழில்நுட்ப வலைப்பின்னலின் பகுதியாக இல்லாத சமூகங்கள் என்று எதுவுமில்லை. இருப்பினும், இப்படியான சமூகங்களெல்லாம் அறிவியல்ரீதியான நவீனச் சமூகங்களாக இருக்க வேண்டும் என்ற அவசியமேதுமில்லை. ஏனெனில், இவற்றின் சமூக நடைமுறைகள் மரபானவையாகத் தொடர்ந்துகொண்டிருக்க முடியும். பல மதரீதியான செயல்பாடுகளில் இன்று தொழில்நுட்பத்தைப் பயன்படுத்துவது என்பது அறிவியலோடு தொடர்புபடுத்தப்படும் விழுமியங்களுக்கும் மரபு மற்றும் மதத்தோடு தொடர்புபடுத்தப்படும் விழுமியங்களுக்கும் இடையேயான இசைவற்ற தன்மைக்கான மிகச் சிறந்த எடுத்துக்காட்டு. இந்த விவாதத்தின் விவரங்களுக்குள் போகாமல் சொல்வதென்றால், அறிவியலுக்கும் மதத்துக்கும் இடையேயான மோதல் நாடகத்தன்மையில், அரசியல் வெளியில்தான், அதிலும் குறிப்பாக ஜனநாயக அரசியலில்தான் அரங்கேற்றப்படுகிறது என்று மட்டுமே இங்கே சுட்டிக்காட்ட விரும்புகிறேன். ஜனநாயகத்தின் மீது கவனம் குவித்திருப்பதால், இவ்விரண்டு புலங்களுக்கும் ஜனநாயகத்துக்கும் இடையேயான உறவை

அரசாங்கம் சார்ந்த, சமூக வாழ்க்கை சார்ந்த கருத்தோடு மட்டும் என்னை மட்டுப்படுத்திக்கொள்கிறேன்.[10]

அறிவியலார்ந்த அறிவு மற்றும் உண்மை என்ற கருத்தமைவுகள் வெகுஜனப் பண்பாடுகளில் அறிவு மற்றும் உண்மை குறித்துப் பெருமளவு செல்வாக்கு செலுத்திவருகின்றன என்று சொன்னால் அது மிகையாகாது. ஜனநாயகம் என்பது சமூகம் குறித்தானது என்ற அம்பேத்கரின் நிலைப்பாட்டை நாம் ஏற்றுக்கொள்வோம் என்றால், அறிவியல் மற்றும் தொழில்நுட்பம் செல்வாக்கு செலுத்தும் சமூகம், ஜனநாயகம் குறித்த சமகாலப் புரிதல்களிலும் செல்வாக்கு கொண்டிருக்கும் ஒன்றாகவே இருக்க முடியும். எல்லாவற்றையும்விட அறிவியலையும்கூட நாம் சமூகச் செயற்பாங்கானதாகப் பார்க்க வேண்டியுள்ளது. இது சமூகத்தால் அங்கீகரிக்கப்பட்டதாக இருப்பதோடு, பெருமளவு அரசாங்கத்தால், பொதுப் பணத்தால் ஊக்குவிக்கப்படுவதாகவும் இருந்துவருகிறது. இன்று எல்லாச் சமூகங்களிலும் அறிவியல் கற்பித்தல் என்பது கல்வித் திட்டத்தின் மையமாக மாறியிருக்கிறது. ஆக, ஒரு தனிநபர் மீது அவரது குழந்தைப் பருவத்திலிருந்தே அறிவியலார்ந்த கற்பனைகள் பெரும் செல்வாக்கு செலுத்திவருகின்றன. ஒவ்வொரு நாட்டின் ராணுவத் திட்டங்களிலும் அறிவியல் உள்ளார்ந்த பகுதியாக இருந்துவருகிறது. இப்படியாகவே இது தேசியவாதம் என்ற சொல்லணியில் மறைமுகமாகச் செல்வாக்கு செலுத்திவருகிறது. உலக அளவில், அறிவியலுக்காக ஒதுக்கப்படும் அரசாங்கத் தொகையில் சராசரியாக 40 முதல் 50 சதவீதம் வரை ராணுவத் திட்டங்களுக்குத்தான் பயன்படுத்தப்படுகின்றன.[11] இப்போது தனியார் தொழில் நிறுவனங்களை இயக்குவதற்கு அவசியமான என்ஜினாகவும் இது இருந்துவருகிறது. இன்று, அறிவியலுக்காகச் செலவிடப்படும் பணத்தில் பெரும்பகுதி பாதுகாப்புத் துறைகளுக்காக ஒதுக்கப்படும் பணத்திலிருந்தும், மருந்துத் தொழில், வேதிய அறிவியல்கள், செயற்கை நுண்ணறிவு போன்ற துறைகளில் செயல்படும் தனியார் முதலாளிகளிடமிருந்தும்தான் வருகின்றன.

10 அறிவியலின் இயல்பு குறித்த பொதுவான அறிமுகத்துக்குப் பார்க்கவும்: *Sundar Sarukkai, 'What Is Science?'' (Delhi: National Book Trust, 2012).* [இந்த நூல் 'அறிவியல் என்றால் என்ன: ஓர் தத்துவார்த்த வாசிப்பு' என்று தமிழில் வெளிவந்துள்ளது. தமிழாக்கம்: சீனிவாச ராமாநுஜம்.]

11 பார்க்கவும்: *Congressional Research Service, 'Government Expenditures on Defense Research and Development by the United States and Other OECD Countries: Fact Sheet, 28 January 2020 (available at: https://bit.ly/3qrlHe5; last accessed on 2 September 2022); and Ministry of Science & Technology, Government of India, Research and Development Statistics 2019–20', December 2020 (available at: https://bit.ly/3Rgr6Bh; last accessed on 2 September 2022).*

கடந்த சில பத்தாண்டுகளில் அறிவியலின் இயல்பு முற்றிலும் மாறியுள்ளது. அதிலும் குறிப்பாக, எண்ணிமத் தொழில்நுட்ப வளர்ச்சிக்குப் பிறகு பெருமளவு மாறியுள்ளது. இது உலக அளவிலான ஜனநாயக நடைமுறைகளில் பெரும் பாதிப்பை ஏற்படுத்திவருகிறது. ஸ்மார்ட்ஃபோன் மற்றும் தகவல் தொடர்புத் தொழில்நுட்பங்களின் பரவலாக்கம், இதுவரை அறிவியலார்ந்த வளர்ச்சிக்கு வெளியே இருந்த வர்க்கங்களுக்குள்ளும் ஊடுருவுவதை எண்ணிமப் புரட்சி சாத்தியப்படுத்தியுள்ளது. சுதந்திரத்துக்குப் பிந்தைய இந்தியாவின் அரசியலும் ஆட்சிமையும் எப்போதும் அறிவியல்கள் மேல் ஈடுபாடு கொண்டதாகத்தான் இருந்தன. ஆனால், இப்போது அறிவியலை மையப்படுத்தும் ஒன்றாக மாறியிருக்கிறது: நேரடியாக அறிவியல் மற்றும் தொழில்நுட்பத்தோடு தொடர்பில்லாத விஷயங்களிலும்கூட அறிவியலாளர்கள் குழுமத்தைச் சேர்ந்தவர்கள் அரசாங்க ஆலோசகர்களாக இருக்கிறார்கள். தனியார் நிறுவனங்கள் அறிவியல் ஆராய்ச்சிகளை ஊக்குவிக்கும் விதமாக முதலீடு செய்யும் பணத்தின் அளவும் அதிகரித்துவருகிறது. இது அரசுக்கும் அறிவியல் நிறுவனங்களுக்கும் இடையேயான உறவின் உருவரையை மாற்றியமைப்பதாக இருக்கிறது.

எண்ணிமத் தொழில்நுட்பம், குறிப்பாகச் சமூக வலைதளம், ஜனநாயகத்தோடு தொழில்நுட்பம் கொண்டிருக்கும் உறவின் மீதான அக்கறையைத் திடீரென்று மீட்டெடுத்திருக்கிறது. தொழில்நுட்பத்துக்கும் ஜனநாயகத்துக்கும் இடையேயான உறவு உள்ளார்ந்த இறுக்கத்தைக் கொண்டிருக்கிறது. ஏனெனில், கண்காணிக்கும் தொழில்நுட்பங்களும் அந்தரங்கத் தகவல்களைத் திரட்டுவதற்கு உதவக்கூடிய தொழில் நுட்பங்களும் அடக்குமுறையிலான அரசாங்கங்களுக்குப் பெரும் உதவியாக இருந்துவருகின்றன. மேலும், சமூக ஊடகங்கள் ஜனநாயகரீதியான மாற்றத்துக்கான முகமையாக இருக்க முடியும் என்று தொடக்கத்தில் காணப்பட்ட உற்சாகங்கள் இப்போது வடிந்திருப்பதுபோல் தெரிகிறது. இப்படியான தொழில்நுட்பங்கள் நாட்டின் ஜனநாயக நிலமையில் ஏற்படுத்தும் பாதிப்புகளை மிகக் கவனமாகச் சீர்தூக்கிப் பார்க்கும் போக்கு இப்போது தென்படுகிறது. சக்திவாய்ந்த இந்தத் தொழில்நுட்பங்கள் எல்லாமும் ஏறக்குறைய தனியார் நிறுவனங்களால் உருவாக்கப்படுகின்றன. பெரும் செல்வமும் அதிகாரமும் கொண்டிருக்கும் தனிநபர்கள் அல்லது குழுமங்களே இந்த நிறுவனங்களின் உரிமையாளராக இருக்கிறார்கள். ஆக, பெரும் அதிகாரத்தைக் கொண்டிருக்கும் இப்படியான சிறு குழுமங்கள் அல்லது அவர்களது தொழில் நிறுவனங்கள் உண்மையிலேயே ஜனநாயகபூர்வமாக இருக்க முடியும் என்றோ அல்லது அவர்களது செயல்பாடுகளின் ஊடாக ஜனநாயகத்தை ஊக்குவிப்பார்கள் என்றோ எதிர்பார்ப்பது உள்ளார்ந்த முரண்பாட்டைக் கொண்டிருப்பதாகிறது. தங்களுடைய

தொழில்நுட்பங்களின் ஊடாக ஜனநாயகத்தை ஊக்குவிப்பதாகச் சொல்லிக்கொள்ளும் பன்னாட்டு நிறுவனங்களே, சமூகங்களில் ஜனநாயகம் எப்படியாகச் செயல்பட வேண்டுமோ அப்படியான வழியில் ஜனநாயகபூர்வமானவையாக இருப்பதில்லை.

அதே சமயத்தில், அறிவியல் மற்றும் ஜனநாயகத்துக்கு இடையேயான இணைபு மீண்டும் கண்டுணரப்படுகிறது. குறிப்பாக, இதை வடஅமெரிக்காவில் ட்ரம்ப் ஆட்சியின்போது பார்த்தோம். ட்ரம்பின் தான்தோன்றித்தனமான அறிவிப்புகளுக்கு எதிர்வினையாற்றும் விதமாக, ஏறக்குறைய அறிவியலாளர்கள் எல்லோரும் ஒன்றுசேர்ந்து, அறிவியல்பூர்வமானதாக ஆட்சிமை இருக்க வேண்டிய தேவைக்கு அழுத்தம் கொடுத்தார்கள். இந்தக் கதையாடலின் பகுதியாக, அறிவியலுக்கும் ஜனநாயகத்துக்கும் இடையேயான உறவு குறித்துத் திரும்பத்திரும்ப நமக்கு நினைவூட்டப்பட்டன. ஜனநாயகம் ஒரு அரசியல் முறைமையாக அங்கீகரிக்கப்பட்டாலும், அறிவியலார்ந்த நடைமுறைகள் ஜனநாயகரீதியான பண்புகளைக் கொண்டிருப்பதாகக் குறிக்கப்படுகிறது. இதில் ஒரு பண்பு – அதாவது, அதிகாரத்தைக் கேள்விகேட்கும் பண்பு – ஜனநாயகமும் அறிவியலும் கொண்டிருக்கும் பொதுப் பண்பாகிறது. அறிவியல் அதன் நடைமுறையில், அதிகாரத்துவமிக்க அறிவைக் கேள்விகேட்பதற்கான உந்துதலை அதன் மையமாகக் கொண்டிருக்கிறது என்பது என்னவோ உண்மைதான். ஆனாலும், திரும்பத்திரும்ப முன்வைக்கப்படும் தாமஸ் கூனின் வார்த்தைகளில் சொல்வதென்றால், ஒரு நடைமுறையாக அறிவியல் அதனை ஆட்சிசெய்யும் சட்டகங்களுக்குக் கட்டுப்பட்டுதான் இன்னமும் இயங்கிக்கொண்டிருக்கிறது. இன்று எது முக்கியமான அறிவியல் என்பது மேற்கோள்கள் அடிப்படையிலும் கல்விப்புலத்தில் ஏற்படுத்தும் தாக்கத்தின் அடிப்படையிலுமே மதிப்பிடப்படுகிறது. செயற்கை நுண்ணறிவு, மருந்துத் தொழில், வேதியியல் போன்றவற்றுக்குப் பின்னால் தனியார் துறைகள் ஓடிக்கொண்டிருக்கின்றன, இந்தத் துறைகளை வளர்த்தெடுக்கின்றன. அடிப்படையில் எல்லா அறிவியல்களும் ஏதோ ஒரு விதத்தில் அதிகாரத்துக்கு எதிரானவை என்ற கருத்து பொய்யானது.

இருப்பினும், ஜனநாயகத்தோடு பொதுவாக இணைக்கப்படும் அறிவியல் நடைமுறையின் மற்றொரு அம்சமும் உள்ளது. இது பகுத்தறிவார்ந்த கதையாடலோடு – அதாவது, ஆதாரங்களின் அடிப்படையில் முடிவுகளுக்கு வருவது, மறுக்கப்படுவதற்குத் திறந்த தன்மை கொண்டிருப்பது – தொடர்புடையதாக இருக்கிறது. அறிவியல் குறித்த லட்சிய பிம்பம் மட்டுமல்லாமல் அதன் அன்றாட நடவடிக்கைகளும் இப்படியாகத்தான் இருக்கிறது. இப்படியாக

விவரிப்பதில் சில உண்மைகளும் இருக்கத்தான் செய்கின்றன. அறிவியலார்ந்த நடைமுறைகளில் வாதங்களை முன்வைப்பது, ஆதாரங்களை நிரூபித்துக்காட்டுவது, ஒருவர் கொண்டிருக்கும் பார்வை குறித்து மாற்றுக் கருத்துக்கான வெளியை உருவாக்குவது போன்றவற்றுக்கான அழுத்தங்கள் உள்ளன. இப்படியான பண்புகளில் பல, அதாவது எதிர்ப்பு மற்றும் மாற்றுக் கருத்துகளுக்கு முக்கியத்துவம் கொடுப்பது, ஆதாரங்களின் அடிப்படையில் அரசாங்கக் கொள்கைகளை வடிவமைப்பது, உள்ளமைகளைச் சரியாகப் பயன்படுத்துவது போன்றவை எல்லாம் ஜனநாயக நடைமுறைகளாகவும் இருக்கின்றன. பொதுநலக் கொள்கைகளை வடிவமைப்பதில், அதாவது பொதுநலச் சுகாதாரம் அல்லது சூழலியல் துறைகள் போன்றவற்றில் அறிவியலைப் பயன்படுத்த வேண்டும் என்ற முன்வைப்பு அறிவியலுக்கும் ஜனநாயகத்துக்கும் இடையேயான ஊடாட்டத்தை மீட்டெடுப்பதாக இருக்கிறது. அறிவியல் நடைமுறைகளில் நேர்மை, நாணயம், கடின உழைப்பு, உண்மைக்கு உறுதியாய் இருப்பது போன்ற பண்புகளெல்லாம் லட்சியப் பண்புகளாக இருக்கின்றன. ஒரு ஜனநாயகச் சமூகத்தில் எந்த ஒரு அரசாங்கத்துக்கும் இந்தப் பண்புகள் மிகவும் அவசியமாகின்றன. விமர்சனங்களுக்குத் திறந்த மனதோடு இருப்பது, முடிவுகள் எடுப்பதற்கு அனுபவபூர்வமான அறிவைப் பயன்படுத்துவது போன்ற அறிவியல் நடைமுறைகள் ஆட்சிமைக்கும் மிகவும் பயன்தரக்கூடியவையாக இருக்கின்றன. ஆகவேதான், உலகில் எங்கெல்லாம் ஜனநாயகம் ஆபத்துக்குள்ளாகிறதோ அங்கெல்லாம் ஜனநாயக இயக்கங்களோடு அறிவியலாளர்கள் தங்களை இணைத்துக்கொண்டு குரல்கொடுப்பதில் நாம் ஆச்சரியப்படுவதற்கு ஏதுமில்லை. இருப்பினும், அறிவியலுக்கும் ஜனநாயகத்துக்கும் இடையே உள்ளார்ந்த இறுக்கமும் இருக்கத்தான் செய்கிறது. கோவிட்-19 பெருந்தொற்றுக் காலத்தில் இந்த இறுக்கம் மிகத் தெளிவாக வெளிப்பட்டதைப் பார்த்தோம்.

அறிவியலார்ந்த குழுமம் எப்போதும் பிரத்யேகமான குழுமமாகவே இருந்துவருகிறது. இந்தப் பிரத்யேக இயல்பு வர்க்கம், சாதி அல்லது பாலினம் சார்ந்து மட்டுமே இருக்க வேண்டும் என்றில்லை – இப்படியான பாகுபாடுகள், குறிப்பாக இந்தியாவில், அறிவியலார்ந்த உலகத்தின் பகுதியாக எப்போதும் இருந்துவருகிறது என்றபோதும். இங்கே பிரத்யேகத்தன்மை என்பது பெருமளவு அறிதிறனார்ந்த அளவுகளைச் சார்ந்திருக்கும் ஒன்றாகிறது. அறிவியலார்ந்த தகுதி ‘ஜனநாயகத்தன்மையிலான’ என்று எதையும் கொண்டிருக்கவில்லை. அறிவியலில் சிறந்து விளங்குவது என்பது வெகுசிலருக்கு மட்டுமே சாத்தியப்படக்கூடிய சிறப்புரிமையாக இருந்துவருகிறது. அறிவியலில் காணப்படும் போட்டிப் பண்பாடு, பல விஷயங்களில் பிரத்யேகமான நடைமுறைகளை ஒரு தனிநபரிடம் சிறு வயதிலிருந்தே, அதாவது

தொடக்கப் பள்ளிகளிலிருந்தே தொடங்கிவைக்கிறது. அறிவியலில் காணப்படும் மதிப்பீட்டு முறைமைகள் பெரும்பாலான மக்களை வெளியே வைக்கும் விதமாகச் சில வகையான திறமைகளுக்கு மட்டுமே முக்கியத்துவம் கொடுப்பதாகவும் இருந்துவருகிறது.

இது அதனளவில் பிரச்சினைக்குரியதாக இல்லை. அறிவியலார்ந்த அறிவு என்பதற்குக் கொடுக்கப்படும் அர்த்தமே, குறிப்பாகச் சமூகப் புலங்களில் அதன் பயன்பாடு சார்ந்து முன்வைக்கப்படுவதுதான் பிரச்சினைக்குரியதாகிறது. இந்த அறிவு பெரும் நிபுணத்துவம் கொண்டதாக இருப்பதோடு, அறிவியலில் ஒவ்வொரு உட்துறைகளிலும் உள்ள மிகச் சிறிய குழுமகத்தைச் சேர்ந்தவர்களால் மட்டுமே இதைப் புரிந்துகொள்ளவும் முடிகிறது. அறிவியல் துறைகளில் காணப்படும் அதிநிபுணத்துவ அறிவு, மிகக் குறைவானவர்களால் மட்டுமே புரிந்துகொள்ளக்கூடிய, அர்த்தப்படுத்தக்கூடிய பிரத்யேகப் புலங்களாகப் பெருகிக்கொண்டு இருக்கின்றன. இதில் நாம் கவலைப்பட வேண்டிய விஷயம் என்னவென்றால், இந்த அறிவு பெரும்பான்மை மக்களால் அணுக முடியாததாக இருப்பதோடு, இந்த அறிவைப் 'புரிந்துகொள்வதற்கான' அறிதிறனார்ந்த ஆற்றலை அவர்கள் கொண்டிருக்கவில்லை என்பதாகவும் நம்பப்படுகிறது. ஆக, எல்லா மக்களின் கருத்துகளைக் கேட்பதுதான் ஜனநாயகத்தின் அடிப்படையான பண்பாக இருக்குமென்றால், அறிவியலின் இயல்பு அதன் தொடக்கத்திலிருந்தே இதற்கு ஒத்துப்போகக்கூடியதாக இல்லை. மேலும், அறிவியலார்ந்த அறிவுக்கும் பிற சித்தாந்த முறைமையிலான வடிவங்களுக்கும் இடையேயான வேறுபாடு என்னவென்றால், கொள்கை அளவில் அறிவியலார்ந்த அறிவு நிலைநாட்டப்படுவதில்லை. அது ஏதோ ஒரு அர்த்தத்தில் 'நிரூபிக்கப்பட' வேண்டியதாக இருக்கிறது. ஆக, அறிவியலின் ஜனநாயகரீதியான உந்துதல் என்பது, அது கோரும் அறிவை மற்ற எல்லோரும் ஏற்றுக்கொள்ளவைக்க முயல்வதிலிருந்தே தோன்றுகிறது. ஜனநாயகத்தோடு அறிவியல் கொண்டிருக்கும் ஊடாட்டத்தின் வெற்றியும் தோல்வியும் இப்படியான முயற்சியில்தான் அடங்கியுள்ளது. இதைப் பரவலாக்குவதற்கு வெகுஜன அறிவியல் எழுத்துகள் ஒரு வழியாகிறது என்றாலும் — அறிவியல் குறித்து சில சொல்லணிகளை வளர்த்தெடுப்பதற்கும் இது காரணமாக இருக்கிறது என்றாலும் — அறிவியல் அறிவை ஜனநாயகபூர்வமானதாக இதனால் மாற்ற முடியவில்லை. பொதுமக்களை மறந்துவிடுங்கள் — பள்ளிகளில் 'அறிவியல் செய்யக்கூடிய' மாணவர்களுக்கும் அறிவியல் செய்ய முடியாத மாணவர்களுக்கும் இடையே காணப்படும் ஆழமான பிளவைக்கூட இதனால் கடக்க முடியவில்லை. சமூகத்தில் மிகச் சிறிய குழுமகம் ஒன்றே அறிவியல் அறிவை உற்பத்திசெய்கிறது. இதைச் செய்வதற்கான சாத்தியப்பாடும், அதன் முறைகளும்கூட அந்தச் சிறிய

குழுமகத்துக்கானதாகக் கட்டுப்படுத்தப்படுகிறது. அறிவியல் அறிவை ஜனநாயகப்படுத்துவதற்கான முயற்சிகளெல்லாம் பெரும்பாலும் அறிவில்லாதவர்களிடம் பேசுவதாக மாறிவிடுகிறது. பெருந்தொற்றுக் காலத்தில் பொதுநலச் சுகாதாரம் குறித்து நடத்தப்பட்ட பொது விவாதங்களில் இதைப் பார்க்க முடிந்தது — அதிகாரத்துவமிக்க தொழில் நிறுவனங்களின் துணையோடு அரசும் உலகளாவிய அதிகாரமும் சாதாரண மக்களை அறிவில்லாதவர்களாக ஆக்கியது.

அறிவியலுக்கும் ஜனநாயகத்துக்கும் இடையேயான உறவு உண்மையின் இயல்பைச் சார்ந்திருப்பதாகிறது. உண்மை என்பது கலந்துரையாடி முடிவு எடுக்க முடியாததாக இருக்குமென்றால், அது எல்லோராலும் ஏற்றுக்கொள்ளப்படும் வெறும் உள்ளமை குறித்த கூற்றாகத்தான் இருக்க முடியும். அறிவியல் முன்வைக்கும் ஒரு குறிப்பிட்ட உண்மையை ஒருவர் ஏற்றுக்கொள்ளவில்லை என்றால், அந்த ஒருவரோடு கலந்துரையாடி அவருக்கு அறிவியலாளர் விளக்க வேண்டியுள்ளது. முந்தைய காலங்களில் இது சாத்தியப்பட்டிருக்கலாம் என்றாலும், இப்போதும் இவ்வாறு செய்வது உண்மையிலேயே சாத்தியமில்லாமல் இருக்கிறது. அறிவியல் மிக வேகமாக மாறிவிட்டது. உற்பத்திசெய்யப்படும் அறிவியல் அறிவு செங்குத்தாக வளர்ந்துகொண்டிருக்கிறது. எவ்வளவு ‘புதிய’ அறிவியல் அறிவுகள் உற்பத்திசெய்யப்படுகின்றன என்பதற்கு, பிரசுரிக்கப்படும் அறிவியல் ஆய்வுக் கட்டுரைகள் அளவுகோலாக இருப்பதால் ஒவ்வொரு வருடமும் லட்சக்கணக்கான ஆய்வுக் கட்டுரைகள் பிரசுரிக்கப்படுவது குறித்து நாம் அறிந்துகொள்ள வேண்டியுள்ளது — இப்போது வருடத்துக்கு எண்பது லட்சம் ஆய்வுக் கட்டுரைகள் பிரசுரிக்கப்படுகின்றன. ஒவ்வொரு ஆய்வுக் கட்டுரையும் ‘புதிய’தாக ஏதோ ஒன்றை முன்வைப்பதாக எடுத்துக்கொள்வோம் என்றால், அறிவியல் எந்த அளவுக்கான அறிவை முன்வைப்பதாகக் கோருகிறது என்பதைக் கற்பனை செய்துபாருங்கள். நினைத்துப்பார்க்க முடியாத அளவிலான இந்தப் ‘புதிய’ அறிவு எப்படியான அறிவாக இருக்க முடியும்? இந்த அறிவு எல்லாமும் சாதாரண மக்களுடைய பார்வைக்கு வெளியே இருப்பதோடு, பெரும்பாலான கட்டுரைகள் பிற துறைகளில் உள்ள அறிவியலாளர்கள் புரிந்துகொள்ளும், மதிப்பீடு செய்யும் ஆற்றலுக்கு அப்பாற்பட்டவையாக இருந்துவருகின்றன.

தனியார் நிறுவனங்களும் இப்படியான உற்பத்தியின் பகுதியாக இருந்துவருகின்றன. ஆனால், கொள்கை அளவில் இவர்கள் படைக்கும் அறிவு ரகசியமாக வைக்கப்படுவதோடு, அறிவுசார் சொத்துரிமைச் சட்டங்களால் பாதுகாக்கப்பட்டவையாகவும் இருக்கின்றன. பாதுகாப்புத் துறைகள், வேதியியல் மற்றும் மருந்து உற்பத்தி, தகவல்தொடர்பு போன்ற நிறுவனங்களெல்லாம் அறிவைப் பெருமளவில்

உற்பத்திசெய்துவருகின்றன. இவற்றில் பெரும்பாலானவை பொதுமக்கள் அணுகக்கூடிய தளத்தில் இருப்பதில்லை. இதற்கு அறிவுசார் சொத்துரிமைச் சட்டங்கள் மட்டுமே காரணமில்லை. அறிவின் நிபுணத்துவ இயல்பும் இதற்கு முக்கியக் காரணமாகிறது. இப்படியாக உற்பத்திசெய்யப்படும் அறிவு வெள்ளத்தில், குடிநபர்களோடு உரையாடல் நடத்துவது என்ற லட்சியம் காணாமல்போகிறது. முரண்நகையாக, இன்று அறிவியலும் சித்தாந்தம்போல்தான் செயல்படுகிறது — அதன் கோரல்களைத் தீர்மானமாக முன்வைத்து, குடிநபர்கள் மீது அதைச் சுமத்துகிறது. அரசோடு அறிவியல் கொண்டிருக்கும் பிரச்சினைக்குரிய உறவு குறித்தோ அல்லது பொருளாதாரத்தோடும் ராணுவ நலன்களோடும் அது கொண்டிருக்கும் உறவு குறித்தோ மக்கள் ஏதேனும் கேள்விகள் கேட்டால் அவர்கள் தேச விரோதிகளாகவும் இன்னும் மோசமாகவும் சித்தரிக்கப்படுகிறார்கள்.

அறிவியல் உண்மை, அரசியல் உண்மையிலிருந்து இவ்வளவு வேறானதாக இருப்பதற்குக் காரணம் இவற்றின் இயல்பே. அறிவியலார்ந்த உண்மை என்பது பெருமளவு இயற்கை உலகம் அல்லது பொருளார்ந்து உற்பத்தி செய்யப்படும் உலகம் குறித்த அறிவாக இருக்கிறது. கலந்துரையாடுதல், சுயம்-துறத்தல், அல்லது பிரதிநிதித்துவம் என்று எதையுமே அறிவியல் கொண்டிருக்கவில்லை. ஆனால், இவையெல்லாம் ஜனநாயகச் செயல்பாட்டின் குணாம்சங்களாக இருக்கின்றன. இவையெல்லாம் அரசியல் உண்மையின் குணாம்சங்களாகின்றன — புத்தகத்தின் பின்பகுதியில் இது குறித்து உரையாடவிருக்கிறேன். இதனால்தான், நாட்டில் உள்ள அறிவியல் நிறுவனங்களிலும்கூட ஜனநாயகத்தன்மை என்று ஏதும் இல்லாதது நமக்கு அதிர்ச்சி ஏதும் கொடுப்பதில்லை. இந்தியாவில் இப்படியான நிறுவனங்கள் பலவும் மண்டை கனத்து இருப்பதால், அறிவியல் நிர்வாகம் அதன் பங்குதாரர்கள் எல்லோரையும் ஜனநாயகபூர்வமாக உள்ளடக்க முடியாததால் பெரும் சவால்களைச் சந்திக்க வேண்டியுள்ளது. இவை பெரும்பாலும் சிறிய தன்னலக் குழுக்களாக இருப்பதோடு வட்டாரம், சாதி, பாலினம் என்று எல்லாத் தளங்களிலும் பிளவுபட்டதாகவும் இருக்கின்றன. பெரும் அறிவியல் திட்டங்களுக்கான நிதியுதவிகள் எப்படி அளிக்கப்படுகின்றன, எப்படி தணிக்கை செய்யப்படுகின்றன என்பதிலெல்லாம் எந்த வெளிப்படைத்தன்மையும் இல்லை. இப்படியான நடைமுறைகள் குறித்து கேள்வி ஏதேனும் கேட்டால் உடனடியாகப் பிற்போக்குவாதி, தேசவிரோதி, வலதுசாரி என்றெல்லாம் குற்றஞ்சாட்டப்படுகிறார்கள். இவை எதுவுமே ஜனநாயகத்தின் பண்பை முன்னிலைப்படுத்துவதாக இல்லை. அறிவியலாளர் அல்லாதவர்களால் — இவர்கள் சமூக அறிவியல்கள் போன்று பிற துறைகளில் நிபுணத்துவம் கொண்டவர்களாக இருந்தாலும்கூட — அறிவியல் சீர்தூக்கிப் பார்க்கப்படுவதில்லை. அதே

சமயத்தில், சமூகப் பிரச்சினைகள் குறித்தோ, அவற்றின் செயற்பாங்கு குறித்தோ அறிவு கொண்டிருக்கிறார்கள் என்பதால் அல்லாமல் அறிவியலாளர்களாக இருப்பதாலேயே இந்தப் பிரச்சினைகளுக்கு முடிவுகள் எடுப்பதில் இவர்கள் முன்வரிசையில் நிற்கிறார்கள். பரந்துபட்ட அர்த்தத்தில் சொல்வதென்றால், அறிவியலார்ந்த குழுமம், அவர்களுடைய இனக்குழுவைச் சேராதவர்களையெல்லாம் விலக்கிவைத்தே செயல்பட்டுக்கொண்டிருக்கிறது. இப்படி விலக்கிவைக்கும் நடைமுறைகள் எதுவும் ஜனநாயகத்தோடு அறிவியல் உள்ளார்ந்து உறவு கொண்டிருக்கிறது என்ற ஒருவரது நம்பிக்கையை ஊக்குவிப்பதாக இருக்க முடியாது.

அறிவியல் மற்றும் நம்பகத்தன்மை குறித்த தனது கட்டுரையில் ஸ்டீவன் ஷாபின், வரலாற்றுரீதியாக, அறிவு உற்பத்தியோடு தார்மீகம் இணைக்கப்பட்டிருந்தது என்று சுட்டிக்காட்டுகிறார்.[12] காலப்போக்கிலும் அதிக நிபுணத்துவமாக்களின் விளைவாக, அறிவியலாளர்கள் கொண்டிருக்க வேண்டும் என்று நாம் எதிர்பார்க்கும் தார்மீகக் குணங்களிலிருந்து அவர்கள் துண்டிக்கப்படுவது நடந்தேறியுள்ளது.[13] நம்பகத்தன்மை என்பது அறிவியலாளர், அரசியலாளர் இருசாராரும் பகிர்ந்துகொள்ளும் பொதுவான குணமாக இருக்கிறது. பொதுமக்கள் அறிவியலாளர்களுக்கு எதிர்வினையாற்றும் முறையில் ஏற்பட்டுவரும் பெரிய மாற்றத்தை ஸ்டீவன் ஷாபின் சுட்டிக்காட்டுகிறார்: அறிவியலாளர்கள் மீதான நம்பகத்தன்மையிலிருந்து விலகி அவர்கள் செய்வது குறித்துக் கேள்விகேட்கத் தொடங்கியிருக்கிறார்கள். இருபதாம் நூற்றாண்டில் எல்லாச் சமூகங்களிலும் எவ்விதமான வேறுபாடுகளும் இல்லாமல், பொதுமக்கள் அறிவியலாளர்கள் மீது கொண்டிருந்த நம்பகத்தன்மை குறைந்துகொண்டே வருகிறது. அறிவியல் ஆய்வுகளால் உந்தப்பட்டுப் பெரும் அழிவைத் தொடர்ந்து ஏற்படுத்திவரும் யுத்தங்கள் என்று மட்டுமல்லாமல் சுற்றுச்சூழல் மற்றும் தட்பவெப்ப நிலையில் ஏற்பட்டுவரும் அபரிமிதமான மாற்றங்கள் குறித்த பொதுமக்களின் புரிதலும் இப்படியான நகர்வுக்குப் பெருமளவு பங்காற்றிவருகின்றன.

அறிவியலார்ந்த நிபுணத்துவமும் தொழில்நுட்ப அறிவுமே அறிவியலாளர்களுக்கான அதிகாரத்தைக் கொடுப்பதாக ஷாபின் வாதிடுகிறார். ஆனால், அவர் எழுப்பும் முக்கியமான கேள்வி

12 *Steven Shapin, 'The Way We Trust Now: The Authority of Science and the Character of the Scientists' in Pervez Hoodbhoy, Daniel Glaser and Steven Shapin (eds), Trust Me: I Am a Scientist (London: British Council, 2004), pp. 42–63.*

13 *தார்மீகத்திலிருந்து நவீன அறிவியல் எவ்வாறு அதனைத் துண்டித்துக்கொண்டது என்பது குறித்த விரிவான வாசிப்புக்குப் பார்க்கவும்: Sundar Sarukkai, 'Science and the Ethics of Curiosity', Current Science 97(6) (2009): 756–67.*

இதுதான்: இப்படியான நிபுணத்துவங்கள் மட்டுமே மக்களுடைய நம்பகத்தன்மைக்குக் கொண்டுவிடுவதாக இருக்க முடியுமா? இந்த உறவில் அவர் மூன்று அம்சங்களை அடையாளம் காண்கிறார். முதலில் ஒருவர் உண்மையிலேயே நிபுணத்துவம் கொண்டவராக இருக்கிறார் என்று நாம் நம்ப வேண்டியுள்ளது. ஆனால், அறிவு அந்த அளவுக்குத் தனித்தறிவாக மாறியுள்ளதால், நாம் இதைத் திடநம்பிக்கையின் அடிப்படையிலேயே அணுக வேண்டியுள்ளது. இரண்டாவதாக, ஒவ்வொரு துறையிலும் பல நிபுணர்கள் இருக்கிறார்கள் (குறிப்பாக, மனித உடல் மற்றும் மானுடச் சமூகங்கள் குறித்த அறிவியலார்ந்த அறிவைப் பொறுத்தமட்டில் இப்படியாகத்தான் இருக்கிறது). மேலும், அதிகாரத்தை நிலைநிறுத்தக்கூடிய நிபுணர் என்று ஒருவரைக் கொண்டிருக்க முடிவதில்லை. மூன்றாவது, அதுவும் மிக முக்கியமானது இதுதான்: அதிகம் அறிந்திருப்பதும் சரியானதைச் செய்வதும் ஒன்றானதல்ல என்று ஷாபின் சுட்டிக்காட்டுகிறார். நிபுணத்துவம் மீதான நம்பகத்தன்மை என்பது ஒரு அறிவியலாளர் எவ்வளவு அறிவு கொண்டிருக்கிறார் என்பது குறித்ததாக இல்லாமல், அந்த நிபுணர் 'நல்ல நோக்கம்' கொண்டவராக இருக்கிறாரா என்பதையும், மக்களுக்கு எப்போதும் நன்மை செய்யக்கூடியவராக இருக்கிறாரா என்பதையும் சார்ந்திருப்பதாகிறது. இந்த அவதானிப்பு, பொதுமக்கள் நிபுணர்களைச் சீர்தூக்கிப் பார்க்கும்போது, அது தவிர்க்க முடியாமல் தார்மீக அம்சத்தைக் கொண்டிருக்க வேண்டியுள்ளது என்று ஷாபின் வாதிடுவதற்குக் கொண்டுவிடுகிறது.

இது, நம் காலத்தில் நாம் சந்திக்கும் பிரத்யேகமான பிரச்சினை. அதாவது, ஷாபின் சுட்டிக்காட்டுவதுபோல், வரலாற்றுரீதியாக இயற்கைத் தத்துவவியலாளர் (அக்கால அறிவியலாளர்கள்) என்பவர் அதிகம் அறிந்திருப்பவராக மட்டுமே இல்லாமல் மேன்மையானவராகவும் இருந்தார். 19-ஆம் நூற்றாண்டின் பிற்பகுதியிலிருந்தும் 20-ஆம் நூற்றாண்டின் தொடக்கத்திலிருந்தும்தான் தொழில்நுட்பரீதியான நிபுணத்துவம் தார்மீகத்தோடு கொண்டிருந்த உறவைக் கொஞ்சம்கொஞ்சமாகத் துண்டித்துக்கொள்ளத் தொடங்கியது. சமகால அறிவியலின் சமூக அமைப்பாக்கம், அரசைச் சார்ந்திருப்பதாலும், ராணுவத்தோடு அது கொண்டிருக்கும் தொடர்பாலும், தனியார் முதலாளிகளில் உயர்-நுட்பத் தொழில்களைச் சார்ந்திருப்பதாலும், அதன் 'நேர்மையையும் சுதந்திரத்தையும்' அது இழக்க வேண்டியிருக்கிறது. அணுகுண்டு ஏற்படுத்திய மோசமான விளைவுகளுக்குப் பிறகு, அறிவியலாளர்கள் 'மேலான தார்மீக நிலைப்பாடு'களோடு தங்களை இணைத்துக்கொள்ளும் போக்கிலிருந்து வெகுதூரம் விலகிவந்துவிட்டார்கள். இதற்கு அர்த்தம், குறைந்தபட்சம் ஜனநாயகச் சமூகங்களில் அறிவியலும் அறிவியலாளர்களும் கொண்டிருக்கும் அதிகாரத்துக்குப் பொறுப்பேற்றுக்கொள்ள வேண்டும்

என்றாகிறது. ஆனால், யாருக்குப் பொறுப்பேற்றுக்கொள்வது? இதுவே சச்சரவின் மிக முக்கியப் புள்ளியாகத் தொடர்ந்துகொண்டிருக்கிறது.

சமீப காலங்களில் வெளிப்படும் ஜனநாயகத்தின் மீதான அறிவியல் மோகம், வேறு எதைக்காட்டிலும் எண்ணிமத் தொழில்நுட்பங்களால் உந்தப்பட்டதாக இருக்கிறது. அரேபிய வசந்தம் அதிகம் பேசப்பட்ட நிகழ்வாக இருக்கிறது. இது பெருமளவு ஒடுக்கப்பட்ட சமூகங்களை விடுதலை பெறச் செய்தல் என்ற கீழைத்தேயவாதிகளின் கற்பனாவாதத்தோடு தொடர்புடையதாகவும் இருக்கிறது. எல்லாக் குரல்களையும் சமமாக அணுகுவதற்கான வாய்ப்புகளையும், எல்லாக் குரல்களையும் கேட்பதற்கான சாத்தியத்தையும் பெற்றுக்கொள்ள முடியும் என்று சமூக-ஊடகம் உற்பத்திசெய்த நம்பிக்கையின் முதல் தேனிலவு அனுபவத்துக்குப் பின் யதார்த்தத்தை உணரத் தொடங்கியிருக்கிறோம். ஜனநாயகங்களை நிலையற்றதாக்குவதில் எண்ணிமத் தொழில்நுட்பங்களும், சமூக ஊடகங்களும் பெருமளவு பங்காற்றியுள்ளன; தொடர்ந்து பங்காற்றிவருகின்றன. உக்ரைன் மீது ரஷ்யா தொடுத்திருக்கும் இப்போதைய போர், இணையத்தில் நடத்தப்படும் போர் மட்டுமல்ல, அது வழமையான ராணுவத் தொழில்நுட்பங்களால் நடத்தப்படும் — இவையெல்லாம் அறிவியல் குழும ஆக்கங்களின் விளைவுகளாக இருக்கின்றன — போராகவும் இருக்கிறது. ஒரு நிறுவனமாக அறிவியல், போர் தொழில்நுட்பங்களை வளர்த்தெடுப்பதில், அசாதாரணமான அளவுக்குப் பணத்தையும் உழைப்பையும் கொடுத்து சமரசம் செய்துகொள்வதை எப்படி அறிவியலாளர்கள் உணராமல் இருக்கிறார்கள் என்பதுதான் ஆச்சரியமாக இருக்கிறது. இன்று அறிவியலார்ந்த அறிவு ஜனநாயக நாடான உக்ரைன் போன்ற நாடுகள் மீது படையெடுப்பை சாத்தியப்படுத்தும் ஒன்றாக இருந்துவருகிறது என்பதே, அறிவியல் மற்றும் தொழில்நுட்பங்களால் இயக்கப்படும் ஜனநாயகத்தின் பிரச்சினைக்குரிய இருப்புக்கு மற்றுமொரு சிறந்த எடுத்துக்காட்டாகிறது. மேலும், உலக அளவில் இதுவே ஒரு மாதிரியாக இருப்பதால், நாம் அறிவியல் நடைமுறைகளை இன்னும் மேலாக ஜனநாயகப்படுத்தவில்லை என்றால் ஜனநாயகப் பிரச்சினைகளை நாம் இன்னும் ஆழமாக எதிர்கொள்ள வேண்டியிருக்கும். அறிவியல் அதன் வரையறையின் அடிப்படையில் சாதாரணக் குடிநபர்களின் — அதாவது, அறிவியலாளர் அல்லாதவர்களின் — அறிவாற்றல் மீது எப்போதும் சந்தேகம் கொண்டிருக்கிறது என்றால், நவீன அரசியலோ குடிநபர்களின் தார்மீக ஆற்றல் மீது சந்தேகம் கொண்டிருக்கிறது; இதுவே அடிப்படையான பிரச்சினையாக இருந்துவருகிறது.

நான் இதுவரை சொன்னதற்கு எதிர்வாதமாய், சமூகத்தின் வளர்ச்சிக்கும் முன்னேற்றத்துக்கும் அறிவியல் பங்காற்றியுள்ளது என்ற வாதத்தை

ஒருவரால் முன்வைக்க முடியும். மருத்துவ அறிவியல் ஆயுட்காலத்தை நீட்டித்திருக்கிறது. பொருண்ம அறிவியல் உலகத்தில் உள்ள ஒவ்வொரு வீட்டுக்குள்ளும் பல விதமான வழிகளில் நுழைந்திருக்கிறது. இப்படியான தொழில்நுட்பங்களின் பயன்பாட்டை நாம் ஏற்றுக்கொள்வதாக வைத்துக்கொண்டாலும்கூட, ஜனநாயகப் பண்புகளை அறிவியலால் பலப்படுத்த முடியுமா என்ற கேள்விதான் என்னைப் பொறுத்தமட்டில் முக்கியமானது. ஜனநாயகம் என்பது மானுடர்கள் கலந்துரையாடுவது, பிரதிநிதித்துவத்தின் அறம் போன்றவற்றோடு தொடர்புடையதாக இருப்பதால், பரந்துபட்ட சமூகத்துக்கு அறிவியலால் சில நன்மைகள் சாத்தியப்பட்டிருந்தாலும்கூட, அது ஜனநாயகத்தோடு நேரடியாக ஊடாடுவதற்கான எதையும் கொண்டிருப்பது சாத்தியமே இல்லை. ஏழைகளின், விளிம்பில் இருப்பவர்களின் வாழ்க்கைத் தரத்தை மேம்படுத்துவதே ஜனநாயகம் என்று பார்ப்போமானால், சில தொழில்நுட்பம் சார்ந்த முன்னேற்றங்கள் இந்த முயற்சியில் நிச்சயமாகப் பங்காற்ற முடியும். ஆனால், வருத்தப்படக்கூடிய விஷயம் என்னவென்றால், இந்தியா உள்பட பல நாடுகளில் வறுமையில் இருப்பவர்களும் விளிம்பில் இருப்பவர்களும் மேலும்மேலும் அதிகரித்துக்கொண்டிருக்கும் சூழலில், மேலும் சமத்துவமான சமூகத்தை உருவாக்குவதில் அறிவியல் மற்றும் தொழில்நுட்பம் பெரிதாக எதையும் செய்ய முடியாததைப் பார்த்துவருகிறோம். மேலும், இது ஜனநாயகத்தோடு தொடர்புடைய விஷயமாகவும் இல்லை. ஏனெனில், வல்லாட்சி அரசாங்கங்களும்கூட இதே தொழில்நுட்பங்களைப் பயன்படுத்தி ஏழைகளுக்கு உதவ முடியும். ஆக, முறையாக நிர்வகிப்பதற்கு சமூக அறிவியல்கள் போன்ற அறிவியலார்ந்த அறிவுகள் மிக அவசியமாகின்றன என்றாலும்கூட, அறிவியலின் உள்ளார்ந்த நடைமுறைகளிலிருந்து ஜனநாயகம் பெற்றுக்கொள்வதற்குப் பெரிதாக ஏதுமில்லை. திறந்த-மனநிலை, ஆர்வத்துடிப்பு, புதிய சாத்தியப்பாடுகளைத் திறந்த மனதோடு ஏற்றுக்கொள்வது, இயற்கையிலான நிகழ்வுகளை ஆழமாகத் துருவியகழ்வதான முனைப்பு போன்ற நற்குணங்களெல்லாம் — இவையெல்லாம் சிறந்த அறிவியலாளருக்கான அடிப்படைப் பண்புகளாகின்றன — ஜனநாயகபூர்வமான சமூக வாழ்க்கைக்கு மிகவும் பயனுள்ளவையாக இருக்க முடியும் என்று ஒருவரால் வாதிட முடியும். இதனால்தான், சமகால நடைமுறைகளில் வேகமாக மறைந்துவரும் இப்படியான அறிவியல் லட்சியங்களுக்கு நாம் மீண்டும் புத்துயிர் கொடுக்க வேண்டியது மிகவும் அவசியமாகிறது.

தொழில்நுட்பம் ஏற்படுத்தும் ஒரு குறிப்பிட்ட விளைவு ஜனநாயகபூர்வமான சமூக வாழ்க்கையோடு மிக ஆழமான தொடர்பு கொண்டிருக்கிறது: நம் சமூகத்தின் இயல்பு, சமூகரீதியாக இருக்கும் தரத்தின் மீதான தாக்கம். நவீனக் காலத்தில் ஸ்மார்ட்ஃபோன் போன்ற அந்தரங்கக் கருவிகளுக்குள்

தங்களை மூழ்கடித்துக்கொள்வது என்பது இந்த உலகம் குறித்தும் மற்றவர்கள் குறித்தும் அக்கறையற்ற தன்மைக்குத் தனிநபர்களைக் கொண்டுவிடுகிறது. ரயில் அல்லது பேருந்து அல்லது பூங்கா போன்ற பொதுவெளிகளிலெல்லாம் நூற்றுக்கணக்கான மக்கள் அவர்களைச் சுற்றிலும் இருக்கும் எதையும் ஏறெடுத்துப் பார்க்காமல் தங்களுடைய ஸ்மார்ட்ஃபோனையே பார்த்துக்கொண்டிருக்கும் படிமத்தை உலகம் முழுவதிலும் நம்மால் பார்க்க முடியும். இப்படி மற்றவர்கள் மீது அக்கறையற்று இருப்பது குடும்பங்களுக்குள்ளும் நுழைந்துவிட்டது. குடும்ப உறுப்பினர்களும் இந்தக் கருவிகளின் ஊடாகவே தங்களுக்குள் தகவல்களைப் பரிமாறிக்கொள்கிறார்கள். மளிகைப் பொருள்கள், உணவு, வேறு பல பொருள்கள் வாங்குவது போன்ற அடிப்படைத் தேவைகளைப் பூர்த்திசெய்துகொள்வதற்கும்கூட இந்தக் கருவிகளைப் பயன்படுத்தும் இந்தப் பெருந்தொற்று, மற்றவர்களோடு உறவுகொண்டு ஊடாடுவது போன்ற தனிநபர்த் தேவைகளை மெய்நிகர் உறவுகளாகச் சுருக்கும் உலகத்தையே படைக்கிறது. இந்த உலகம் குறித்தும் மற்றவர்கள் குறித்தும் புலன்கள் ஊடாகப் பெற்றுக்கொள்ளும் அனுபவத்தையும் இது அப்புறப்படுத்துகிறது. இந்தக் கருவிகள் நாம் வாழும் இந்த உலகத்தில் அல்லாமல் நாம் படைக்கும் உலகில் நம்மை வாழவைப்பதாக இருக்கின்றன. இது சமூகரீதியானது என்ற கருத்தில், அதாவது ஒருவரோடு ஒருவர் மனிதர்களாக உறவுகொள்வதற்கு எது அவசியமான அனுபவமாக இருக்கிறதோ அதில் பெருமளவு பாதிப்பை ஏற்படுத்திவருகிறது. இப்படியான கருவிகளின் ஊடாக, நாம் உருவாக்கும் சமூகம், வெறுமனே தனிநபர்களை மட்டுமே பெருமளவு கொண்டிருக்கும் ஒன்றாக இல்லாமல், அநாமதேயத் தனிநபர்களைக் கொண்டிருக்கும் ஒன்றாகிறது.

மேலும்மேலும் அநாமதேயக் குணத்திலும் மெய்நிகர்த் தன்மையிலான ஒன்றாக மாறிக்கொண்டிருக்கும் இந்த மெய்யான உலகத்தில் ஜனநாயகம் குறித்த நம்முடைய கருத்துகள் என்னவாகின்றன? இந்தப் புதிய உலகத்தில் பொது என்பதற்கான அர்த்தமும், பிரதிநிதித்துவ அரசியல் என்பதற்கான அர்த்தமும் என்னவாக இருக்க முடியும்? இப்படியான சமூகத்தில் ‘மக்களாகிய நாம்’ என்பதன் இயல்பு என்னவாக இருக்க முடியும்? இதில் உள்ள ‘நாம்’ என்பது முகநூல் வழியாக உருவாக்கப்படும் அநாமதேய ‘நாம்’ ஆக இருக்க முடியுமா? இந்தக் கருவிகளுக்குள் தனிநபர்தன்மையிலான உலகில் நாம் வாழும்போது, பொது என்ற உணர்வு ஏதும் இருப்பதில்லை. நமக்கான செய்திகளையும் தகவல்களையும் நரம் சமூக ஊடகங்களிலிருந்து பெற்றுக்கொள்கிறோம். பெருந்தொற்று நோய்க்குத்தான் நாம் நன்றி சொல்ல வேண்டும் – நாம் இணையத்தில் ஆர்டர் செய்யும் பொருள்களை எவர் கொண்டுவந்து வீட்டு வாயிற்படியில் வைக்கிறார் என்றுகூட நாம் பார்ப்பதில்லை.

நாம் கண்ணுக்குத் தெரியாத நண்பர்களைச் சந்திக்கிறோம். நாம் அறிந்திராத அல்லது சந்திக்க சாத்தியமில்லாத நபர்களை உணர்ச்சிபூர்வமான எதிரிகளாக ஆக்கிக்கொள்கிறோம். நாம் நம்மை ஆசுவாசப்படுத்திக்கொள்வதற்கோ, இந்தத் தொழில்நுட்பங்களின் தாக்கம் குறித்துக் கூட்டாகச் சிந்தித்துப்பார்ப்பதற்கோ நமக்கு நேரம் இல்லாத அளவுக்கு இவையெல்லாம் நம் மீது அவ்வளவு வேகமாகத் திணிக்கப்படுகின்றன. சமூகரீதியானதை உணர்வதன் ஊடாகவும், சமூக உறவுகள் ஊடாகவும், சமூகரீதியான அர்த்தமுள்ள செயல்கள் ஊடாகவுமே நாம் பொது என்ற உணர்வைப் பெற்றுக்கொள்கிறோம். இவையெல்லாம் மற்றவர்களோடு ஊடாடுவது, கலந்துரையாடுவது போன்றவற்றுக்கு வினையூக்கிகளாகின்றன. இந்த அர்த்தத்தில், கலந்துரையாடுவது கொண்டிருக்கும் முக்கியத்துவத்தைக் கணக்கில் எடுத்துக்கொள்வோம் என்றால், சமூகரீதியானது ஏற்கெனவே அரசியல்ரீதியானதாகத்தான் இருக்கிறது. நாம் சமூக ஊடகங்களில் செய்திகளைப் படிக்கும்போதும், அதற்கு எதிர்வினையாற்றும்போதும் அது மெய்நிகர் ஊடகமாகவே இருந்தாலும்கூட நாம் மற்றவர்களோடு ஊடாடிக்கொண்டுதான் இருக்கிறோம் என்று ஒருவர் வாதிடக்கூடும். ஆனால், இது மற்றவரோடு ஊடாடுவதாக இருப்பதில்லை. நானும் கோபால் குருவும் எங்களுடைய 'அனுபவம், சாதி, சமூகரீதியான அன்றாடம்' *(Experience, Caste and Everyday Social)* புத்தகத்தில் வாதிடுவதுபோல், சமூகரீதியானது என்பது ஒலி, வாசம், தீண்டுதல், ருசி, பார்வை ஆகிய புலன்ரீதியானதில்தான் நிலைகொண்டிருக்கிறது. இந்த அனுபவங்களின் ஊடாகவே சமூகரீதியானது என்பது உருவாக்கப்படுகிறது. நாம் பிறரோடு ஊடாடும்போது, புலனுணர்வுகள் ஊடாகவே செயல்படுகிறோம். மெய்நிகர் உலகில், இந்தப் புலன்ரீதியானதையெல்லாம் இழக்க வேண்டியிருக்கிறது. உருக்குலைந்து கட்புலனார்ந்த பிரம்மாண்டத்தை மட்டுமே கைக்கொள்கிறோம். இப்படியாகத்தான் தொழில்நுட்பங்களின் ஊடாகப் படைக்கப்படும் அநாமதேயச் சமூகம், பொது என்பது குறித்து எந்த உணர்வும் இல்லாத சமூகத்துக்கே கொண்டுவிடுகிறது. அதனாலேயே அது ஜனநாயக உணர்வற்ற சமூகமாகிறது. ஜனநாயகத்தில் மிச்சம் இருப்பதெல்லாம் தனிநபர் தெரிவு மற்றும் தனிநபர் சுதந்திரம் போன்று சில பத்தாம்பசலித்தனமான கருத்துகள் மட்டுமே.

உண்மையிலேயே, இந்தத் தொழில்நுட்பங்களெல்லாம் தனிநபரை வசீகரித்து அநாமதேய முகமற்ற சமூகமாக்குவதற்கு அப்பாலும் போகின்றன. இவை மிகவும் பயங்கரமான வழிகளில் ஜனநாயகக் கொள்கைகளிலும் குறுக்கீடு செய்கின்றன. எண்ணிம ஊடகத்தை ஜனநாயக விரோதமாகவும் எதேச்சாதிகாரத்தோடும் பயன்படுத்தப்படும் எடுத்துக்காட்டுகள் நம்மை ஆழமாகக் கவலைகொள்ளவைக்க வேண்டும். இன்று இது புதுத் தளங்களுக்கு, அதாவது கிரிப்டோகரன்ஸி, *Web 3.0*,

போன்ற நடைமுறைகளுக்கு எவ்விதக் கட்டுப்பாடுகளும் இல்லாமல் விரிவடைந்துள்ளன. எவ்விதப் பொறுப்பும் வேண்டியிராத அளவுக்கு ஒருசில தொழில்நுட்ப-முதலாளிகளிடம் அசாத்தியமான அதிகாரம் குவிக்கப்பட்டுள்ளன. இப்படியான வளர்ச்சிகள் உண்மையிலேயே உலகெங்கும் ஜனநாயகத்தை ஊக்குவிக்க முடியும் என்று நினைப்போமானால், நம்மை நாமே ஏமாற்றிக்கொள்கிறோம் என்றே அர்த்தம். இந்தப் புதிய தொழில்நுட்ப சகாப்தத்தை ஜனநாயகத்தின் மறைவாகப் பார்க்காமல், அநாமதேய, எண்ணிமத்திலான சமூக உலகில் ஜனநாயகத்தை மறுகட்டமைப்புக்கு உட்படுத்துவதாகப் பார்க்க முடியும் என்ற வாதத்தை முன்வைத்து ஒருவரால் எதிர்வினையாற்ற முடியும். இருப்பினும், இப்படியான தொழில்நுட்பங்களை உருவாக்கும் முதலீட்டியத்தின் இயல்பையும், ஒருசிலரின் கட்டுப்பாட்டுக்குள் இருக்கும் இவற்றின் தன்மையையும் கணக்கில் கொள்வோம் என்றால், இந்தப் புலங்களிலெல்லாம் அன்றாடத்தன்மையிலான நடைமுறைகள் ஜனநாயகபூர்வமாக இல்லாததைக் கணக்கில் கொள்வோம் என்றால், இவற்றிலிருந்து புதிய ஜனநாயக வடிவங்கள் எப்படித் தோன்ற முடியும் என்பது அவ்வளவு தெளிவாக இல்லை.

மதமும் ஜனநாயகமும்

நவீனச் சமூகங்கள் அறிவியல் மற்றும் தொழில்நுட்பத்தால் பெருமளவு தாக்கம் பெற்றவையாக இருக்கின்றன என்றாலும் அவை மென்மேலும் வெளிப்படையாக ஒரு சமூக நிறுவனமாக மதத்தின் செல்வாக்குக்கு உட்பட்டவையாகவும் இருக்கின்றன. இந்தியாவைப் பொறுத்தமட்டில் இது எப்போதும் உண்மையாக இருந்துவருகிறது. சுதந்திரம் பெற்ற பின் அறிவியலார்ந்த மனப்பாங்குக்கும் தொழில்ரீதியான பண்பாட்டுக்கும் அழுத்தம் கொடுத்தது என்பது நம் சமூகத்தில் காணப்படும் மதத்தின் செல்வாக்கைக் குறைப்பதற்கான முயற்சியாகத்தான் இருக்கிறது. இப்படி மாறும் உறவுகள் ஜனநாயகத்துக்கு என்ன சொல்ல வருகின்றன? அறிவியல்போலவே, மதம் மற்றும் சமூகம் குறித்த எழுத்துகள் பெருமளவில் உள்ளன. நான் இங்கு மதத்துக்கும் ஜனநாயகம் என்ற கருத்தமைவுக்கும் இடையேயான குறிப்பிட்ட உறவின் மீது மட்டுமே கவனம்கொள்ளவிருக்கிறேன். இந்தச் சுருக்கமான விவாதத்தில், ஜனநாயகபூர்வமான சுயத்தை வளர்த்துக்கொள்வதற்கு அறிவியலார்ந்த நடைமுறைகளின் லட்சியங்கள் எந்த அளவுக்கு முக்கியமானவையாக இருக்கின்றனவோ, அதுபோலவே மதத்தின் சில லட்சிய குணங்களும் அவசியமாகின்றன என்று மட்டுமே வாதிட விரும்புகிறேன். இப்படியான லட்சிய குணங்கள் அறிவியல் பின்னணியில் அறிவை உற்பத்திசெய்யும் நடைமுறைகளுக்கு அவசியமாகின்றன என்றால்

(எப்படித் தெரிந்துகொள்வது?) மதத்தின் லட்சிய குணங்கள் சமூக வாழ்க்கையிலும் மானுடச் செயல்பாடுகளிலும் முக்கியமான பாத்திரம் ஏற்கின்றன (எப்படி வாழ்வது?).

ஜனநாயகம் குறித்த உரையாடலில் மதத்தை ஏன் கொண்டுவர வேண்டும்? வேறு பல கருத்தாக்கங்கள் குறித்து இங்கு விவாதித்திருப்பது போன்றே, மதத்துக்கும் நாம் பல அர்த்தங்களைக் கொடுக்க முடியும். 'மதம்' என்ற சொல், திடநம்பிக்கை, கடவுள் மீதான நம்பகம், தார்மீக விதிமுறைகள், சடங்கு சார்ந்த பண்பாடு போன்று பல கருத்துகளைக் கொண்டிருக்க முடியும். மதங்கள் பல விதமாக இருக்கின்றன. திடநம்பிக்கை, கடவுள் போன்ற கருத்தாக்கங்கள் இந்த மதங்கள் ஒவ்வொன்றிலும் பல விதமான விளைவுகளைக் கொண்டிருக்க முடியும். என்னுடைய ஆய்வை ஒரு குறிப்பிட்ட விஷயத்தோடு சுருக்கிக்கொள்கிறேன் — மதத்துக்கும் ஜனநாயகத்துக்கும் இடையேயான உறவு குறித்து ஆவலைத் தூண்டும் அம்பேத்கரின் கருத்து. ஜனநாயகம் குறித்த அம்பேத்கரின் தரிசனத்தோடு ஒத்திசைந்து ஜனநாயகபூர்வமான சமூக வாழ்க்கையின் உருவரையை வெளிக்கொணர்வதே இந்தப் புத்தகத்தின் பிரதான நோக்கமாக இருப்பதால், நான் இதன் மேல் மட்டும் கவனம்கொள்ளவிருக்கிறேன்.

இந்து மதம் குறித்த அம்பேத்கரின் பார்வை நன்கு அறியப்பட்ட ஒன்றுதான். நான் ஒரு இந்துவாகப் பிறந்திருந்தாலும் இந்துவாகச் சாக மாட்டேன் என்ற அவரது பலம்வாய்ந்த கூற்று இதை மிகக் கடுமையாக வெளிப்படுத்துகிறது. இந்து மதம் குறித்த அவரது கூரிய விமர்சனம், சாதிய முறைமை இந்து மதத்தின் உள்ளார்ந்த பண்பாக இருப்பதால், சாதியை அழித்தொழிப்பது என்பது வேறு வழியில்லாமல் இந்து மதத்தை முற்றிலும் நிராகரிக்க வேண்டியிருக்கிறது என்ற அடிப்படையை அவரது வாதங்கள் கொண்டிருக்கின்றன. அதே சமயத்தில், சமூக வாழ்க்கையில் மதத்தின் முக்கியத்துவத்தையும் அவர் அறிந்திருந்தார் — எப்படியிருந்தாலும், அவரது வாழ்க்கையின் இறுதியில் அவரும் அவரது ஆதரவாளர்களும் வேறொரு 'மதமான' பௌத்தத்துக்கு மாறுகிறார்கள். இந்தத் தகவல்களெல்லாம் நன்கு அறியப்பட்டவை என்றாலும்கூட, ஜனநாயகத்தை மதத்தோடு இணைக்கும் அவரது வாதங்கள் அந்த அளவுக்கு நன்கு புரிந்துகொள்ளப்படவில்லை. அம்பேத்கரைப் பொறுத்தமட்டில், சகோதரத்துவம் இல்லாமல் ஜனநாயகம் சாத்தியமே இல்லை என்று முன்னர் பார்த்தோம். ஆனால், சகோதரத்துவம் எங்கிருந்து வருகிறது? மானுடர்களிடம் சகோதரத்துவ உணர்வை எப்படி ஆழமாகப் பதியவைக்க முடியும்?[14] 'இந்து

---

[14] 'சகோதரத்துவம்' என்பதை அம்பேத்கர் அர்த்தப்படுத்தும் முறையிலிருந்து சார்லஸ் டெய்லர் புரிந்துகொண்டிருப்பது எப்படி வேறாக இருக்கிறது என்று பார்ப்பது மிகவும் பயனுள்ளதாக

மதத்தின் புதிர்கள் (Riddles in Hindusim) என்ற அவரது புத்தகத்தில், புதிர் 22-இல், அம்பேத்கர் இவ்வாறு கேட்கிறார்: 'சகோதரத்துவம் இல்லாமல் ஜனநாயகம் சாத்தியமில்லை என்றால், சகோதரத்துவம் அதன் வேர்களை எங்கு கொண்டிருக்கிறது?' அவர் இவ்வாறு பதில் சொல்கிறார்: 'சந்தேகத்துக்கு இடமில்லாமல், மதத்தில்தான் அதன் தோற்றுவாயைக் கொண்டிருக்கிறது.'[15]

எந்தப் பின்னணியில் இவ்வாறு சொல்லப்படுகிறது என்பது முக்கியம். ஜனநாயகம் ஏன் 'இந்தியாவில் வளரவில்லை' என்று அறிந்துகொள்ள அம்பேத்கர் விரும்புகிறார். இதற்கான காரணம், 'இந்து மதம் சகோதரத்துவத்தைக் கற்பிக்கவில்லை. மாறாக, அது சமூகத்தை வர்க்கங்களாக அல்லது வர்ணங்களாகப் பிரித்துவைத்து, தனித்த வர்க்க பிரக்ஞையைத் தக்கவைத்துள்ளது. இப்படியான முறைமையில், ஜனநாயகத்துக்கான வேர்கள் எங்கிருக்க முடியும்?' என்று கேட்கிறார். ஆனால், இந்துச் சிந்தனைகளுக்குள் ஜனநாயகத்துக்கு இடமே இல்லை என்று சொல்வது உண்மையாக இருக்க முடியாது என்றும் அவர் முன்வைக்கிறார். அவர் தொடர்கிறார்: 'சகோதரத்துவம் என்ற கருத்தைக்காட்டிலும் சமூக ஜனநாயகத்தை உருவாக்கும் சாத்தியப்பாடுகளை அதிக அளவு கொண்டிருக்கும் கருத்துகளை மதரீதியான, தத்துவார்த்தரீதியான இந்துச் சிந்தனைகள் உருவாக்கியுள்ளன. பிரம்மயம் என்ற கோட்பாடுதான் அது.' பிரம்மயம் என்ற சொல்லை எட்வர்ட் வாஷ்பர்ன் ஹாப்கின்ஸிடமிருந்து எடுத்துக்கொள்வதாக அடிக்குறிப்பு கொடுக்கிறார். பிரம்மயம் குறித்த அம்பேத்கரின் வாதங்கள் பலம் வாய்ந்தவையாக இருக்கின்றன. வேதாந்தச் சிந்தனைகளின் அஸ்திவாரங்களாக இருப்பவை மூன்று மகாவாக்கியங்கள்: நீயே அதுவாக (பிரம்மம்) இருக்கிறாய், இந்த ஆத்மா பிரம்மம், அனைத்தும் பிரம்மம். இம்மூன்று வெளிப்பாடுகளையும் குறிப்பிட்டு, இவை பிரம்மயத்தின் வெளிப்பாடு என்றும், வேதாந்தத்திலிருந்து மட்டுமல்லாமல் பார்ப்பனியத்திலிருந்தும் வேறானது என்றும் குறிப்பிடுகிறார். வேறுபாடுகளை அவர் இவ்வாறு அடையாளம் காண்கிறார்: 'பிரம்மயமும் வேதாந்தமும் ஆத்மாவும் பிரம்மமும் ஒன்றுதான் என்று ஏற்றுக்கொள்கின்றன. ஆனால், இரண்டுக்கும் இடையேயான வேறுபாடு என்பது மெய்யான உலகத்தை மெய்யற்றதாக

இருக்கும். இது, மேற்கத்தியச் சமூகங்கள் எப்படி ஜனநாயகத்தைப் பெரும்பாலும் நிறுவனங்கள் சார்ந்து புரிந்துகொண்டிருக்கின்றன என்ற முக்கியமான வேறுபாட்டை முன்வைக்கின்றன. பார்க்கவும்: Charles Taylor, 'The Meaning of Secularism', *The Hedgehog Review* 12(3) (Fall 2010): 23–34. இது குறித்து என்னோடு விவாதித்த சீனிவாச ராமாநுஜத்துக்கு எனது நன்றி.

15 Ambedkar, 'Riddles in Hinduism', p. 284. Quotes in the following paragraph are from the same source, pp. 284–6.

பிரம்மயம் பார்க்கவில்லை என்றால், வேதாந்தம் அவ்வாறு பார்க்கிறது.' இப்படியான முன்வைப்பை அடிப்படையாகக் கொண்டு பிரம்மயத்தை, 'மிகவும் ஜனநாயகத்தன்மையிலான கொள்கை' என்பதாகக் குறிப்பிட்டு, இந்துச் சிந்தனையில் ஜனநாயகத்தை நிலைகொள்ளவைக்கும் ஆற்றலை இது கொண்டிருக்கிறது என்று வாதிடுகிறார். இது ஜனநாயகத்துக்கான அஸ்திவாரத்தை உருவாக்கிக்கொடுப்பதோடு மட்டுமல்லாமல் எல்லோருக்கும் ஜனநாயகத்தைக் கட்டாயமாக்க முடியும் என்றும் வாதிடுகிறார். ஏனெனில், 'நீயும் நானும் ஏதோ ஒரு பிரபஞ்சக் கொள்கையின் பகுதியாக இருக்கிறோம்' என்று உணர்வதற்கு இது கொண்டுவிடுகிறது. இது, 'கூடி வாழும் ஜனநாயகத்தைத் தவிர வேறு விதமான கோட்பாடு எதையும் அனுமதிப்பதில்லை'. தன்னுடைய வாதங்களை நீட்டித்து, இந்தக் கொள்கைகளின் ஊடாக இந்தியாவும் 'ஜனநாயகத்துக்கான கோட்பாட்டுரீதியான அடிப்படைகளை' உருவாக்கியுள்ளது என்று அம்பேத்கர் வாதிடுகிறார். மகாவாக்கியங்கள் முன்வைப்பதுபோல் ஜனநாயகம் மற்றும் சமத்துவத்துக்கான தத்துவார்த்த அடிப்படைகளை இந்து மதம் மிகத் திடமாகக் கொண்டிருந்தாலும்கூட, இவை 'தர்மத்துக்கான அடிப்படையாக' மாறவுமில்லை, இந்துச் சமூகத்துக்குள்ளாகப் பல்வேறு குழுகங்களுக்கு இடையேயான சமத்துவமின்மையை அழிக்கவும் இல்லை என்பதுதான் அம்பேத்கரைப் பொறுத்தமட்டில் புதிராக இருக்கிறது. இந்தக் கொள்கைக்கு நிகராக, மற்றொரு சாதியச் சமூகச் சீர்திருத்தவியலாளரான நாராயண குருவும் இருமையல்லாத கொள்கையை முன்வைத்ததை நம்மால் பார்க்க முடியும்.[16]

இப்படியான சிந்தனைகளை வழிகாட்டும் கொள்கையாகக் கொண்டு, ஜனநாயகத்துக்கும் மதத்துக்கும் இடையே உறவின் ஒரு அம்சம் குறித்து விவாதிக்கவிருக்கிறேன். மேலோட்டமாகப் பார்த்தால் இரண்டுக்கும் இடையே முக்கியமான பல ஒப்புமைகள் இருப்பதுபோல் தெரிகின்றன. இரண்டுமே சமூக வாழ்க்கை வடிவங்களாகின்றன, சமத்துவத்துக்கான கோட்பாடுகளை அவற்றுக்குள்ளாகக் கொண்டிருக்கின்றன. குறிப்பிட்ட விதமான உழைப்போடு தொடர்புகொண்டவையாக இருக்கின்றன, லட்சியங்கள் நிறுவனங்களாக மொழியாக்கம் பெறும் முறையிலும் ஒத்த பிரச்சினைகளைக் கொண்டிருக்கின்றன. எல்லாவற்றுக்கும் மேலாக, இரண்டுமே தனிநபர் சுயத்தில் பண்புமாற்றத்தை எதிர்பார்க்கின்றன, வேலையில் சுயம்-துறப்பதற்கான கொள்கைகளைக் கொண்டிருக்கின்றன, நம்பகத்தன்மையோடும் திடநம்பிக்கையோடும் அடிப்படையாக உறவுகொண்டிருக்கின்றன. நான் இவ்விஷயங்கள் குறித்தெல்லாம்

16 இது குறித்த விரிவான வாசிப்புக்குப் பார்க்கவும்: *Guru and Sarukkai, 'Experience, Caste and the Everyday Social'.*

சுருக்கமாக விவாதித்து, திடநம்பிக்கை மற்றும் தன்னாட்சி குறித்த கேள்வியை விவாதத்துக்கு எடுத்துக்கொண்டு முடிக்கவிருக்கிறேன். மதம் என்ற சொல், பல்வேறுபட்ட அர்த்தங்களைக் கொண்டிருப்பதால், சமூக நடைமுறைகளையும் நிறுவனப்பட்ட மதத்தையும் மிகக் கவனமாக விலக்கிவைத்து, மதத்தின் ஒரு அம்சத்தின் மீது மட்டுமே, அதாவது அதன் அடிப்படையான உந்துதல்கள் மீது மட்டுமே கவனம் குவிக்கிறேன்.

சமூக வாழ்க்கைக்கு, குறிப்பாக ஆசியாவிலும் ஆப்பிரிக்காவிலும் மதம் அவசியமானதாக இருந்துவருகிறது. மதத்தோடான ஊடாட்டம் என்பது பல தளங்களிலான திடநம்பிக்கைகளோடு தொடர்புகொண்டிருப்பதால், நாம் இதை அன்றாடச் சடங்குகளாகவோ அல்லது புனிதத் தளங்களுக்குப் போவதாகவோ சுருக்கிப்பார்க்க வேண்டியதில்லை. மதங்கள் அதைப் பின்பற்றுகிறவர்களுக்கு, சமூகரீதியான சூழலில் தார்மீக விதிமுறைகள் உள்பட, நடத்தைக்கான விதிகளை உருவாக்கிக்கொடுக்கின்றன. இந்து மதப் பின்னணியில், அம்பேத்கர் முன்வைக்கும் புதிரை விரித்து நாம் இப்படியாகக் கேட்டுக்கொள்ள முடியும்: பின் ஏன் மதரீதியான குழுமங்கள் சமத்துவமற்ற, ஜனநாயகத்தன்மையற்ற நடைமுறைகளை அனுமதிக்கின்றன?

ஜனநாயகத்தோடு தொடர்புடைய அடிப்படையான உள்ளடக்கங்களை மதங்கள் கொண்டிருக்கின்றன. கடந்த நிலையிலான உயிரி என்பது அதில் ஒன்று. எல்லா மனிதர்களையும் சமமாகப் பார்க்கும் மேலான உயிரி ஒன்றின் மீதான நம்பிக்கை ஜனநாயகத்துக்கான சாத்தியப்பாட்டை உடனடியாக உருவாக்கிக்கொடுக்கிறது என்று ஒருவரால் வாதிட முடியும். இந்த வாதம் மூன்று பிரச்சினைகளைக் கொண்டிருக்கிறது: ஒன்று, அப்படியான உயிரியின் இருப்பை ஏற்றுக்கொள்ள மறுப்பது. இரண்டு, உண்மையிலேயே சாதிய முறைமையில் உள்ளதுபோல் மனிதர்களிடையேயான சமத்துவமின்மையை இப்படியான உயிரியின் இருப்பை முன்வைத்து நியாயப்படுத்துவது. மூன்று, மனிதர்களின் வாழ்விடமான இந்த உலகில் மனிதர்களுக்கு இடையே சமத்துவத்தை உறுதிப்படுத்த முடியாமல், இந்த மேலான உயிரியின் பார்வையில் மட்டுமே மனிதர்களை சமமாகப் பார்ப்பது போதுமானதாக இருக்க முடியாது. ஒருவேளை, இப்படியான காரணங்களால்தான், நாமெல்லாம் 'கடவுளின் குழந்தைகள்' என்று முன்வைக்கப்படுவது ஜனநாயகத்துக்கு 'பலவீனமான அஸ்திவாரமாகிறது' என்று அம்பேத்கர் கோருவதற்குக் கொண்டுவிட்டிருக்கலாம். இப்படியான கருத்தின் அடிப்படையிலான ஜனநாயகம் அதன் இயல்பில் பலவீனமான ஒன்றாகத்தான் இருக்க முடியும். இருப்பினும், மானுடர்களுக்கு அப்பாலான உருப்படி என்பது மனிதர்களுக்கு இடையேயான

படிநிலைகளை மறுதலிப்பதற்கான தத்துவார்த்த அடிப்படைகளை உருவாக்கிக்கொடுக்கும் சாத்தியப்பாட்டைக் கொண்டிருக்கிறது. ஆனால், இதை எப்படிச் சமூக நடைமுறையாக மாற்றுவது என்பதுதான் கேள்வி. எல்லா மனிதர்களும் ஒரே பிரபஞ்சக் கொள்கையின் பகுதியாகிறார்கள் என்று உணர்ந்துகொள்வது 'ஜனநாயகம் குறித்து வெறுமனே உபதேசம் செய்வதாக இல்லை' என்றும், 'அது ஜனநாயகத்தை எல்லோருக்கும் கட்டாயமான ஒன்றாக்குகிறது' என்றும் குறிப்பிட்டு அம்பேத்கர் கடந்தநிலை என்ற சொல்லை ஏற்றுக்கொள்கிறார்.[17] இப்படியான பார்வையை அம்பேத்கர் பிரம்மயம் என்பதன் பின்னணியில் முன்வைப்பதால், இந்தப் 'பிரபஞ்சக் கொள்கை' என்னவாக இருக்க முடியும் என்றும், அது எப்படி மதத்தோடு உறவுகொண்டிருக்க முடியும் என்றும் துருவியகழ்வதற்கான வெளியைத் திறந்துவிடுகிறது.

ஜனநாயகத்தின் பின்னணியில், உழைப்பு என்ற கருத்தமைவு மிக அவசியமானதாக இருக்கிறது என்று முன்னர் வாதிட்டேன். இந்தக் கருத்தமைவு மதம் தொடர்பிலும் முக்கியமானதாகிறது. மதம் தொடர்பான கதையாடல்களிலும் நடைமுறைகளிலும் இரண்டு வடிவங்களிலான உழைப்பு மேலோங்கிவருகின்றன. 'ஒருவர் சார்பாக' வேலை 'செய்வதற்கான' ஆற்றலைக் கடவுள் கொண்டிருக்கிறார் என்பதே மதத்தில் செயல்படும் அடிப்படைக் கொள்கையாக இருந்துவருகிறது. நாம் இதை எப்படியாக அர்த்தப்படுத்துகிறோம் என்பது அந்தந்த மதக் கொள்கைகளைச் சார்ந்திருப்பதாகிறது. ஆனாலும், வசதிக்கான, பாதுகாப்புக்கான உழைப்பாக இருந்தாலும் அல்லது 'விடுதலை'க்கான, 'காப்பாற்றப்படு' வதற்கான மேலான உழைப்பாக இருந்தாலும் நம்முடைய சார்பாக உழைப்பதற்கான ஆற்றலைக் கடவுள் கொண்டிருக்கிறார் என்றாகிறது. அதே சமயத்தில், ஒரு இறைநம்பிக்கையாளர் அவரது திடநம்பிக்கையைத் தக்கவைத்துக்கொள்வதற்கான உழைப்பையும் அதற்கான வேலைகளையும் செய்ய வேண்டியுள்ளது. இந்த அர்த்தத்தில், கடவுளுடைய உலகமும் மானுடர்களுடைய உலகமும் உழைப்பு வடிவங்கள் சார்ந்தே ஒழுங்கமைக்கப்பட்டிருக்கின்றன — மானுடச் சமூகத்தில் உள்ளதுபோலவே. மேலும், இந்த உழைப்பு வடிவங்கள், மிகத் தெளிவாக உள்ளார்ந்த படிநிலையைக் கொண்டிருக்கின்றன.

ஜனநாயகம், மதம் ஆகிய இரண்டுமே தனிநபர் சுயத்தை மாற்றியமைப்பது என்ற குறிப்பிட்ட பொறுப்பைக் கூடுதலாகக் கொண்டிருக்கின்றன. ஜனநாயகபூர்வமான சமூக வாழ்க்கையை உருவாக்குவது என்பது ஜனநாயகபூர்வமான சுயத்தை உருவாக்குவதுதான் என்று முன்னர் பார்த்தோம். மதரீதியான நம்பிக்கைகளும் நடைமுறைகளும் சுயத்தில்

---

17 Ambedkar, 'Riddles in Hinduism', p. 286.

பல்வேறு வழிகளில் செயலாற்றுகின்றன. இது தன்னடக்கம் என்று மட்டுமில்லாமல் அகங்காரம் போன்ற குணங்களை உருவாக்குகிறது; உயிரியின் சமத்துவத்தை முன்வைக்கும் அதே வேளையில் இருப்பில் படிநிலையை உருவாக்குகிறது (ஆன்மாவும் சுயமும் சாதி, பாலினம் போன்றவற்றோடு எத்தகைய தொடர்பும் கொண்டிருக்கவில்லை என்றும், ஆனால் அவை குடியிருக்கும் மானுடர்களிடம் இவை காணப்படுகின்றன என்றும் முன்வைப்பது இதற்கான ஆகச்சிறந்த எடுத்துக்காட்டு); ஒரு தனிநபர் கடவுளோடும் பிறரோடும் தொடர்புபடுத்தித் தன்னை எவ்வாறு புரிந்துகொள்கிறார் என்பதைச் சார்ந்து அவருள்ளான உருமாற்றத்தை ஊக்குவிக்கிறது. ஆனால், ஜனநாயகபூர்வமான சுயங்களை உருவாக்கும் அளவுக்கு சுயங்களை மதத்தால் மாற்றியமைக்க முடியுமா? அப்படியான ஆற்றலை மதம் கொண்டிருக்கிறதா? அதாவது, ஜனநாயகத்தில் மதத்தைச் செயல்படக்கூடிய முகமையாக ஏற்றுக்கொள்ள முடியுமா? ஜனநாயகபூர்வமான சுயங்களை உருவாக்குவதற்கான ஆற்றலை மதம் கருத்தாக்கரீதியாகக் கொண்டிருக்கிறது என்றும், ஆனால் நிறுவனரீதியாகக் கொண்டிருக்கவில்லை என்றும் மட்டுமே இப்போதைக்கு நம்மால் சொல்ல முடியும்.

மதமும் ஜனநாயகமும் உண்மை, திடநம்பிக்கை போன்ற கருத்தமைவுகளோடு மிக ஆழமாக உறவுகொண்டிருக்கின்றன. தான் எதிர்பார்ப்பதுபோல் அரசியலாளர் செயல்படுவார் என்ற நம்பகத்தன்மையை வாக்காளர் எப்படிக் கொண்டிருக்கிறாரோ, அதுபோலவே கடவுள் தன்னைக் ‘காப்பாற்றுவார்’ என்ற நம்பகத்தன்மையை இறைநம்பிக்கையாளர் கொண்டிருக்கிறார். இவ்விரு புலங்களிலும் காணப்படும் நம்பகத்தன்மை என்ற கருத்தமைவு ஒத்திசைந்தவையாக இருக்கின்றனவா அல்லது வேறானவையாக இருக்கின்றனவா? எப்படியான நம்பகத்தன்மை — மற்றவர்களின் செயல்கள் மீதான நம்பகத்தன்மையையும் உள்ளடக்கியிருப்பது — ஜனநாயகத்தை இயக்குகிறது? எப்படியான நம்பகத்தன்மை — இறைவன் மீதான நம்பகத்தன்மையையும் உள்ளடக்கியிருப்பது — மதத்தை இயக்குகிறது? இந்தக் கேள்விகளெல்லாம் பல்வேறு தத்துவார்த்த மரபுகளில் உள்ளார்ந்த கேள்விகளாக இருந்துவருகின்றன. நான் இவற்றை இங்கே முன்வைக்கக் காரணம், ஜனநாயகபூர்வமான சமூக வாழ்க்கையை ஒரு வாழ்க்கை முறையாக, மதத்தைச் சமூக வாழ்க்கை வடிவமாகப் பார்த்து இப்படியான கேள்விகள் மேல் ஈடுபாடுகாட்ட வேண்டியுள்ளது என்பதால்தான். மேலும், மதம் எவ்வாறு கையாளப்படுகிறது என்பது அதனளவில் ஜனநாயகத்தின் இயல்பை வரையறுப்பதாகவும் இருக்கிறது.

மதத்தின் மையமாக இருக்கும் மற்றொரு உள்ளடக்கமும் ஜனநாயக அரசியலில் காணப்படுகிறது. இது சுய-துறப்பு. அதாவது, தானாக முன்வந்து எதையோ துறப்பது என்ற உள்ளடக்கத்தைக் கொண்டிருக்கிறது. ஜனநாயகம், மதம் ஆகிய இரண்டிலுமே, ஒருவர் தானாக மனமுவந்து தன்னுடைய தன்னாட்சியை மற்றொருவரிடம் கொடுக்கிறார். இந்தப் புத்தகத்தின் பின்பகுதியில் நான் வாதிடவிருப்பதுபோல், வாக்களித்தல் என்பது நம்முடைய உரிமையை மற்றொருவரிடம் கொடுக்கும் செயலாகத்தான் இருக்கிறது. ஒருவர் தன்னை முழுமையாக அவரது திடநம்பிக்கைக்கு ஒப்புக்கொடுப்பதற்கும், அந்தத் திடநம்பிக்கையைப் பின்பற்றுவதற்கு அவர் கொண்டிருக்க வேண்டிய தன்னாட்சியை நிலைநிறுத்துவதற்கும் இடையே உள்ளார்ந்த இறுக்கம் மதத்தில் காணப்படுகிறது. மதப் பிரதிநிதிகள் தங்களுடைய கடவுள்களைக் காப்பாற்றுவது என்று தொடங்கும்போது, அடிப்படையில் தங்களுடைய கடவுள்கள் மீது அவர்கள் கொண்டிருக்கும் தன்னாட்சியைத்தான் நிலைநிறுத்துகிறார்கள். மதரீதியான மருளியர்கள்கூடத் தங்களுடைய திடநம்பிக்கை குறித்த ஐயப்பாட்டை எப்போதும் கொண்டிருக்கிறார்கள். இப்படியான நிலைகளில் அவர்களுடைய திடநம்பிக்கைகளுக்கு எதிரான நிலைப்பாட்டை எடுக்க, தங்களுடைய தன்னாட்சியோடு அவர்கள் போராட்டம் நடத்த வேண்டியிருக்கிறது. பொதுவாகச் சொல்வதென்றால், திடநம்பிக்கை என்பது நம்பகத்தன்மையோடு தொடர்புடையதாக இருப்பதோடு, மற்றொருவரிடம் சரணடைவதாகவும் இருக்கிறது என்று வாதிட முடியும். கடவுள்களிடம் சரணடைவது என்ற கருத்தமைவு எல்லா மதங்களிலும் காணப்படுகிறது. ஆனால், இங்கு இக்கட்டான நிலை ஒன்று தோன்றுகிறது: சரணடைவது என்ற முடிவை எடுப்பது ஒரு தனிநபர்தானே? அப்படித்தான் என்றால், சரணடையும் முடிவை எடுக்கும் முகமை கடவுளிடம் இல்லாமல் இன்னமும் அந்தத் தனிநபரிடமே இருக்கிறது என்று சொல்ல முடியுமா? அல்லது கடவுளின் உழைப்பு (கடவுளுடைய செயல்) தன்னைப் பின்தொடர்கிறவர்களைச் சரணடையவைக்கக்கூடிய ஒன்றாகிறதா? இந்தக் கேள்விகள் குறித்து எல்லா மதங்களிலும் விரிவாக விவாதிக்கப்பட்டிருக்கின்றன. ஆகையால், இவற்றை ஜனநாயகத்தில் உண்மை மற்றும் திடநம்பிக்கைகளுக்கு விரித்தெடுத்துச்செல்வது அப்படியொன்றும் வலிந்த விஷயமாக இருக்க முடியாது. ஏனெனில், இரண்டிலுமே ஒருவர் தன்னுடைய தன்னாட்சியைத் தானாக முன்வந்து கொடுப்பதே பணயமாக இருக்கிறது. ஒரு செயலின் முகவராக இருக்கும் நாம் நம்மை அதிலிருந்து அப்புறப்படுத்திக்கொள்ளும் செயலைச் செய்வது என்று தீர்மானிக்கிறோம். ஜனநாயகத்தில், பொதுச் சொத்துகள் மீதான நம்முடைய உரிமைகளை நாமாக மனமுவந்து கொடுக்கும்போது, இந்தச் சொத்துகளில் நமக்கான பங்கை நிர்வகிக்கும்

உரிமையை நாமாக முன்வந்து வேறொருவரிடம் கொடுக்கிறோம் என்றாகிறது. இப்படி நாமாக முன்வந்து நம்மை ஆட்சிசெய்ய வேறொருவரைத் தேர்ந்தெடுக்கிறோம். எல்லாவற்றையும்விட, நம்முடைய சுயமான தன்னாட்சியோடு நாம் கொண்டிருக்கும் சிக்கலான ஊடாட்டமும், நம்முடைய தன்னாட்சியை என்ன செய்வது என்று நாமாக எடுக்கும் முடிவும், பிற புலங்கள் எல்லாவற்றையும்விட மதத்தை ஜனநாயகத்துக்கு அருகில் கொண்டுவருகிறது. இரண்டுமே சுதந்திரம் என்ற கருத்தாக்கத்தில் மிகப் பெரிய அளவு முதலீடு செய்துள்ளன. எல்லா மதங்களுக்கும், இறுதியான விடுதலை — மோட்சம் — மீதான உத்தரவாதத்தையே அவற்றின் கொள்கையில் முக்கிய அம்சமாகக் கொண்டிருக்கின்றன. மிகவும் விசித்திரமாகத்தான் என்றாலும்கூட, நவீனச் சமூகங்களிலும் சுதந்திரம் மிக முக்கியமான விழுமியமாக இருக்கிறது. சுதந்திரம் என்ற கருத்தாக்கம் ஜனநாயகத்துக்குள் முக்கியமான தார்மீக அம்சத்தைக் கொடுக்கும் சாத்தியப்பாட்டைக் கொண்டிருந்தாலும்கூட, இந்தக் கருத்தாக்கம் நீர்த்துப்போய், பாத்தியதை உரிமைக்கான சொல்லாகிவிட்டது. ஜனநாயகத்தில் காணப்படும் மதத்தின் பாத்திரம், ஜனநாயகச் செயல்பாடுகளின் அடிநாதமாக இருக்கும் அறநீதியான கொள்கைகளை வடிவமைப்பதில் உள்ள சங்கடத்தைக் குறிப்பிட்டுக்காட்டுவதாகவும் இருக்கிறது. அடுத்த இயலில், நான் இந்த அடிநாதக் கொள்கைகள் சிலவற்றை விவாதிக்க எடுத்துக்கொள்கிறேன்.

⊙

4
ஜனநாயகத்தின் அறரீதியான செயற்பாங்குகள்

சமத்துவம், விடுதலை, சகோதரத்துவம் ஆகியவற்றின் அடிப்படையில் ஜனநாயகம் என்ற கருத்தமைவை அம்பேத்கர் முன்வைப்பது மிக வெளிப்படையாக ஜனநாயகம் என்ற கருத்தமைவுக்குள் அறரீதியான சிலவற்றைக் கொண்டுவருவதாகவே இருக்கிறது. ஜனநாயகத்தின் இறுதி வடிவம் மீது அளவுக்கு அதிகமாக முதலீடு செய்யப்படுகிறது. தேர்தல்கள், நாடாளுமன்றம் போன்ற நிறுவனங்கள், நிர்வாகத் துறைகள் போன்றவையே ஜனநாயகத்தின் கவனமாக இருந்துவருகின்றன. இவையெல்லாம் ஜனநாயகத்தின் இறுதி வடிவங்களாக இருப்பதால், இவற்றின் மீது மட்டுமே கவனம் குவிப்பது என்பது, இவற்றுக்குள்ளாகக் காணப்படும் ஜனநாயகத்தன்மையற்ற செயற்பாங்குகளை மூடிமறைக்கத்தான் உதவுகிறது. இப்படியான அணுகுமுறை, அதாவது இந்த முறைமையின் இறுதி வடிவம் மக்களுக்கு நன்மை செய்யக்கூடியதாகவும், மக்கள் நலன்களைப் பாதுகாக்கக்கூடியதாகவும் இருக்குமென்றால், பின் அந்த முறைமையை ஜனநாயகம் என்று அழைக்கலாம் என்ற நிலைப்பாட்டுக்குக் கொண்டுவிடுகிறது. எதேச்சாதிகாரம் அல்லது சர்வாதிகாரம் என்று அழைக்கப்பட வேண்டிய ஆட்சிகளைக்கூட ஜனநாயக ஆட்சியாக விவரிப்பது என்பது ஜனநாயகம் என்ற வார்த்தையை இறுதி நிலை சார்ந்து பயன்படுத்தும் உத்தியையே சார்ந்திருக்கிறது. ஜனநாயகத்தின் சாரம் இறுதி வடிவத்துக்குக் கொண்டுவிடும் செயற்பாங்குகளில் இருப்பதால் அதன் இறுதி வடிவம் மீது மட்டுமே கவனம் கொள்வது என்பது ஜனநாயகம் குறித்து மட்டுப்படுத்தப்பட்ட பார்வையையே கொடுக்கிறது. இப்படியான செயற்பாங்கு, வழி மற்றும் விளைவின் அறத்தோடு நெருக்கமாகத் தொடர்புடையதாக இருக்கிறது. ஒரு விளைவை நோக்கிய வழி அறமற்றதாக இருக்குமென்றால், அந்த விளைவை நம்மால் மதிப்பீடு செய்ய முடியாது. ஜனநாயகச் செயற்பாங்கு ஜனநாயக வாழ்க்கையைக் கைக்கொள்வதாக இருக்க வேண்டும். ஜனநாயக நடைமுறையின் பெரும்பங்கு வாக்களித்தல் என்பதாகச் சுருக்கப்பட்டுள்ளதால், நான் வாக்களித்தல் என்பதன் இயல்பைக் கொண்டு இவ்விஷயத்தை விளக்க

முயல்கிறேன். வாக்களிப்பதைக் குறிப்பிட்ட அரசியல் செயற்பாங்காக ஒருவர் நினைக்கலாம் என்றாலும், இந்தச் செயலில் ஈடுபடும் ஒரு தனிநபர் ஜனநாயகபூர்வமான குணத்தை உள்ளார்ந்து கொண்டிருக்க வேண்டும் என்று கோருகிறது. ஜனநாயகபூர்வமான சுயங்களை உருவாக்குவதற்கு மட்டுமல்லாமல், ஜனநாயகத்தின் அறரீதியான பரிமாணங்களை முன்வைப்பதற்கு நாம் இந்தக் குணங்கள் குறித்து பிரக்ஞைபூர்வமாக இருக்க வேண்டியுள்ளது.

வாக்களித்தல் ஜனநாயகத்தை முழுமையாகப் பிரதிநிதித்துவம் செய்வதில்லை. முந்தைய இயலில் பார்த்தது போன்று, வாக்களித்தல் என்ற உழைப்பின் இயல்பு குறித்தும் அரசியல் ஜனநாயகத்தில் பங்கேற்கும் உழைப்பு குறித்தும் நாம் கேள்விகள் கேட்டுக்கொள்ள வேண்டியுள்ளது. தேர்தல்கள், வாக்களித்தல் போன்ற செயற்பாங்குகள் ஜனநாயகபூர்வமான செயற்பாங்காக மாறுவதற்கு வேறு பிற விஷயங்களும் தேவைப்படுகின்றன. தேர்தலுக்கு முன் அரசியல் கட்சிகள் வாக்காளர்களுக்குப் பணம் கொடுப்பது அல்லது 'இலவசங்கள்' கொடுப்பது குறித்து முன்னர் குறிப்பிட்டிருந்தோம். இப்படியாகச் செய்வது, இனி ரகசியமாகச் செய்ய வேண்டிய அவசியமில்லாத அளவுக்கு வழமையான ஒன்றாக ஆகிவிட்டது. எல்லோரும் பார்த்துக்கொண்டிருக்க, அரசியலாளர்கள் வாக்காளர்கள் வீடுகளுக்குச் சென்று பணம் கொடுக்கிறார்கள், துணிமணிகள், மின்சாதனங்கள் போன்ற பொருள்கள் கொடுக்கிறார்கள். பொதுவாக, மக்களும் அரசியல் விளக்கவுரையாளர்களும் இப்படியான நடைமுறைகளை இந்திய ஜனநாயகத்தின் போதாமைகளாகச் சுட்டிக்காட்டுகிறார்கள். இருப்பினும், இப்படியான செயற்பாங்குகளின் விளைவுகளையும், எப்படியான அர்த்தத்தில் வாக்களித்தல் 'ஜனநாயகரீதியானதாகிறது' என்பதையும் நாம் புரிந்துகொள்ள வேண்டியுள்ளது.

பொது மற்றும் சமூகச் செயலின் ஒருசில செயற்பாங்குகள் ஜனநாயகரீதியான பண்புகள் கொண்டிருப்பதை நாம் அடையாளம் காண முடியும். முதலாவது, வாக்களித்தல் என்பது அடிப்படையில் பரிவர்த்தனை. இந்தப் பரிவர்த்தனை தனித்துவமான ஒன்றாகிறது. இந்தப் பரிவர்த்தனை, அரசியல் புலத்துக்கானதாக மட்டுப்பட்டிருப்பதுபோல் தெரிந்தாலும்கூட, அன்றாட வாழ்க்கையில் இப்படியான பரிவர்த்தனைகள் தொடர்ந்து நடந்துகொண்டுதான் இருக்கின்றன. அப்படியென்றால், வாக்களித்தல் உள்ளார்ந்து அப்படி என்ன தனித்துவமான பரிவர்த்தனையைக் கொண்டிருக்கிறது? அரசியல் ஜனநாயகத்தில் பரிவர்த்தனை என்பது நாம் மனமுவந்து கூட்டாக 'நமக்குரிய'தைக் கையாளும், நிர்வகிக்கும் பொறுப்பை வேறொருவரிடம் கொடுப்பதாக இருக்கிறது. ஜனநாயகத்தில் திரும்பத்திரும்ப அழுத்தம்

கொடுக்கப்படும் மக்களுடைய நாட்டம் என்பது உண்மையிலேயே அவர்களுக்கானதை — அதாவது, எல்லா மக்களுக்கும் பங்கிருக்கும் பொதுச் சொத்துகளை — நிர்வகிப்பதற்கான உரிமையை வேறொருவரிடம் மனமுவந்து மாற்றிக்கொடுக்கும் செயலாகத்தான் இருக்கிறது. பரந்துபட்ட தளத்தில் ஓர் அரசியல் செயற்பாங்காக ஜனநாயகத்தை இப்படியாகவே புரிந்துகொள்ள வேண்டியுள்ளது. அடிப்படையில் பொதுச் சொத்துகளையும் பரந்துபட்ட சமூகத்தையும் மற்றவர்கள் சார்பாக நிர்வகிக்கவே அரசியலாளர்கள் தேர்ந்தெடுக்கப்படுகிறார்கள். இது அடிப்படையில் பரிவர்த்தனையிலான ஒன்றாக இருப்பதற்கான காரணம், 'பொது' என்பது எல்லோருக்குமான புலமாக இருப்பதுதான். அதாவது, எல்லோருக்கும் சொந்தமானதை ஒருசிலரால் மட்டுமே நிர்வகிக்க முடியும் என்றாகிறது. ஆக, ஜனநாயகரீதியாக நிர்வகிப்பது என்பது, குடிநபர்களின் நலன்களையும் தேவைகளையும் பூர்த்திசெய்யும் விதமாக, 'ஒருவர் சார்பாக', 'ஒருவருக்குப் பதிலாக', 'ஒருவர் இடத்திலிருந்து' நிர்வகிப்பதாகத்தான் இருக்கிறது. ஆக, நாம் முன்னர் கேட்டுக்கொண்ட கேள்விக்குத் திரும்பவும் வருவோம்: மக்களை 'நன்றாக' நடத்தும் ஒரு அரசாங்கத்தைவிட, மக்களுக்கு அவ்வளவாக நன்மைகள் செய்திராத, ஆனால் மேலும் 'சுதந்திரமான' ஜனநாயகப் பண்புகளைக் கொண்டிருக்கும் அரசாங்கத்தை ஜனநாயகபூர்வமானது என்று சொல்ல முடியுமா? ஜனநாயகத்தை 'சார்பாக-நிர்வகித்தல்' என்பதாகப் பார்ப்பதில் உள்ள அடிப்படையான பிரச்சினை, அது தீங்கற்ற எதேச்சாதிகாரத்துக்கு இடம்கொடுப்பதாக இருக்கிறது — அதாவது, ஒரு 'ஆட்சியாளர்' மக்களுக்கு நன்மைகள் செய்யும் தீங்கற்ற அதிகாரமாக இருந்தால் எதேச்சாதிகார முறைமையைக்கூட ஜனநாயகரீதியானது என்று கோருவதற்கு இடம்கொடுக்கிறது. சர்வாதிகாரிகளும் அரசியல்ரீதியாக ஒடுக்கும் அரசாங்கங்களும் இப்படியான வாதத்தையே பொதுவாக முன்வைக்கின்றன. நாம் முன்னர் விவாதித்தது போன்று, சீனாவும் இந்த அம்சத்துக்கு அழுத்தம்கொடுத்தே அதனை ஜனநாயகரீதியானதாகக் கோருகிறது.

இதுதான் உண்மையான பிரச்சினையாக இருக்கிறது: ஒரு அரசாங்கம் ஏழைகளின், விளிம்பில் இருப்பவர்களின் நிலையை நுண்ணுணர்வோடு அணுகி, இந்த மக்களின் வாழ்க்கைத் தரத்தை மேம்படுத்துமானால், அந்த அரசாங்கம் குறிப்பிட்ட ஜனநாயக மாதிரியில் வரையறுக்கப்பட்டிருப்பதைப் போல்தான் தேர்ந்தெடுக்கப்பட வேண்டும் என்பது அவ்வளவு முக்கியமாகிறதா? எடுத்துக்காட்டாக, சமூகநீதிக்காகவும் சமூக விடுதலைக்காகவும் உழைக்கும் முறைமையைவிட சமூகநீதிக்கு உழைக்காத ஜனநாயகரீதியான ஆட்சி மேலானதாக இருக்க முடியுமா? ஜனநாயகத்தின் இந்த உள்ளார்ந்த உணர்வின் அடிப்படையில்தான், அதாவது சமூகத்தில் உள்ள எல்லா மக்களின் — குறிப்பாக, ஏழைகளின்

உழைக்கும் மக்களின் — மேம்பாட்டுக்கும் உழைக்கும் முறைமை என்ற அடிப்படையில்தான், கம்யூனிஸ்ட் ஆட்சிகள் தங்களை ஜனநாயகரீதியானவையாக அழைத்துக்கொள்கின்றன. இப்படியான ஜனநாயக மாதிரிகள் குடும்பத்தில் முன்வைக்கப்படும் அக்கறையுள்ள தந்தையிடமிருந்து அப்படியொன்றும் வேறாக இல்லை. இதுவே நிறுவனங்களிலும் அரசாங்கங்களிலும் அக்கறையுள்ள தலைவர் என்பதாக நீட்டிக்கப்படுகிறது.

ஆக, முக்கியமானவை என்று சொல்லக்கூடிய ஜனநாயகத்தின் அடிப்படையான குணங்கள் என்ன? இறுதி விளைவு சார்ந்து மட்டுமே ஜனநாயகக் குணங்களை நாம் மதிப்பிட மறுப்போமானால், அக்கறை கொண்ட சர்வாதிகாரத்தை, நாம் ஜனநாயகம் என்றழைக்க முடியாது. ‘மக்கள் நன்மைக்காக’ என்ற சொற்றொடரும்கூடப் பிரச்சினைகள் கொண்டிருக்கும் ஒன்றாகிறது. எது ‘மக்களுக்கு நன்மைபயக்கக்கூடியதாக இருக்கிறது? இதை யார் தீர்மானிப்பது? மக்களே தீர்மானித்துக்கொள்ள முடியுமா? தனிநபர்களாகவா? கூட்டாகவா? பெரும்பான்மையினராகவா? வாக்களித்தல் ஊடாகவா? ‘மக்களின் நன்மைக்காக’ என்பது மக்கள் குழுமகத்தில் உள்ள எல்லோரையும் உள்ளடக்கியதாக இருக்கிறதா? இது சாத்தியமே இல்லை என்பதால், ‘மக்களின் நன்மைக்காக’ என்பதைப் பொதுவான, அரூபமான கருத்தாக முன்வைக்காமல் அல்லது அதை ஒவ்வொரு தனிநபருக்குமானதாகச் சுருக்காமல், பரந்துபட்ட நன்மைக்கான ஒன்றாக முன்வைப்பது, அதாவது பொது நன்மையாகவும் பொருளாதார நன்மையாகவும் வரையறுப்பது சற்றே சுலபமாக இருக்கிறது. எடுத்துக்காட்டாக, சுகாதாரம் மற்றும் கல்வி எல்லோருக்கும் கிடைக்குமாறு செய்ய வேண்டும் என்பது நிச்சயமாக மக்கள் நலன் சார்ந்ததாகவே இருக்க முடியும். நுகர்வுப் பொருள்களை மக்கள் தங்களுடைய விருப்பத்துக்கு ஏற்ப தெரிவுசெய்ய திறந்த சந்தை வேண்டும் என்பது பொதுவாக மக்கள் நன்மைக்கான ஒன்றாக முன்வைக்கப்படுகிறது. ஆனால், ஏழ்மையில் இருப்பவர்கள் நுகர்வுப் பொருள்களைவிடக் குறைந்தபட்சம் சுகாதாரம் மற்றும் கல்விக்கு முக்கியத்துவம் கொடுக்கலாம். ஆக, ‘நன்மை’ என்பதன் இயல்பை மிகத் தெளிவாக வரையறுக்காமல், ‘மக்களின் நன்மைக்காக’ என்பது ஜனநாயகத்தை உத்தரவாதப்படுத்தக்கூடிய ஒன்றாக இருக்க முடியாது. இவ்விஷயம் குறித்துப் பொதுக் கதையாடலில், ‘மக்களின் நன்மைக்காக’ என்பதை அளவிடக்கூடிய ஒன்றாக ‘சுதந்திரம்’ போன்ற சொற்கள் பொதுவாகப் பயன்படுத்தப்படுகின்றன. சுகாதாரம், கல்வி அல்லது நுகர்வுப் பொருள்கள் போன்றவற்றைச் சார்ந்திராமல் ஜனநாயகம் குறித்த பொது முன்வைப்புகளில் சுதந்திரம் என்ற கருத்து மையமாக மாறியுள்ளது.

பரந்துபட்ட மக்களின் நன்மைக்காக என்ற வாதமே ஜனநாயகத்தை நியாயப்படுத்தும் அறரீதியான விதிகளின் மையமாக இருந்துவருகிறது. எல்லா மக்கள் தேவைகளையும் பூர்த்திசெய்வது என்பது சாத்தியமே இல்லாதது. அப்படியென்றால், உண்மையிலேயே ஜனநாயகம் யாரைத் திருப்திப்படுத்த முயல்கிறது? ஜனநாயகத்தை எப்படி மதிப்பீடு செய்தாலும், அது இந்தக் கேள்விக்கான பதிலை அடிப்படையாகக் கொண்டிருக்க வேண்டியுள்ளது. நுகர்வுப் பொருள்களைப் பொறுத்தமட்டில் இந்தியாவில் வளர்ந்துவரும் மத்தியதர வர்க்கத்துக்கு ஜனநாயகம் சிறப்பாக வேலைசெய்வதுபோல் தெரிகிறது. அதே சமயத்தில், இந்த வர்க்கத்திடம் அரசியல் பிரக்ஞை குறைந்துகொண்டுபோகிறது. பிற அக்கறையுள்ள ஆட்சிமையிலிருந்து ஜனநாயகத்தை வேறுபடுத்திக்காட்டுவது தன்னாட்சி, விடுதலை போன்ற கருத்தமைவுகள் அல்ல. இன்னும் மேலான அறக்கொள்கைகளே பிற ஆட்சிமை முறைமைகளிலிருந்து ஜனநாயகத்தை வேறுபடுத்திக்காட்டுகிறது. ‘மக்கள்’ என்ற கருத்து எப்போதும் எல்லோரையும் உள்ளிணைத்துக்கொள்ளக்கூடியதாக இருந்ததில்லை. பலர் பல விதமான காரணங்களுக்காக இந்த வகைமையிலிருந்து விலக்கிவைக்கப்பட்டிருக்கிறார்கள். ‘மக்கள்’ என்ற சொல் ஏதேனும் அறிரீதியான அர்த்தத்தைக் கொண்டிருக்க வேண்டுமென்றால், (வெறுமனே எண்ணிக்கையிலான அளவாக மட்டுமல்லாமல்), அதை மேட்டுக்குடிகளின் நிலைப்பாட்டிலிருந்தோ, ஏன் பெரும்பான்மையினர் நிலைப்பாட்டிலிருந்தோ வரையறுக்காமல் சமூகத்தில் மிக மோசமான நிலையில் இருப்பவர்களின் பார்வையிலிருந்து வரையறுப்பதாகவே இருக்க முடியும். இப்படியாக, சமூகத்தில் மிக மோசமாக இருப்பவர்களின் நன்மைக்காக நிர்வகிப்பதை அடிப்படையாகக் கொண்டே ஜனநாயகத்தை அர்த்தமுள்ள வழிகளில் மதிப்பீடு செய்ய முடியும். இதுவே ஜனநாயகத்தின் தனித்துவமான அற நிலைப்பாடாக இருக்க முடியும். இது பரந்துபட்ட மக்களின் நன்மைக்காக என்ற வாதத்தையும் சார்ந்திருப்பதில்லை — அதாவது, சமூகத்தில் பெரும்பான்மையினர் மிக மோசமான நிலையில் இருந்தால் ஒழிய. ஒரு சமூகம் அப்படியாக இருக்குமென்றால் அது துயரமான சமூகமாக இருக்க வேண்டும். ஒரு ஜனநாயகம் வெகு அபூர்வமாகவே ‘மக்களால்’ என்று பார்க்கப்படுகிறது. இது சமூகத்தில் உள்ள சில பிரிவினர்களுக்கு சாதகமாக இருந்துவருகிறது. பொதுவாக, ஜனநாயக நாடுகளில் செல்வந்தர்கள் மேலும் செல்வந்தர்களாக மாறிக்கொண்டிருக்கிறார்கள். சில சமயங்களில் ஏழைகளால்கூட தங்களுடைய நிலையிலிருந்து வெளியேற முடிந்திருக்கிறது என்றாலும், ஒவ்வொரு ஜனநாயகத்திலும் கைவிடப்பட்ட ஏழைகளின் எண்ணிக்கை எப்போதும் கூடிக்கொண்டே இருப்பதோடு மட்டுமல்லாமல், செல்வந்தர்களுக்கும் எழைகளுக்கும் இடையேயான சமத்துவமின்மை

மேலும்மேலும் வளர்ந்துகொண்டேபோகிறது. சொல்லப்போனால் ஜனநாயகத்தில், மொத்த செல்வத்தின் அளவும், மக்கள்தொகையில் ஒருசில சதவீதத்தினரின் சொத்தும் பெருமளவில் வளர்ந்திருக்கிறது என்றாலும்கூட, காலப்போக்கில் ஏழைகளின் சதவீதம் அப்படியொன்றும் பெரிய அளவுக்குக் குறைந்துவிடவில்லை என்ற சங்கடமான விஷயத்தை நாம் எதிர்கொள்ள வேண்டியிருக்கிறது. ஆக, உண்மையிலேயே இன்று நடைமுறையில் இருக்கும் ஜனநாயகம் நிச்சயமாக 'மக்களு'க்கானதாக இல்லை. இது குறிப்பிட்ட பிரிவைச் சேர்ந்தவர்களுக்கு மட்டுமே வெற்றிகரமான மாதிரியாக இருந்துவருகிறது. மேலும், அது சமூகத்தில் உள்ள எல்லா மக்களையும் உள்ளடக்கியிருப்பதுபோல் 'மக்கள்' என்ற தோன்மத்தை உருவாக்குகிறது என்றாலும், அதற்கான பொறுப்பிலிருந்து தப்பித்துக்கொள்கிறது.

பரந்துபட்ட மக்களின் நன்மைக்காக என்ற வாதம் மிகப் பரவலாக முன்வைக்கப்படுகிறது. பெரும் எண்ணிக்கையிலான மக்களுடைய முரண்பட்ட நோக்கங்களையும் விருப்பங்களையும் எதிர்கொள்ள வேண்டியிருக்கும்போது, இந்த வாதம் நியாயமான ஒன்றுபோல் தெரிகிறது. இருந்தாலும், நாம் இதைப் பல தளங்களில் விமர்சனபூர்வமாக எதிர்கொள்ள வேண்டியுள்ளது. இதில், 'பரந்துபட்ட மக்களின் நன்மைக்காக' என்பது உண்மையிலேயே அப்படியாக இருக்கிறதா என்ற கேள்வி மிக முக்கியம். இப்படியாக வரையறுப்பதற்கு, குறிப்பிட்ட செயல் உண்மையிலேயே பரந்துபட்ட மக்களின் நன்மைக்கானதாக இருக்கிறது என்று நிரூபித்துக்காட்ட வேண்டியுள்ளது. ஆனால், பெரும்பாலான விஷயங்களில் இது நடப்பதே இல்லை. மேலும், இப்படியாகக் கோருவது, எல்லா அரசியல் முறைமைகளுக்கும் பொருந்தக்கூடியதாக இருக்கிறது. இதை வெறுமனே ஜனநாயகத்துக்கு மட்டுமானதாகச் சுருக்கவும் முடியாது. ஆக, பரந்துபட்ட மக்களின் நன்மைக்காக என்ற வாதம் ஜனநாயகத்தின் அறரீதியான மையமாக இருக்க முடியாது. மாறாக, சமூகத்தில் மிக மோசமாக இருப்பவர்கள், விளிம்புக்குத் தள்ளப்பட்டவர்கள், குரலற்றவர்கள், அதிகாரமற்றவர்கள் சார்பாகத் தன்னாட்சியோடு செயல்படுவதுதான் ஜனநாயகத்தின் அறரீதியான மையமாக இருக்க முடியும். ஜனநாயகத்தை இப்படி வரையறுப்பதன் ஊடாகவே அதை அன்றாட வாழ்க்கையின் பகுதியாக்குவதோடு, வெறுமனே அரசியல்ரீதியாக மட்டுமல்லாமல் சமூக ஒழுங்குக்கான வடிவமாகவும் ஆக்க முடியும். இப்படியான ஜனநாயகரீதியான சமூக வாழ்க்கையின் குணங்கள் ஊடாகவே நம்மால் உண்மையான ஜனநாயகச் சமூகத்தைக் கட்டியமைக்க முடியும். இந்தக் கொள்கையை ஜனநாயகத்தை வரையறுக்கும் கொள்கையாகக் கொள்வதற்கு, ஜனநாயகரீதியான ஆட்சிமையை முதன்மைப்படுத்தும் விஷயங்களை நாம் தொடர்ந்து மதிப்பீடு செய்துகொண்டே இருக்க

வேண்டியுள்ளது. இப்படியான கொள்கை ஜனநாயகத்தின் லட்சியமாக இருக்க வேண்டும் என்பதால் ஆசியாவிலும் ஆப்பிரிக்காவிலும் உள்ள ஜனநாயகத்தைப் புரிந்துகொள்வதற்கு எப்படியான அறரீதியான பிரச்சினைகள் கருத்தாக்கரீதியாகப் பொருத்தமுடையவையாக இருக்க முடியும்?

பொது என்பது குறித்து நாம் கொண்டிருக்கும் அனுமானத்தை அடிப்படையாகக் கொள்ளாமல் வாக்களித்தல், இடஒதுக்கீட்டுக் கொள்கைகள் போன்றவற்றின் ஊடாகப் பொது என்ற அனுபவத்தை உருவாக்கும் செயற்பாங்குகளை ஆய்வுசெய்வதன் ஊடாக ஜனநாயகச் செயற்பாங்குக்குப் பொருத்தமான அறரீதியான செயல்களை எடுத்துக்கொள்ளவிருக்கிறேன். ஜனநாயகம் குறித்த பொதுவான கதையாடலில், இத்தகைய செயற்பாங்குகள் செயல்படுத்தப்படும் விதம் மற்றும் அவற்றின் அர்த்தம் குறித்து, குறிப்பாக வாக்களித்தல் என்ற செயல்பாடு குறித்து வெளிப்படும் குழப்பங்கள் காரணமாகவே இந்த உள்ளடக்கங்களை நான் எடுத்துக்கொள்கிறேன்.

வாக்களித்தல் என்ற அறரீதியான செயல்[1]

இந்தியாவில் வாக்களித்தல் குறித்து மக்களிடம் பொதுவான சில கதையாடல்கள் காணப்படுகின்றன. சமூகத்தில் மேலான நிலையில் இருப்பவர்கள் அவர்களைக் காட்டிலும் மோசமாக இருப்பவர்கள் தேர்தல்களில் செயலூக்கத்தோடு பங்கேற்பதுபோல் பங்கேற்பதில்லை. பணம், நுகர்வுப் பொருள்கள், துணிமணிகள் போன்று பல பலன்கள் பெற்றுக்கொள்வதற்காகத்தான் ஏழைகள் வாக்களிக்கிறார்கள் என்பதாக மேல்வர்க்கத்தினர் கோருகிறார்கள். சிறுபான்மையினர் ஒரு தொகுப்பாக — அதுவும் மதரீதியான அடையாளத்தை முதன்மைப்படுத்துகிறார்கள் என்று சேர்த்துக்கொண்டு — வாக்களிப்பதாகப் பெரும்பான்மையினர்கள் கோருகிறார்கள். இப்படியான செயல்களெல்லாம் இந்திய ஜனநாயகத்தின் பலவீனங்களாகப் பார்க்கப்படுகின்றன. அவ்வளவு ஆச்சரியப்படுவதற்கு இல்லை என்றாலும், எவரெல்லாம் வாக்களிக்கலாம் என்பதில் கட்டுப்பாடுகள் கொண்டுவர வேண்டும் என்பதிலிருந்து இந்தியாவில் பிரிட்டிஷ் ஆட்சியை மீண்டும் கொண்டுவர வேண்டும் என்றெல்லாம் இந்திய ஜனநாயகத்தை மேம்படுத்துவதற்கு ஆலோசனைகள் வழங்கப்பட்டுவருகின்றன!

---

[1] This section is a modified and edited version of my op-ed pieces in the newspaper இந்தப் பகுதி 'தி இந்து' பத்திரிகையில் வெளிவந்த தலையங்கப் பக்கக் கட்டுரையின் சுருக்கப்பட்ட, மாற்றப்பட்ட வடிவம். பார்க்கவும்: 'Ethical Act of Voting' (18 April 2019) and 'What's in an Election?' (22 May 2018).

தேர்தல்களில் வெல்வதற்கும் கட்சி அரசியலை நிலைநிறுத்துவதற்கும் மிக அவசியமான பணம் மற்றும் ஆள் பலம் கொண்டு நடத்தப்படும் தேர்தல் நடைமுறைகள், இந்திய ஜனநாயகம் படுமோசமான நிலையில் இருப்பதாகக் காட்டுகின்றன. இவையெல்லாம், மிகச் சிறந்த வேட்பாளருக்கு, அதாவது மிகச் சிறப்பாக ஆட்சிசெய்யக்கூடிய அரசியல் பிரதிநிதிக்கு வாக்களிக்க வேண்டிய கடமையிலிருந்து தவறுவதால் வாக்காளர்கள் பொறுப்புள்ள தனிநபர்களாகச் செயல்படுவது சாத்தியமே இல்லை என்று முன்வைப்பதுபோல் இருக்கிறது. இப்படி முன்வைக்கப்படுபவையெல்லாம், வாக்களிக்கும் செயலில் ஈடுபடும் பலர் வாக்களித்தல் என்ற செயலின் நோக்கத்துக்கு ஒத்து செயல்படுவதில்லை என்ற நம்பிக்கையை அடிப்படையாகக் கொண்டிருக்கிறது. பணம் பெற்றுக்கொண்டு வாக்களிப்பதாக இருந்தாலும் அல்லது சாதி அடிப்படையில் வாக்களிப்பது அல்லது மதரீதியான தேவைகளை முன்னிறுத்தி வாக்களிப்பது என்று எப்படியாக இருந்தாலும், வாக்காளர்கள் ஜனநாயகத்தில் வாக்களித்தலின் நோக்கத்துக்கு எதிராகச் செயல்படுவதாகப் பார்க்கப்படுகிறது. ஆனால், இப்படியான வாதங்களை நாம் வாக்களிக்கும் ஒவ்வொருவருக்கும் நீட்டிக்க முடியும்: சிலர் தங்களது சித்தாந்தக் கொள்கைகளின் அடிப்படையில் ஒரு கட்சிக்காக வாக்களிக்கலாம்; வேறு சிலர் அவர்கள் ஆதரிக்கும் சில பொருளாதாரக் கொள்கைகளின் அடிப்படையில் வாக்களிக்கலாம். வாக்களிக்கும் செயலே ஏதோ ஒரு எதிர்பார்ப்பைக் கொண்டதுதான். அது எப்போதுமே பரிவர்த்தனையாகத்தான், அதாவது சமூகப் பரிவர்த்தனையாக இருக்க முடியும். மறுபுறத்தில், நாடு தழுவிய மற்றும் மையப்படுத்தப்பட்ட அரசியல் செயற்பாங்குகள் இப்படியான பிரச்சினைகளைக் கொண்டிருப்பது என்னவோ உண்மை என்றாலும்கூட, ஜனநாயகம் பரவலாக்கப்படும்போது அது குறிப்பிடத்தக்க விளைவுகளை ஏற்படுத்துவதோடு, சமூகரீதியாக மேலும் நுண்ணுணர்வு கொண்டதாகவும் ஆகிறது.

பொதுவாக, வாக்களித்தல் என்பது ஒருவரது கடமையாக முன்வைக்கப்படுகிறது. ஆனால், இது எப்படிப்பட்ட கடமை? ஒரு காகிதத்தில் ஒருவர் தன்னுடைய தெரிவைக் குறிப்பிடுவதாக இருக்கிறதா அல்லது உண்மையிலேயே சிந்தித்து முடிவெடுப்பது என்ற குறிப்பிட்ட செயற்பாங்கைக் குறிப்பிடுவதாக இருக்கிறதா? மேலும் கடமை என்றால், யாருக்குச் செய்ய வேண்டிய கடமை? வாக்காளர் யாருக்குப் பொறுப்பேற்றுக்கொள்ள வேண்டியுள்ளது? வாக்காளரைத் தன்னாட்சியிலான முகவராக ஜனநாயகம் முதன்மைப்படுத்துகிறது என்றாலும்கூட, ஒவ்வொரு வாக்காளரும் அளிக்கும் ஆயிரக்கணக்கான வாக்குகளில் நிராகரிக்கக்கூடிய அளவிலான ஒன்றாகத்தான் தன்னுடைய வாக்கு இருக்க முடியும் என்று மிக நன்றாக அறிந்திருக்கிறார்கள்.

ஆக, வாக்களிக்கும்போது ஊகிக்கும் விளையாட்டையே வாக்காளர்கள் விளையாட வேண்டியிருக்கிறது. ஏனெனில், ஒரு தனிநபரின் வாக்குக்கும் தேர்தலில் முடிவுக்கும் இடையே நேரடியான உறவு என்று எதுவும் இல்லை. ஊகிக்கும் இந்த விளையாட்டின் நடைமுறையே, அரசியலாளர்களோடு பரிவர்த்தனை உறவில் ஈடுபட வாக்காளர்களை உந்தித்தள்ளுகிறது. வாக்களிப்பதற்கு முன்பணம் பெற்றுக்கொண்டு வாக்களிக்கும் செயலை எடுத்துக்கொள்வோம். பணம் அல்லது பொருள்கள் பெற்றுக்கொள்வதன் மூலமாக வாக்காளர்கள் தேர்தலைப் பரிவர்த்தனையாகப் பார்க்கிறார்கள் என்றாகிறது. அவர்கள் அடிப்படையில் இதைத்தான் கேட்கிறார்கள்: உங்களுக்கு வாக்களிப்பதன் ஊடாக எனக்கு என்ன கிடைக்கப்போகிறது? தேர்தலில் தேர்ந்தெடுக்கப்படும் பிரதிநிதிகள் தங்களுடைய அதிகாரத்தையும் செல்வத்தையும் அதிகரித்துக்கொள்ளும்வரை பரிவர்த்தனையிலான முறை, இயல்பான விளைவாகத்தான் இருக்க முடியும். சுதந்திரம் பெற்ற பல பத்தாண்டுகளில் தேர்ந்தெடுக்கப்படும் அரசியலாளரின், அவரது குடும்பத்தின் சொத்துகள் பிரம்மாண்டமாய் அதிகரித்துக்கொண்டிருப்பதை மக்கள் பார்த்துக்கொண்டிருப்பதால், வாக்காளர்கள் இந்தக் கேள்வியைக் கேட்கிறார்கள். ஆக, வாக்களிப்பதன் மூலம் தனக்கான ஆதாயத்தை எதிர்பார்க்காமல், பாரபட்சமற்ற தன்மையில் வாக்களிக்க வேண்டுமென்றால், நம்மை ஆட்சிசெய்பவர்களும் தங்களுடைய சொந்த நலன்களை முதன்மைப்படுத்தாமல் பாரபட்சமற்றுச் செயல்படுகிறவர்களாக இருக்க வேண்டும். ஆனால், அரசியலாளர்களுக்கு ஆட்சிசெய்வது வியாபாரமாக மாறியிருக்கும்போது, வாக்காளர் ஏன் அவர்களுக்கான விலையைக் கேட்கக் கூடாது? சொல்லப்போனால், வாக்களித்தல் என்ற செயலைப் பரிவர்த்தனை அடிப்படையிலான செயலாகப் பார்ப்பது என்பது வாக்காளர்களின் அறிவத்தையே வெளிப்படுத்துகிறது; ஜனநாயகம் 'மக்களு'க்கானது என்ற வெற்றுக் கோரலைத் தெளிவாக அடையாளம் காண்கிறது. ஆக, வாக்களிக்கும் வாக்காளர் ஒருவர் அரசியலாளர் ஒருவருக்காக வேலை செய்வதாக நினைப்பதால், அந்த வேலைக்கான ஊதியத்தை அவர் எதிர்பார்க்கிறார். இது போலவே, அரசியலாளரும் வாக்களிப்பதில் உள்ள வியாபார அம்சத்தை நன்றாகப் புரிந்துகொண்டிருப்பதால், அவரது எதிர்கால லாபத்துக்கான முதலீடாகப் பணம் செலவழிக்கத் தயாராக இருக்கிறார். ஒருவரைத் தேர்ந்தெடுப்பதில் உள்ள இரண்டக நிலை இதுதான். இதை மக்கள் அவ்வளவு சிறப்பாகப் புரிந்துகொண்டிருக்கிறார்கள். வாக்காளர்கள், சுதந்திரமாக வாக்களிக்க வேண்டும் என்றே பொதுவாக வாதிடப்படுகிறது என்றாலும், வாக்காளர்களுடைய செயலின் விளைவு வேறொரு மனிதருக்கு அதிகாரத்தையும் செல்வத்தையும் உருவாக்கிக்கொடுப்பதாக இருக்கிறது. ஆக, வாக்காளரின் செயலால்

தேர்தலில் வெற்றிபெறுகிறவர் அதனால் லாபம் அடையும்போது, வாக்காளர் அவர் வாக்களிப்பதை ஏன் வியாபாரப் பரிவர்த்தனையாகப் பார்க்கக் கூடாது? வேறொருவரின் செல்வம் அதிகரிப்பதற்கான சாத்தியப்பாட்டை உருவாக்கிக்கொடுக்கும் வாக்காளர் ஏன் அந்தச் செல்வத்திலிருந்து அவருக்கான பங்கைக் கேட்கக் கூடாது? சொல்லப்போனால், வாக்காளர் நிலையிலிருந்து பார்த்தால், இந்த வாதம் முழுக்கப் பகுத்தறிவுக்கு உட்பட்டதாகத்தான் இருக்கிறது. மறுபுறத்தில், பகுத்தறிவார்ந்த வாதத்தை ஒரு அரசியலாளரும் கொண்டிருக்கிறார்: பணம் கொடுப்பது அவர்கள் செய்யும் முதலீடாக இருப்பதால், வாக்காளர்களுக்குப் பணம் கொடுக்கிறார்கள். வாக்காளர்களுக்கு எவ்வளவு பணம் கொடுக்கப்படுகிறது என்பது தேர்ந்தெடுக்கப்படும் பிரதிநிதிகள் அவர்களது ஆட்சிக் காலத்தில் எவ்வளவு சம்பாதிக்க முடியும் என்பதன் அளவீடாகிறது!

ஆனால், இப்படியான செயல்கள் எதுவும் ஜனநாயகத்தை அமைப்பாக்கம் செய்யக்கூடிய செயல்களாக இருக்க முடியாது என்ற நம்பிக்கையும் அடிநாதமாகக் காணப்படுகிறது. உன்னத ஜனநாயக நடைமுறையில், வாக்களித்தல் என்பதன் இயல்பும் செயல்பாடும் என்னவாக இருக்க முடியும்? நாம் மேலே விவாதித்திருக்கும் ஜனநாயகத்தின் சமூக மாதிரிக்கும் இன்று வாக்களிக்கும் நடைமுறைக்கும் இடையேயான அடிப்படையான வேறுபாடு என்பது, முந்தையதில் வாக்களித்தல் என்பது தனிப்பட்ட ஆதாயங்கள் எதையும் முதன்மைப்படுத்தாமல் சமூகத்தில் மோசமாக இருப்பவர்களுடைய நிலையை மேம்படுத்துவதற்கான ஒன்றாகிறது. சமூகத்தில் நல்ல நிலையில் இருப்பவர்கள் வாக்களிப்பது என்பது தங்களுடைய நலன் சார்ந்து வாக்களிப்பதாக இல்லாமல் அவர்களைவிட மோசமாக இருப்பவர்களின் நலன்களுக்காக வாக்களிப்பதாகிறது. சமூகத்தில் அடிமட்டத்தில் இருப்பவர்கள் வாக்களிக்கும்போது, அவர்களுடைய அடிப்படைத் தேவைகளை நிறைவேற்றிக்கொள்ள வாக்களிப்பதாகிறது. எப்போதும் ஒப்பீட்டளவில் மோசமாக இருப்பவர்களின் நிலையிலிருந்தே ஜனநாயகம் வரையறுக்கப்பட வேண்டும் என்று ஏற்றுக்கொள்வோம் என்றால், ஒரு குழுமகமாக வாக்களிப்பதை சுயநலன் சார்ந்து வாக்களிப்பதாக நாம் வரையறுக்க முடியாது.

இப்படியாகத்தான் வாக்களிப்பதன் இயக்கவியல் சிக்கலான பகுத்தறிவார்ந்த பிரச்சினையாகிறது. அதாவது, இந்தச் சிக்கல் பகுத்தறிவார்ந்த தெரிவுக் கோட்பாடு கொண்டிருக்கும் பிரச்சினைக்கு நிகரானதாக இருக்கிறது. முதலாவதாக, மக்கள் தங்களிடமிருந்து பணம் பெற்றுக்கொண்டு அல்லது தங்களுடைய வாக்குறுதிகளைக் கேட்டு — அதுவும் ஒரே குழுமகத்துக்கு ஒன்றுக்கும் மேற்பட்ட அரசியலாளர்கள்

பணம் கொடுக்கும்போது அல்லது ஒரே விதமான வாக்குறுதிகளைக் கொடுக்கும்போது — தங்களுக்குத்தான் வாக்களிப்பார்கள் என்று அரசியலாளர்களால் எப்படித் தெரிந்துகொள்ள முடியும்? மேலும், தான் வெற்றிபெறும் அளவுக்கு மக்கள் வாக்களிப்பார்கள் என்று அரசியலாளர் எப்படி உறுதியாக இருக்க முடியும்? வாக்காளரைப் பொறுத்தமட்டில் அவர்களது கணக்கு மிக எளிமையாக இருக்கிறது. வாக்களித்து அவர்கள் ஆற்றும் சேவைக்கான ஊதியத்தை அவர்கள் பெற்றுக்கொள்கிறார்கள். மேலும், பல கட்சிகளிடமிருந்து பணம் பெற்றுக்கொண்டு தங்களுக்குக் கிடைப்பதை மேலும் அதிகப்படுத்திக்கொள்கிறார்கள். சுவாரசியமான விஷயம் என்னவென்றால், எவரிடமிருந்து பணம் பெற்றுக்கொள்கிறார்களோ அவருக்கு வாக்களிப்பதைத் தங்களது தார்மீகக் கடமையாக உணர்வதால், பொதுவாக அவருக்கே வாக்களிக்கிறார்கள். ஆனால், பணப் பட்டுவாடா முடிந்த பின், அச்சம் உள்பட வேறு பல விஷயங்களும் வாக்களிப்பதில் பங்காற்றுகின்றன. வாக்களிப்பதை இப்படி வெறும் பணப் பரிவர்த்தனையாகச் சுருக்குவதில் உள்ள பிரச்சினை என்னவென்றால், அது ஜனநாயகத்தை வியாபாரக் கொள்கைகளாகச் சுருக்கிவிடுகிறது. இப்படியாக இருக்குமானால், அரசாங்கம் நேரடியாக 'நாட்டை ஆட்சிசெய்யும் தொழிலில்' ஈடுபடுவதாகிறது. ஆனால், உண்மையான ஜனநாயகம் சாத்தியப்பட வேண்டுமென்றால், வாக்களிப்பதைப் பரிவர்த்தனைக்கு அப்பாலான ஏதோ ஒன்றாக, அதாவது தார்மீகக் கடமையாகப் பார்க்க வேண்டியுள்ளது. பரந்துபட்ட சமூக நலனுக்காக என்பது நாம் ஒவ்வொருவரும் எந்த அளவுக்குப் பயனடைகிறோமோ அதே அளவுக்கு மற்றவர்களையும் உள்ளடக்க வேண்டியிருப்பதை நாம் நினைவில் கொள்வது பயனுள்ளதாக இருக்கும். அதாவது, நாம் வாக்களிக்கும்போது நம்மைவிட மோசமான நிலையில் இருக்கும் மற்றவர்கள் சார்பாக வாக்களிக்கிறோமே தவிர, நமக்காக நாம் வாக்களித்துக்கொள்வதில்லை. இந்தக் கடமைதான் ஜனநாயகரீதியாக வாக்களிப்பதன் அறரீதியான பகுத்தறிவாகிறது.

அறங்காவல் கொள்கை

ஜனநாயகத்தோடு தொடர்புடைய மற்றொரு இன்றியமையாத அறரீதியான கருத்தாக்கம் அறங்காவல் கொள்கையாகும். ஆட்சிமையோடும் ஜனநாயகத்தோடும் அறங்காவல் கொள்கை நேரடியாக உறவுகொண்டிருக்கும் முக்கியக் கருத்தாக இருக்கிறது என்றாலும்கூட, ஜனநாயகக் கோட்பாடுகள் குறித்த ஆய்வுகளில் இது பொரும்பாலும் உள்ளடக்கப்படுவதில்லை. ஜனநாயகக் கொள்கைகளைத் தொழில் துறைகள் உள்பட பிற சமூகப் புலங்களுக்கும் நீட்டிக்கக்கூடிய ஒரு கருத்தாக்கமாக இருக்கிறது அறங்காவல் கொள்கை.

இந்தக் கொள்கையின் அடிப்படையில் உருவாக்கப்பட்டதுதான் கொடைத்தன்மை. அறங்காவல் கொள்கையின் லட்சியத்தோடு தேர்தல்கள் நேரடியாக உறவுகொண்டிருப்பதோடு, தேர்தல்களுக்கு மற்றுமொரு அறரீதியான அஸ்திவாரத்தை உருவாக்கியும் கொடுக்கிறது.

ஜனநாயகத்தில் வாக்களித்தல் என்பது மற்றவர்களின் முன்னேற்றத்துக்காக வாக்களிக்கும் கடமையையே குறிக்கிறது என்று முந்தைய பகுதியில் நான் வாதிட்டேன். ஜனநாயகத் தேர்தல்களின் அடிப்படையான நோக்கத்தை நாம் புரிந்துகொள்ளும் முறையும் இதற்கு வலுசேர்ப்பதாக இருக்கிறது. தேர்தல் என்பது அதிகாரம் ஏதும் கொண்டிராத மக்கள், தேர்ந்தெடுக்கப்படுகிறவர்கள் பொறுப்பேற்றுக்கொள்ள வைப்பதற்கான அடிப்படை வழியாகிறது. அதிகாரம் கொண்டிருப்பவர்களை கட்டுப்படுத்துவது என்ற லட்சியத்தை அடைவதற்கான வழியாகவும் இருக்கிறது. பொதுவாக, ஜனநாயகத்தோடு தொடர்புபடுத்தப்படும் பிற எல்லாமும், அதாவது பேச்சுச் சுதந்திரம், ஊடகச் சுதந்திரம் போன்றவையெல்லாம் இந்த லட்சியத்தை அடைவதற்கான பிரதான முறைகளாக இருக்கின்றன. ஆனால், இன்று தேர்தல்களே இறுதி நிலையாக மாறிவிட்டன.

அரசியல் அதிகாரத்துக்கு ஒருவரைத் தேர்ந்தெடுக்க வாக்களிப்பது என்பது அடிப்படையான முரணுரையாகிறது. முதலாவதாக, யாரோ ஒருவரைத் தேர்ந்தெடுக்கும் வாக்களிப்புக்குப் பின்னால் உள்ள நோக்கம் என்ன? பொதுச் சொத்து குறித்து அடிநாதமாகக் கொண்டிருக்கும் அனுமானத்தின் அடிப்படையிலேயே ஒரு ஜனநாயகச் செயற்பாங்காகத் தேர்தல்கள் முக்கியமாகின்றன. 'மக்களாகிய நாம்' என்ற அசலான கருத்து சட்டரீதியானதைச் சார்ந்தோ, அல்லது ஒரு குமுகத்துக்கு, குழுமத்துக்கு உரியதாக இருப்பதிலிருந்தோ வருவதில்லை. மாறாக, மக்கள் கூட்டாக எதையோ கொண்டிருக்கிறார்கள் என்று அங்கீகரிப்பதிலிருந்துதான் வருகிறது. பொதுப் புலங்களில் பங்குதாரர்களாக மக்கள் இருக்கிறார்கள். ஒரு நிறுவனத்தின் பங்குதாரர்கள்போல் மக்கள் அவர்களுக்கு இடையே சமூகரீதியான உறவுமுறைகள் எதையும் கொண்டிருக்க வேண்டியதில்லை. 'மக்களாகிய நாம்' உரிமையாளர் என்ற உணர்விலிருந்து பிறக்கிறதே தவிர ஏதோ ஒன்றுக்கு உரியதாக இருப்பதிலிருந்து பிறப்பதில்லை. இந்த உரிமையாளர் உணர்விலிருந்து பிற சமூக உறவுமுறைகளை வளர்த்தெடுக்க முடியும். ஆக, மக்கள் எதற்கு உரிமையாளர்களாக இருக்கிறார்கள்? தனியார் சொத்துகளிலிருந்து முற்றிலும் வேறான ஒன்றாகப் பொதுச் சொத்து என்ற உணர்வை வளர்த்தெடுக்கும் நவீன தேசங்களில், 'மக்கள்' பொதுச் சொத்துகளில் சமவுரிமை கொண்டவர்களாக இருக்கிறார்கள். ஒவ்வொரு பொது வெளி மீதும் மக்கள் சமவுரிமை கொண்டிருக்கிறார்கள். நவீன ஜனநாயகச் சமூகம் என்பது

ஒரு அரசன் அல்லது சர்வாதிகாரி அவனது சொத்தாகக் கொண்டிருப்பது போன்றது அல்ல. நிலங்கள் உள்பட, பல விதமான தனிச் சொத்துகள் இருக்கின்றன என்றபோதும், பெருமளவில் இருக்கும் பொது வெளிகள் கொள்கை அளவிலேனும் எல்லா மக்களுக்கும் சொந்தமானவையாக இருக்கின்றன. பொதுப் புலத்தின் மீது உரிமை கொண்டிருக்கும் மக்கள் எல்லோரும் சம அளவில் உரிமை கொண்டவர்களாக இருக்கிறார்கள். சமூகத்துக்குச் சொந்தமான எல்லாவற்றின் மீதும் அந்தச் சமூகத்தின் பகுதியாக இருப்பவர்கள் சமவுரிமை கோர முடியும். ஒரு பொதுப் பூங்காவின் 'உரிமையாளர்களாக' மக்கள் சம அளவில் உரிமை கொண்டிருப்பதால்தான் அது பொதுவான ஒன்றாகிறது. அதாவது, கொள்கை அளவில் பொதுச் சொத்துகள் மீது ஒரு செல்வந்தர் எந்த அளவுக்கு உரிமை கொண்டிருக்கிறாரோ அதே அளவு சமூகத்தில் மிக ஏழையாக இருக்கும் ஒருவரும் உரிமை கொண்டிருக்கிறார் என்றே இதற்கு அர்த்தம்.

பொதுவாக, ஜனநாயகபூர்வமான செயற்பாங்கை, குறிப்பாக வாக்களிப்பதை சம உரிமையாளர் என்ற முப்பட்டகத்தின் ஊடாகப் புரிந்துகொள்ள வேண்டியுள்ளது. நிலம் முக்கியமான, மதிப்புடைய பண்டமாக இருந்துவருகிறது. அதனால்தான் அரசியலுக்குள் நுழையும் பலர் நிலங்களை அபகரிப்பதன் மூலம் லாபம் அடைகிறார்கள். ஒரு அரசியலாளர் நிலத்தை நிர்வகிக்கவே, இதன் நீட்சியாய்ப் பொதுமக்களுக்குச் சொந்தமான எல்லாச் சொத்துகளையும் நிர்வகிக்கவே தேர்ந்தெடுக்கப்படுகிறார் என்றாலும், அதைப் பிற உரிமையாளர்கள் சார்பாகவே, அதாவது மக்களின் பெயரால் நிர்வகிக்கவே தேர்ந்தெடுக்கப்படுகிறார். ஆக, பொதுச் சொத்தில் நமக்கு உரிமையுள்ளது என்பதால், அந்தச் சொத்துகளை நிர்வகிக்க நம் சார்பாக ஒருவரைத் தேர்ந்தெடுக்கவே நாம் வாக்களிக்கிறோம். நாம் ஒருவரை அதிகாரத்துக்குத் தேர்ந்தெடுக்கும்போது, அவர் விரும்புவதுபோல் செயல்படுவதற்கான 'அதிகாரத்தை' நாம் அந்த நபருக்குக் கொடுக்கவில்லை. மாறாக, நாம் எல்லோரும் சம அளவில் உரிமை கொண்டிருக்கும் பொதுச் சொத்துகளைக் கவனித்துக்கொள்ள மட்டுமே ஒருவரைத் தேர்ந்தெடுக்கிறோம். ஒருவரைத் தேர்ந்தெடுப்பது என்பது நம்முடைய பொதுப் புலங்களைக் கவனித்துக்கொள்வதற்கு ஒரு பிரதிநிதியைத் தேர்ந்தெடுப்பதாக இருக்கிறதே தவிர வேறு எதுவாகவும் இல்லை. உண்மையான ஜனநாயகச் செயல் என்பது தேர்ந்தெடுக்கப்பட்ட பிரதிநிதிகள் அவர்களது வேலையை எப்படியாகச் செய்கிறார் என்பதாக மட்டுமல்லாமல், அவர்கள் செய்யும் வேலைக்குப் பொறுப்பேற்றுக்கொள்ள வைப்பதாகவும் இருக்கிறது. பொறுப்பேற்றுக்கொள்ள வைக்கும் இயங்குதன்மைகளிலிருந்து நாம் வெகுதூரம் விலகி வந்துவிட்டோம் என்றாலும்கூட, இதுவே லட்சியம்.

இந்தியாவில் ஐந்தாண்டுகளுக்கு ஒரு முறை தேர்தல்கள் நடப்பது வேறு எதுவுமாக இல்லாமல், பொறுப்பேற்றுக்கொள்வதற்கான வழிமுறையாக இருக்கிறது. ஆனால், உண்மையிலேயே தேர்தல்கள் எதை முன்னிலைப்படுத்துகின்றன என்பது குறித்துத் தவறாகப் புரிந்துகொள்ளப்பட்டுள்ளதால் அதுவும் சமரசத்துக்கு உள்ளாகிவிட்டது.

இந்த லட்சியம், காந்தி முன்வைத்த மிகவும் சக்தி வாய்ந்த கொள்கையான அறங்காவல் கொள்கையே தவிர வேறெதுவுமில்லை. இது ஜே.ஆர்.டி. டாடா போன்ற பெரும் முதலாளிகளிடமும் பெரும் செல்வாக்கு செலுத்தியுள்ளது.[2] நம்முடைய செல்வத்தை மற்றவர்களின் மேம்பாட்டுக்காகப் பயன்படுத்தும் வரையிலேயே நாம் அதன் மேல் கட்டுப்பாடு கொண்டிருக்க முடியும்; நாம் அதை நம்முடையதாகப் பார்க்க முடியாது என்பதே காந்தியின் அறங்காவல் கருத்து. காந்தி முன்வைத்த இந்தக் கருத்து மிகவும் தீவிரையானது. இந்தியாவின் தொழில் முன்னோடியும் வெற்றிகரமான முதலீட்டியலாளருமான ஜே.ஆர்.டி. டாடா, காந்தி முன்வைத்த அறங்காவல் கொள்கைகளில் சிலவற்றோடு முரண்பட்டார் என்றாலும்கூட, அவரது சொந்தத் தொழில் நடைமுறைகளில் இந்தக் கருத்தைப் பின்பற்றினார் என்று சொல்லலாம். அதன் தொழில்ரீதியான நடவடிக்கைகளில் அறரீதியான அஸ்திவாரங்களைக் கொண்டிருப்பதன் காரணமாகவே இந்தியாவில் டாடா மிகவும் நம்பத்தகுந்த தொழில் நிறுவனமாகத் தொடர்ந்து இருந்துவருகிறது.

ஜனநாயக அரசியல் என்ற புலத்தில், அறங்காவல் மிக முக்கியமான கொள்கை. அதாவது, தேர்ந்தெடுக்கப்படும் பிரதிநிதிகள் மக்கள் சார்பாக வெறும் அறங்காவலராகச் செயல்படுவதோடு, அவர்கள் எதற்கு அறங்காவலராக இருக்கிறார்களோ அதை அழிக்காமல் பார்த்துக்கொள்வதும் அவர்களது பிரதானக் கடமையாகிறது. இது ஜனநாயகத்தை அர்த்தமுள்ளதாக்குவதோடு பலமான விளைவுகளை ஏற்படுத்துவதாகவும் இருக்கிறது. மிகச் சரியாக, வெறுமனே பயன்பாட்டுத்தன்மையிலான இறுதி நிலையாகத் தேர்தல்கள் பார்க்கப்படுவதால், ஜனநாயகத்தின் இந்தக் குணாம்சம் அழிக்கப்பட்டுவிட்டது. காந்தி பட்டியலிடும் அறங்காவல் விதிகள் நடைமுறைக்கு ஒவ்வாததுபோல் தோன்றினாலும், இவற்றில் ஒருசில கொள்கைகளை வாழ்க்கையில் நடைமுறைப்படுத்த பல தனிநபர்களும் குழுமங்களும் முயன்றிருப்பதை நாம் கவனத்தில் கொள்ள வேண்டும். அரசியலில், அரசாங்கம் ஒரு அறக்கட்டளைபோல் செயல்பட வேண்டும் என்று கோருவதாக நாம் அறங்காவல் கொள்கையைப்

2 *இது குறித்த மேலும் விவரங்களுக்குப் பார்க்கவும்: Sundar Sarukkai, 'JRD Tata and the Ethics of Philanthropy' (London and New York: Routledge, 2020).*

புரிந்துகொள்ளலாம். அறக்கட்டளை என்ற கருத்து இரண்டு முக்கியமான கொள்கைகளை உள்ளார்ந்து கொண்டிருக்கிறது. ஒன்று, ஒருவர் தன்னுடைய பணத்தையெல்லாம் அறக்கட்டளையில் போடலாம் என்றாலும், கொள்கை அளவில் அதை வைத்துக்கொண்டு என்ன செய்வது என்பதன் மீது எத்தகைய உரிமையையும் அவர் கொண்டிருப்பதில்லை. இரண்டு, பணத்தை முறையற்ற வழிகளில் பயன்படுத்தாமல் இருப்பதை உத்தரவாதப்படுத்தும் முறையில் புறத்திலான முறைமைகளுக்கு அறக்கட்டளை பொறுப்பேற்றுக்கொள்ள வேண்டியிருக்கிறது. செல்வத்தோடு ஒருவர் கொள்ளும் உறவு குறித்து மிக ஆழமாகப் பதிந்திருக்கும் கருத்துகளை அறக்கட்டளை என்ற கருத்து மறுதலிக்கிறது. நுகர்வுப் பண்பாட்டிலான சமூகத்தில், ஒருவர் 'தன்னுடைய' பணத்தைக் கொண்டு என்னவெல்லாம் செய்ய விரும்புகிறாரோ அதையெல்லாம் செய்ய முடியும் என்ற பார்வை மிக ஆழமாகப் பதிந்துள்ளது. செல்வத்தின் மீது ஒருவர் உரிமை கொண்டிருக்கிறார் என்ற பிரச்சினைக்குரிய கோரலை அறங்காவல் கொள்கை கேள்விக்கு உட்படுத்துகிறது. இந்த எதிர்ப்பைப் புரிந்துகொள்வதற்குப் பணம், தனிநபர் ஆகிய இரண்டு கருத்துகளுமே சமூகரீதியாக உருவாக்கப்பட்டு, சமூகரீதியாக அங்கீகரிக்கப்பட்டவையாக இருக்கின்றன என்று நாம் ஏற்றுக்கொள்ள வேண்டும். ஆகவே, 'என்னுடைய பணம்' என்று முன்வைக்கப்படும் சொற்றொடர் அதற்குள்ளாகச் சமூகரீதியானதை முன்னரே கொண்டிருக்கும் ஒன்றாகிறது.

ஜனநாயகம் அதன் அஸ்திவாரத்தில் அறங்காவல் கொள்கை என்ற அறரீதியான கருத்தமைவோடு மிக ஆழமாக உறவு கொண்டிருக்கிறது. நாம் வாக்களிக்கும்போது, அந்த மனிதர் நம்மைச் சிறப்பாகப் பிரதிநிதித்துவப்படுத்துவார் என்றும், சொல்லப்போனால் முறையாகவும் நியாயமாகவும் ஆட்சிசெய்வார் என்ற நம்பகத்தன்மையின் அடிப்படையிலும்தான் அந்த மனிதருக்கு வாக்களிக்கிறோம். மானுட உறவுகளில் நம்பகத்தன்மை என்ற பண்பு முக்கியமான பசையாக இருக்கிறது. ஒரு குழந்தை அதன் பெற்றோருடன் என்னதான் முரண்பாடுகள் கொண்டிருந்தாலும், அந்தக் குழந்தையின் இருப்பு அடிப்படையாகவும் சந்தேகத்துக்கு இடமில்லாமலும் அதனைச் சுற்றியிருக்கும் பெரியவர்கள் மீது கொண்டிருக்கும் நம்பகத்தன்மையையே சார்ந்திருக்கிறது. நம்பகத்தன்மைக்குத் துரோகம் செய்வது என்பது எல்லாத் துரோகங்களிலும் மிகக் கொடூரமான துரோகமாகிறது. நம்பகத்தன்மை வெறுமனே லட்சிய விழுமியமாக மட்டுமில்லை; நடைமுறையில் பெரும் பயன்பாட்டைக் கொண்டிருக்கும் ஒன்றாகவும் இருக்கிறது. மற்றவர்கள் என்ன செய்ய வேண்டுமோ அதை அவர்கள் செய்வார்கள் என்ற நம்பகத்தன்மையின் அடிப்படையில்தான், நம்முடைய அன்றாட வாழ்க்கையில் ஒவ்வொரு தருணத்தையும்

சந்தேகித்துக்கொண்டிராமல் நம்மால் வாழ முடிகிறது. பல விதமான நம்பகத்தன்மைகள் உள்ளன: ஒரு குழந்தை தனது பெற்றோர் மீது கொண்டிருக்கும் நம்பகத்தன்மை ஜனநாயகத்தின் அல்லது அரசியலின் உள்ளார்ந்த நம்பகத்தன்மையிலிருந்து வேறாக இருக்கிறது. இருந்தாலும், ஜனநாயகத்தை வழிநடத்தும் முக்கியமான கொள்கையாக இருக்கும் அளவுக்கு நம்பகத்தன்மையோடு ஜனநாயகம் சில அடிப்படையான பண்புகளைப் பகிர்ந்துகொள்கிறது. ஜனநாயகத்துக்கு மிக அவசியமான ஒன்றாக அம்பேத்கர் முன்வைக்கும் 'சகமனித-உணர்வை' உருவாக்குவதற்கும் நம்பகத்தன்மை மிக அவசியமானதாகிறது.

ஜனநாயகம் நம்பகத்தன்மையிலான வெளிப்பாட்டைச் சார்ந்திருக்குமானால், பின் நல்லாட்சி சாத்தியப்பட அது அறங்காவலர் முறையிலான வடிவத்தைக் கொண்டிருக்க வேண்டியிருக்கிறது. பொதுமக்கள் சார்பாக நிர்வகிக்கும் காரியத்தில், தேர்ந்தெடுக்கப்படும் பிரதிநிதிகள் எந்த அளவுக்கு உண்மையாக இருக்கிறார்களோ அந்த அளவுக்கே அவர்கள் 'ஆட்சி' செய்பவர்களாக இருக்க முடியும். இப்படியாக ஆட்சிசெய்வது என்பது எல்லோருக்கும் சமவுரிமையுள்ள பொதுச் சொத்துகளைக் காப்பாற்றும் விதத்தில் முடிவுகள் எடுத்து, அவற்றைச் செயல்படுத்துவதாகத்தான் இருக்க முடியும். ஆனால், தேர்ந்தெடுக்கப்படும் பிரதிநிதிகள் அறங்காவலர்களாக இருப்பதற்குப் பதிலாக, பொதுச் சொத்தின் பெரும் பகுதியைத் தங்களுடைய சொந்த நலன்களுக்காகப் பயன்படுத்திக்கொள்வதால், அவர்கள் நம்பகத்தன்மையை மீற வேண்டிய நிலைக்குத் தள்ளப்படுகிறார்கள். இப்படியான சூழ்நிலையில், ஜனநாயக நடைமுறைகளை எல்லாப் புலங்களிலும் (முந்தைய இயலில் விவாதித்தது போன்று) ஆழப்பதியவைக்க வேண்டியுள்ளது; ஆட்சிமைப் பின்னணியில் அறங்காவல் முறை குறித்த கருத்துகளை மேலும் விளக்கும் விதமாகப் பிரக்ஞைபூர்வமான கதையாடல்களை உருவாக்க வேண்டியுள்ளது. நம்மைவிட மோசமான நிலையில் இருப்பவர்கள் சார்பாக வாக்களிக்க வேண்டும் என்று நான் முந்தைய பகுதியில் வாதிட்டேன். ஜனநாயகபூர்வமான குடிநபர்களான நம் மீது சுமத்தப்படும் அறங்காவல் தன்மையையே இது வெளிப்படுத்துகிறது. ஜனநாயகத்தில், தேர்ந்தெடுக்கப்படுகிறவர்கள் மீதாக மட்டுமல்லாமல், வாக்களிக்கும் நம் ஒவ்வொருவர் மீதும் அறங்காவல் சுமை சுமத்தப்படுகிறது. நம்மைவிட மோசமாக இருப்பவர்களை முன்னேற்றுவதற்காக நாம் வாக்களிப்போம் என்றால், நாம் ஒவ்வொருவரும் இந்தச் சமூகத்தின் அறங்காவலராகச் செயல்படுகிறோம் என்று அர்த்தமாகிறது. இப்படியான பின்னணியில், ஜனநாயகரீதியாக வாக்களித்தல் என்பது ஏழைகளுக்கும் விலக்கப்பட்டவர்களுக்கும் பயன்படக்கூடிய கொள்கைகளுக்காக வாக்களிப்பதாகிறது – இந்தக் கொள்கைகள்

வாக்களிக்கும் தனிநபருக்கு எப்படியான பாதிப்புகளை ஏற்படுத்தும் என்பது குறித்துக் கவலைப்படாமல் வாக்களிப்பதாகிறது. இதுவே ஜனநாயகத்தின் அர்த்தமாக இருக்க முடியும்; இப்படியாக, அர்த்தமுள்ள வழிகளில்தான் ‘மக்கள்’ என்ற கருத்தை உருவாக்க முடியும்.

மக்களுடைய அன்றாடச் சமூக வாழ்க்கையின் பகுதியாக ஜனநாயகம் இல்லையென்றால், ஆட்சிமை என்பது கவர்ந்திழுக்கக்கூடிய ‘மற்றமை’யாகவே இருக்க முடியும். அதாவது, அரசியல் கட்டமைப்பின் பகுதியாக இருப்பவையெல்லாம் ஜனநாயகத்தன்மையற்று இருக்கும் என்றால், அரசியல் ஜனநாயகம் என்பது சாத்தியமே இல்லை என்று சொல்வதற்கு ஒப்பானதாகிறது. மேலும், உண்மையான ஜனநாயக உணர்வு இல்லாத அரசியல், சமூகத்திலுள்ள பிறவற்றின் மீதெல்லாம் ஜனநாயகத்தன்மையற்ற பாதிப்புகளை உண்டாக்கவும் செய்கிறது. இப்படியான உண்மையான அர்த்தத்தில், நம்முடைய நிறுவனங்களில் மிகச் சிலவே ஜனநாயகபூர்வமான உணர்வை மெய்யாகக் கொண்டிருக்கின்றன. தனியார் நிறுவனங்கள் ஜனநாயகபூர்வமாக இருப்பதாக பாவனைகூட செய்ய வேண்டியிருப்பதில்லை. ஏனெனில், தனியார் என்பது அதன் வரையறையிலேயே பொதுவில் பகிர்ந்துகொள்ளக்கூடிய அறங்காவல் முறை என்று எதையும் கொண்டிருக்கவில்லை. ஆனாலும், தனியார் என்பதன் இருப்புகூட நிலையான பொது வெளி என்று ஒன்றைச் சார்ந்திருப்பதால், தனியார்களிடமிருந்து நாம் சில அறநீதியான நடத்தைகளை எதிர்பார்க்க முடியும். ஆனால், ஜனநாயகபூர்வமாக இருப்பதாகக் கோரும் அரசியலாகட்டும் அல்லது நிறுவனங்களாகட்டும் அது வாக்களிப்பதில் உள்ள தெரிவு என்ற சடங்கை மட்டுமே சார்ந்திராமல் அதற்கு மேலாக எதையோ கொண்டிருக்க வேண்டியுள்ளது. இது நடக்க வேண்டுமென்றால் தெரிவை மட்டுமே ஜனநாயகப்படுத்தாமல், அதிகாரத்தையும் ஜனநாயகப்படுத்த வேண்டியுள்ளது. அரசாங்கங்களை விட்டுத்தள்ளுவோம், சிறிய நிறுவனங்களிலும்கூட அதிகாரத்தை ஜனநாயகபூர்வமாகப் பகிர்ந்துகொள்வது அவ்வளவு சுலபமானதாக இல்லை என்று நாம் எல்லோரும் அறிந்திருக்கிறோம் என்றாலும், அதிகாரத்தைக் கொண்டிருப்பவரின் நோக்கம் அறங்காவலர் தன்மையிலானதாக இருக்கும் என்றால், குறைந்தபட்சம் ஜனநாயகபூர்வமாக இருப்பதற்கான சாத்தியத்தை அது கொண்டிருக்கிறது என்று நாம் அங்கீகரிக்க வேண்டியிருக்கிறது.

மேலும், ஜனநாயகபூர்வமாகச் செயல்படுவது என்பது வாக்களித்தல் என்பதாகச் சுருக்கப்படுமென்றால், வாக்களிப்பவர்கள் வாக்களிக்கும் தருணத்தில் மட்டுமே அரசியல் செயற்பாங்கின் பகுதியாக இருக்கிறார்கள் என்று அர்த்தமாகிறது. வாக்களித்து முடித்த பின், ஜனநாயகச் செயற்பாங்கின் பகுதியாக இருப்பதற்கான இடம் எதையும் அவர்கள்

கொண்டிருப்பதில்லை. இப்படியான செயற்பாங்கு எப்படியானதாக இருந்தாலும், அது உண்மையிலேயே ஜனநாயகபூர்வமானதாக இருப்பதற்கான சாத்தியமே இல்லை. இதுவே மிக ஆழமான அந்நியப்பட்ட நிலைக்கு மக்களைக் கொண்டுவிட்டுள்ளது. இப்படியான அரசியல்ரீதியான அந்நியமாதலே பெரும்பாலும் பண்பாட்டுரீதியான அந்நியமாதலுக்குக் கொண்டுவிடுவதோடு, இது வெறுப்பு மற்றும் படிநிலை அடிப்படையில் துருவப்படுத்தும் இயக்கங்களுக்கும் கொண்டுவிடுகிறது. ஆக, அறங்காவல் லட்சியங்களுக்கு உண்மையாக இருக்கும் பிரதிநிதிகளுக்கு வாக்களிப்பதோடு தேர்ந்தெடுக்கப்படும் பிரதிநிதிகளிடமிருந்து மட்டுமல்லாமல் வாக்காளர்களிடமிருந்தும் ஜனநாயகபூர்வமான செயலை வேண்டும் செயற்பாங்குக்குக் கொண்டுவிடும் ஜனநாயகரீதியான செயலாக்கத்தைக் கற்பனை செய்துபார்ப்பதுதான் பெரிய சவாலாக இருக்கிறது. ஜனநாயகத்தைச் சமூக வாழ்க்கை வடிவமாகப் பார்த்தால் மட்டுமே நம்மால் இதைச் சாத்தியப்படுத்த முடியும்.

‘பொது’ என்பதன் அனுபவத்தைப் படைத்தல்

முந்தைய பகுதியில், ஜனநாயகம் குறித்த நவீனக் கருத்துகள் பொதுச் சொத்தைப் பகிர்ந்துகொள்ளுதல், நிர்வகித்தல் போன்ற கருத்தமைவுகளோடு மிக நெருக்கமாகப் பிணைக்கப்பட்டிருப்பதாக வாதிட்டேன். ஆக, ஜனநாயகம் குறித்த கதையாடல்களில் பொது என்ற கருத்தாக்கம் முக்கியப் பாத்திரம் ஏற்கிறது. ஆனால், பொது என்றால் என்ன? அது கொடுக்கப்பட்டிருக்கும் ஒன்றாக இருக்கிறதா? அது ‘மக்கள்’ என்பதற்கான மற்றொரு சொல்லாகிறதா? ‘மக்கள்’ என்ற சொல் சொல்லணியாகப் பயன்படுத்தப்படுவது குறித்தும், ஒரு தொன்மமாக ஆக்கப்பட்டிருப்பது குறித்தும் முன்னர் விவாதித்தோம். பொது என்பதன் உருவாக்கத்தைப் புரிந்துகொள்ள அனைவராலும் பகிர்ந்துகொள்ளப்படும் பொதுச் சொத்தாகப் பார்ப்பது ஒரு வழி என்று இந்த இயலில் பார்த்தோம். ஆனால், பொது என்பது முன்னரே கொடுக்கப்பட்டிருக்கும் ஒன்றாக அனுமானித்துக்கொள்வது தவறாகும். மாறாக, பொதுவைப் படைப்பதுதான் ஜனநாயகத்தின் மிக முக்கியக் காரியமாக இருக்கிறது என்று நான் வாதிட விரும்புகிறேன். கொடுக்கப்பட்டிருக்கும் பொது என்று ஒன்று உண்மையிலேயே கிடையாது என்பதோடு, ஜனநாயக விரோத அரசாங்கங்கள் பொதுவை உருவாக்குவதற்கு எதிராக அவர்களால் முடிந்ததையெல்லாம் செய்கிறார்கள். பொதுவைப் படைத்தலே ஜனநாயகத்தின் முக்கிய விளைவாக இருப்பதோடு, இந்தச் செயற்பாங்கு ஜனநாயகத்தின் அறரீதியான அவசியத்தை வலியுறுத்துவதாகவும் இருக்கிறது. மேற்கத்திய

நவீனத்தின் பின்னணியில், பொது வெளி குறித்த ஹாபர்மாஸின் முன்வைப்பு பரந்துபட்ட தளத்தில் பயன்படுத்தப்படுகிறது. பொது வெளி என்பது பிரதானமாக மக்கள் தங்களுடைய கருத்துகளைக் கட்டற்று முன்வைப்பது, தீர்வுகள் குறித்து விவாதிப்பது போன்ற சம்வாத நடைமுறைகளோடு தொடர்புடையதாகவே பெரும்பாலும் பார்க்கப்படுகிறது. இது பெருமளவு சமூகத்தில் கருத்துப் பரிமாற்றங்களுக்கே அழுத்தம் கொடுக்கிறது. பொதுவை உருவாக்குவது குறித்தான என்னுடைய வாதங்கள் சற்றே வேறாக இருப்பதோடு மட்டுமல்லாமல், குறிப்பாக நான் முன்வைப்பது நம்முடைய காலத்தில் நாம் கொண்டிருக்கும் அரசியலில் பொது என்ற கருத்தமைவு என்னவாக இருக்க முடியும் என்ற கேள்விக்கான எதிர்வினையாகவும் இருக்கிறது. இப்படியாக, பொது என்பது குறிப்பிட்ட சமூகச் செயற்பாங்கின் விளைவாக இருப்பதைக்காட்டிலும் அறரீதியான அவசியத்திலிருந்து வெளிப்படும் ஒன்றாக இருக்கிறது.

சமூகங்கள் அவற்றின் இயல்பில் பொது என்ற உணர்வைக் கொண்டிருப்பதில்லை. சாதி, மதம், மொழி போன்றவற்றின் அடிப்படையில் சமூகங்களை உருவாக்க முடியும் என்றாலும்கூட, இவை எதற்குமே பொது என்ற உணர்வு அவசியமாவதில்லை. ஆகவேதான், பொது என்ற உணர்வை, ‘மக்கள்’ என்ற உணர்வை ஜனநாயகபூர்வமான செயல்கள் ஊடாக முதலில் படைக்க வேண்டியிருக்கிறது. ஆகவேதான், பொது என்பது குறித்து நன்றாக வடிவமைக்கப்பட்ட கருத்து ஏதுமில்லாத சமூகங்களில் பொது என்பதை வெளிப்படுத்துவதற்கான, பொதுவின் பகுதியாக இருக்கும் அனுபவங்களை உருவாக்குவதற்கான செயல்களாக ஜனநாயகத்தைப் பார்க்க வேண்டியுள்ளது. இப்படியான சமூகங்களில் இதுவே ஜனநாயகத்தின் முதன்மைக் காரியமாக இருக்க முடியும். பொதுவைப் புதிதாக உருவாக்குவது என்ற இந்தப் பிரச்சினை, ஏதோ ஆசிய ஆப்பிரிக்கச் சமூகங்கள் மட்டுமே எதிர்கொள்வதாகப் பார்க்க வேண்டியதில்லை. மேற்கத்தியச் சமூகங்களிலும்கூட இது முக்கியப் பிரச்சினையாக மாறிக்கொண்டிருக்கிறது. இந்தச் சமூகங்களின் மக்களியலில் ஏற்பட்டுவரும் மாற்றங்களை உள்ளடக்கும் விதமாக ‘நாம்’ எனும் உணர்வைப் படைப்பதற்குப் புதிய இயங்குத்தன்மைகள் தேவைப்படுகின்றன. பொது குறித்த இப்படியான அனுபவங்களை நிறுவனரீதியாகவோ சட்டரீதியாகவோ மட்டுமே இனியும் முட்டுக்கொடுத்து நிறுத்த முடியாது. சம்வாத நடைமுறைகள் மட்டுமே போதுமானதாக இல்லை.

இன்று, பொது என்ற கருத்து ஒரு சொல்லாகத் தனி என்ற கருத்தமைவுக்கு எதிரானதாகப் பெரும்பாலும் புரிந்துகொள்ளப்படுகிறது. மேலும், பொருளாதாரம் சார்ந்து உரிமையாளர் என்பதன் அடிப்படையில்

இப்படி எதிராக வைத்துப் பார்க்கப்படுகிறது. பொது என்பது ஏறக்குறைய முழுமையாக அரசாங்கத்தோடு தொடர்புடையதாக முன்வைக்கப்படுகிறது என்றால், தனி என்பது தொழில் குழுமம் மற்றும் தொழில் நிறுவனங்களோடு தொடர்புடையதாக முன்வைக்கப்படுகிறது. ஆனால், ஜனநாயகபூர்வமான சமூகம் என்பதன் முக்கியப் பகுதியாக இருக்கும் பொது என்பதன் பரந்துபட்ட மற்றும் அடிப்படையான அர்த்தத்தை நாம் மீட்டெடுக்க வேண்டியுள்ளது. சுருக்கமாகச் சொல்வதென்றால், பொதுவை உருவாக்குவது, பொதுவான உணர்வை உருவாக்குவது, பொதுவின் அனுபவத்தை உருவாக்குவது போன்றவையே ஜனநாயகத்தின் முதன்மையான, உண்மையான செயல்பாடாக இருக்க முடியும்.

மெய்யாகவே பொது என்றால் என்ன? அது 'எல்லா மக்களும்' என்பதுபோல் மற்றொரு தொகுப்பு மட்டும்தானா? பொதுவை இப்படியாக வரையறுப்பது பயனுள்ளதாக இல்லை. பொது என்பது வெறுமனே பல மக்களையும் பல அந்நியர்களையும் கொண்டிருக்கும் ஒரு தொகுப்பு இல்லை என்ற புள்ளியிலிருந்து நான் தொடங்குகிறேன். பொது என்ற சக்திவாய்ந்த கருத்தின் பண்பை நாம் 'பொது வெளி' என்று பயன்படுத்துவதில் காண முடியும். ஆனால் பொது வெளியை வெறுமனே தடைகள் ஏதுமற்றதாகவும், இந்த வெளிக்குள் எவர் வேண்டுமென்றாலும் நுழைவதற்கான திறந்த தன்மை கொண்டிருப்பதாகவும் மட்டுமே புரிந்துகொள்ளக் கூடாது. இப்படித் தடைகளற்ற, திறந்த தன்மையிலான குணத்தைக் கொண்டிருப்பது முக்கியம் என்றாலும், இவையெல்லாம் இன்னும் ஆழமான அஸ்திவாரக் கொள்கையின் விளைவாகின்றன. பொது என்ற கருத்துக்கு சாத்தியப்படக்கூடிய இரண்டு அர்த்தங்கள் இருக்கின்றன: ஒன்று உள்ளிணைப்பது என்ற கருத்தைச் சார்ந்திருக்கிறது — அதாவது, எவர் வேண்டுமென்றாலும் அணுகக்கூடிய வெளியாக இருப்பது. மற்றொன்று விலக்கி-வைக்காமல் என்ற கருத்தமைவைச் சார்ந்திருக்கிறது — அதாவது, பொது வெளி எவரையும் விலக்கிவைப்பதில்லை என்ற அர்த்தத்தைக் கொண்டது. எளிமையான இருமத்திலான ஏரணத்தில் இவ்விரண்டு சொற்களும் ஒன்றுபோல் தோன்றலாம். ஆனால், இவ்விரண்டையும் சமூகச் செயற்பாங்காகப் பார்ப்போம் என்றால், அவை ஒன்றல்ல என்று தெரிந்துகொள்ள முடியும். ஆக, பொது என்பதன் ஆழமான அர்த்தத்தை நாம் இப்படியாக முன்வைக்கலாம்: ஒரு வெளியில் எவரையெல்லாம் உள்ளடக்க முடியும் என்பதாக மட்டுமல்லாமல் அந்த வெளிக்குள் நுழைய முடியாதவர்களையும் உள்ளடக்கக்கூடிய நிலமைகளை உருவாக்குவதே பொது என்பதாகும். இது வெளி குறித்து எதிர்மறையான வரையறையாக இருப்பதோடு, பொது வெளி என்பது எல்லோரையும் உள்ளடக்கக்கூடியது என்று வெறுமனே சொல்வதிலிருந்து வேறாகவும்

இருக்கிறது. ஜனநாயகத்தோடு பொது என்ற கருத்தைத் தொடர்புபடுத்திப் பார்க்கும்போது, எல்லோரையும் உள்ளடக்குவது அதன் லட்சியமாக இருக்க முடியாது. நம்மிடமிருந்து வேறானவர்களோடும், நம்மைப் போன்று இல்லாதவர்களோடும், நம்மோடு முரண்படுகிறவர்களோடும் ஒரு வெளியைப் பகிர்ந்துகொள்வதற்கான நிலமைகளை உருவாக்குவதன் மூலமாகவே ஜனநாயகரீதியான பொது உருவாக்கப்படுகிறது.

பெரும்பாலும் பண்பாடுகள் விலக்கிவைக்கும் வெளிகளாகவே இருந்துவருகின்றன. இப்படி இருப்பதால், சமூகத்தில் விலக்கிவைப்பதைச் சட்டரீதியாக எதிர்கொள்ள முடியாது. ஒரே வர்க்கத்தை, சாதியை, மதத்தைச் சேர்ந்தவர்கள் ஒன்றாக இருப்பதற்கு விரும்பலாம். ஆக, சமூக வெளி என்பது இப்படியான வேறுபாடுகளால் குறிக்கப்பட்டிருக்கும் ஒன்றாகிறது. ஒருவிதத்தில், இப்படியான சமூக வெளி தனி வெளியின் — அதாவது, வரையறையின் அடிப்படையில் இந்த வெளியின் உரிமையாளர்கள் தனக்கு வேண்டியவர்களை மட்டுமே அனுமதிப்பதைச் சாத்தியப்படுத்துவதன் நீட்சியாகத்தான் இருக்கிறது. ஒரு தனி வெளி எவரை அனுமதிக்கலாம் என்று தீர்மானிக்கும் சௌகரியத்தைக் கொடுக்கிறது. பொது வெளி இதற்கு முற்றிலும் எதிரானது என்றாலும், எல்லோரையும் அனுமதிக்கலாம் என்று சொல்வது மட்டுமே போதுமானதாகவும் இல்லை. அந்நியர்களை அனுமதிக்கும் ஒரு வெளி இருக்கிறதென்று வைத்துக்கொள்வோம். அந்த அந்நியர்கள் 'நம்மைப் போன்று' இருப்பார்கள் என்றால், அந்த வெளி உண்மையிலேயே பொது வெளியாக முடியாது. ஆனால், இப்படியான போக்கு சகஜமான ஒன்றாகவே மாறிவிட்டது; பூங்கா போன்ற பொது வெளிகள் மேலும்மேலும் எப்படியானவர்களுடன் இருந்தால் நாம் 'சௌகரியமாக' உணர்வோமோ அப்படியானவர்களால் நிரம்பியிருக்கிறது. வேறு விதமாக ஆடை அணிந்துகொள்கிறவர்கள் அல்லது வேறு மொழி பேசக்கூடியவர்களை எதிர்கொள்ள வேண்டியிருந்தால் உடனடியாக எதிர்வினை வெளிப்படுகிறது. ஜனநாயகபூர்வமான பொது உணர்வு என்பது நாம் அசௌகரியமாக இருக்கும் நிலமைகளிலிருந்து தோன்றுகிறது. குழுவாக இருக்கும் பின்னணியில் தனிநபர்களை அசௌகரியமாக இருக்க நிர்பந்திக்கிறது. ஆக, பொது என்பதை எதிர்மறையாக வரையறுக்க வேண்டியுள்ளது — அதாவது, அனுமதிப்பதற்கான நிபந்தனைகளின் தொகுப்பாக இல்லாமல், அந்த வெளியில் நுழைய முடியாதவர்களை அனுமதிப்பதற்கான நிபந்தனைகளைக் கொண்டிருப்பதாகிறது. இந்த வரையறையை நீட்டித்து, எதிர்ப்பு குறித்த எனது கட்டுரையில் இவ்வாறு சுட்டிக்காட்டவிருக்கிறேன்.

> பொது வெளி என்பது பொதுவாக எல்லோருக்கும் 'திறந்திருக்கும்' ஒன்றாகப் புரிந்துகொள்ளப்படுகிறது. ஆனால், இது பொது வெளியின் முக்கியமான தேவையை வெளிப்படுத்துவதாக இல்லை. இப்படியான வெளிகளெல்லாம் எல்லோருக்கும் 'திறந்திருக்கும் சாத்தியத்தை' மட்டுமே கொண்டிருக்கிறது; யதார்த்தத்தில் பல விதமான கட்டுப்பாடுகளும் தடைகளும் இருக்கின்றன. நாம் விரும்பாதவர்களோடும், வீடு போன்ற நம்முடைய தனி வெளிகளில் நாம் வரவேற்காதவர்களோடும் நாம் பகிர்ந்துகொள்ள வேண்டிய ஒன்றாக நான் பொது வெளியை வரையறுக்க விரும்புகிறேன். இவ்வாறு பகிர்ந்துகொள்ள வேண்டிய உணர்வின் நிர்பந்தம், ஒருவரை 'வெறுக்கும்' உரிமையைச் சார்ந்திராமல் மற்றவர்களிடம் 'கண்ணியமாக' நடந்துகொள்வதே பொது வெளியின் தனித்துவமாகிறது. இப்படியான வெளி போராடுவதற்கு அவசியமான நிலமைகளைக் கொண்டிருப்பதாகிறது. ஒரு பொது வெளி (பூங்கா போன்று) பொழுதைக் கழிப்பதற்கு, உடற்பயிற்சி செய்வதற்கு, சந்தோஷமாக இருப்பதற்கு அல்லது வேறு சில சமூக ஒன்றுகூடல்களுக்கானதாக மட்டுமே பார்க்கப்படுமானால், அது போராட்டங்கள் நடத்துவதற்கான நிலமைகளைக் கொண்டிராத ஒன்றாக இருக்குமென்றால், அந்த வெளி உண்மையிலேயே பொது வெளியாக முடியாது.[3]

ஜனநாயகம் என்பது ஆட்சிமையைவிடக் கூடுதலாக எதையோ கொண்டிருக்கிறது. இது 'மக்கள்' என்ற கருத்தோடு கொண்டிருக்கும் ஈடுபாட்டை அரசமைப்போ தேர்தல்களோ மட்டுமே உறுதிப்படுத்துவதில்லை. 'மக்கள்' என்ற கருத்தமைவு பொது என்ற கருத்தமைவிலிருந்தே எழுகிறது. மேலும், பொது என்பதன் அனுபவத்தை உருவாக்கிக்கொடுப்பதுதான் ஜனநாயகத்தின் அடிப்படையாக இருக்க முடியும். ஜனநாயகத்தால் உருவாக்கப்படும் பொது என்பது முதலாவதாக ஒரு அனுபவமாகிறது. ஜனநாயகம் உருவாக்கிக்கொடுக்கும் பொது என்ற கருத்தமைவின் அனுபவம் கூட்டாக இருந்து பெறும் அனுபவங்களிலிருந்து, அதாவது ஒரு குழுமகமாக இருந்து பெறும் அனுபவங்களிலிருந்தும் மதரீதியான சடங்கு சார்ந்த அனுபவங்களிலிருந்தும் அல்லது ஒரு குறிப்பிட்ட சாதியக் குழுமகத்தின் ஒத்த சமூக நடைமுறைகளைப் பின்பற்றுவதன் ஊடாகக் கிடைக்கும் அனுபவங்களிலிருந்தும் வேறாக இருக்கிறது. வேறு வார்த்தைகளில் சொல்வதென்றால், ஒருவர் பொதுவின் பகுதியாகிறார் என்று சொல்வது

3 Sundar Sarukkai, 'Voice and the Metaphysics of Protest', *Postcolonial Studies* 24(1) (2021): 4–10.

மட்டுமே போதுமானதாக இல்லை. பொதுவின் பகுதியாக இருக்கும் உணர்வைப் படைக்கும் அனுபவம் மிக முக்கியமாகிறது. அம்பேத்கர் சொல்லும் சகோதரத்துவம் என்ற உணர்வை உருவாக்குவதற்கு இதுவே முதல் அடியாக இருக்க முடியும்.

பொது என்பதன் அனுபவம் மிக அவசியமாகிறது. ஏனெனில், இந்த அனுபவமே, நாம் கொண்டிருக்கும் பொது என்ற கருத்தமைவையும், கூட்டாக உரிய என்ற உணர்வையும் உருவாக்கிக்கொடுப்பதற்கான அடிப்படையாகிறது. ஜனநாயகபூர்வமாக உருவாக்கப்படும் பொது வெளி என்பது எல்லோரையும் உள்ளே நுழைவதை அனுமதிப்பதோடு, அப்படியான வெளிகளில் எவரையெல்லாம் வரவேற்க மாட்டோமோ அவர்கள் எல்லோரும் நுழைவதற்கான உரிமையை உத்தரவாதப்படுத்துவதாக இருக்கிறது. பொதுவை எது குணாம்சப்படுத்துகிறதோ அந்த அனுபவங்களிலிருந்தே நாம் பொதுவின் இயல்பு குறித்துக் கற்றுக்கொள்கிறோம். இந்த அனுபவம் மிகவும் முக்கியம். ஏனெனில், இது 'மக்களாகிய நாம்' என்பதை அடையாளம் காண்பதன் உள்ளார்ந்த பகுதியாகிறது. இவ்வாறு அடையாளம் காண்பதோடு ஜனநாயகத்தின் லட்சியங்கள் மிக நெருங்கிய தொடர்புக்கொண்டிருக்கின்றன. ஏனெனில், மக்களை ஆட்சிமை செய்வதற்கு, நாம் எப்படி 'மக்கள்' என்று அழைக்கப்படும் ஒரு உருப்படியின் பகுதியாக இருக்கிறோம் என்பது குறித்த புரிதலை முன்னொட்டாகக் கொண்டிருக்க வேண்டியுள்ளது.

ஆக, ஜனநாயகபூர்வமாக இருப்பது என்றால் என்னவென்றும் ஜனநாயகத்தை ஒரு வாழ்க்கை முறையாகப் புரிந்துகொள்வது என்றால் என்னவென்றும் புரிந்துகொள்வதற்கு மிக அவசியமான பொது என்பதன் அனுபவம் எதனை அதற்குள்ளாகக் கொண்டிருக்கிறது? ஒரு குழுமகமாகப் பெறும் அனுபவம் பொது அனுபவமாக ஆவதில்லை. ஒரு குழுமகத்துக்கு உரியதாக இருப்பது அதனளவில் ஜனநாயகபூர்வமான லட்சியங்களை உருவாக்கிக்கொடுக்க வேண்டும் என்ற அவசியம் ஏதுமில்லை. மாறாக, கும்பலின் பகுதியாக இருந்து மற்றவர்களைத் தாக்குவதும்கூட ஒரு குழுமகத்துக்கு உரியதாக இருக்கும் உணர்வால் உந்தப்பட்டதாக இருக்க முடியும். ஆனால், இது ஜனநாயகபூர்வமான செயலாக இருக்க முடியாது.

நம்மிடமிருந்து வேறாக இருப்பவர்களோடு ஒன்றாக இருக்கும் அனுபவமே உண்மையான பொதுவை உருவாக்கிக்கொடுக்கிறது. இதன் ஊடாகவே ஜனநாயக உணர்வைப் பெற்றுக்கொள்கிறோம். ஜனநாயகபூர்வமான செயல் ஆகட்டும், ஜனநாயகத்தின் நடைமுறைகளும் சடங்குகளும் ஆகட்டும் எல்லாமும் இப்படியான வெளிகளை

உருவாக்கக்கூடியவையாக இருக்க வேண்டியுள்ளது. இதற்கு மாறாக, பல சமூகங்களில் பெருமளவு நிலவுவதுபோல் நிறுவனங்கள், சட்டங்கள், ஒப்பந்தங்கள் போன்ற இயங்குத்தன்மைகளின் அடிப்படையில் பொது என்ற கருத்தை ஒருவர் கொண்டிருக்க முடியும். ஆனால், அது போதுமானதாக இல்லை.

பொது வெளிகளாக இருக்கும் பௌதிக வெளிகள் ஜனநாயகரீதியான செயற்பாங்கின் இன்றியமையா பகுதிகளாக இருக்கின்றன. பொது வெளியாக உருவாக்கப்படும் ஒரு வெளி பௌதிக வெளியாக மட்டுமே இல்லை. இருப்பினும், ஒரு சமூகத்தில் பல விதமான வெளிகள் உருவாக்கப்படுகின்றன. ஒரு ஜனநாயகச் சமூகத்தில் இப்படியான வெளிகள் எல்லாமும் நாம் மேலே குறிப்பிட்டிருக்கும் அர்த்தத்தில் பொதுவானதாக இருக்க வேண்டியுள்ளது. அதாவது, பொது வெளிகள் என்பது கல்விப்புல வெளிகள், பண்பாட்டு வெளிகள், மதரீதியான வெளிகள் போன்றவற்றையெல்லாம் உள்ளடக்கியதாக இருக்க வேண்டும் என்றே நான் இங்கு அர்த்தப்படுத்துகிறேன். இப்படியான வெளிகள் ஒவ்வொன்றும் பொது என்ற பெயரில் விலக்கிவைக்கும் நெறிமுறைகள் அடிப்படையில் செயல்படுமானால் அவையெல்லாம் ஜனநாயகத்தன்மையற்ற வெளிகளாகத்தான் இருக்க முடியும். எடுத்துக்காட்டாக, இன்று இந்தியாவில் கல்விப்புல வெளிகள் பல தனிநபர்களையும் குழுகங்களையும் விலக்கிவைக்கும் வெளிகளாக இருந்துவருகின்றன. மேலோங்கிய குழுகத்தின் பகுதியாக இல்லாதவர்களையும் சாதி, பாலினம், வர்க்கம் ஆகியவற்றின் அடிப்படையில் கல்வியைக் கைக்கொள்ள முடியாதவர்களையும் உள்ளடக்குவதற்கான வழிகளைக் கண்டெடுப்பதன் மூலமாகவே நாம் கல்விப்புல வெளிகளைப் பொது வெளியாக்க முடியும். இப்படியான அர்த்தத்தில் சுகாதார வெளிகளையும் நாம் பொதுவாக்க வேண்டியுள்ளது. இதுபோலவே, சமூகத்தில் குழுகங்களின் தனித்தன்மை மற்றும் விலக்கிவைக்கும் அடிப்படையில் செயல்படும் வெளிகளையெல்லாம் அவற்றின் அன்றாடச் செயல்பாடுகளின் பகுதியாக உள்ளடக்கும் சாத்தியப்பாட்டின் ஊடாக அவற்றை ஜனநாயகரீதியானதாக்க முடியும்.

ஜனநாயகத்தின் மையமான செயல்பாடு, பொது என்ற கருத்தமைவை உருவாக்குவதாக இருக்க முடியும் என்ற வாதம், அதற்கான ஏரணரீதியான விளைவுகளைக் கொண்டிருக்கிறது: இடஒதுக்கீடுக் கொள்கைகளும் சிறுபான்மையினர்களைப் பாதுகாக்கும் திட்டங்களும் ஜனநாயகரீதியான செயற்பாங்குக்கு அடிப்படையாகவும் அவசியமாகவும் இருக்கின்றன. வேறு வார்த்தைகளில் சொல்வதென்றால், இந்தக் கொள்கைகளெல்லாம் பொது என்ற கருத்தமைவில் உள்ள அறரீதியான வெளிப்பாடுகளாகின்றன. இவ்விரண்டு செயல்களும் [இடஒதுக்கீடு மற்றும் சிறுபான்மையினர்

பாதுகாப்பு] பெரும்பான்மைச் சமூகத்தினரிடமிருந்தும், இடஒதுக்கீடு வகைமைகளுக்கு வெளியே இருப்பவர்களிடமிருந்தும் பெருமளவிலான எதிர்ப்பைத் தோற்றுவித்துள்ளது. இந்த எதிர்வினைகளெல்லாம் ஜனநாயகம் என்பதன் அர்த்தத்தை முழுமையாகப் புரிந்துகொள்ள முடியாததன் விளைவாகின்றன. ஜனநாயகம் என்ற கருத்து அர்த்தமுள்ளதாக இருக்க வேண்டும் என்றால், ஒடுக்கப்பட்ட சாதிகளுக்கும் சிறுபான்மையினர்களுக்கும் இந்தக் கொள்கைகள் மிக அவசியமாகின்றன. ஏனெனில், இவ்வாறு விலக்கிவைக்கப்படுகிறவர்கள் தங்களுக்கான இடத்தைக் கண்டெடுக்கும் விதத்தில் பொது என்ற உணர்வை உருவாக்க இவை அவசியமாகின்றன. இவ்வாறு கோருவதற்கான காரணங்களைப் பார்ப்போம்.

முதலில் விலக்கிவைக்கப்பட்டவர்கள் மற்றும் விளிம்பில் உள்ளவர்களை எடுத்துக்கொள்வோம். முதலாவதாக, இவர்களும் சமூக உறுப்பினர்களாக இருக்கிறார்கள் என்றால், சமூகத்தில் பிற உறுப்பினர்களெல்லாம் பொதுச் சொத்துகள் மீது எப்படியான உரிமையைக் கொண்டிருக்கிறார்களோ அதே உரிமையை இவர்களும் கொண்டிருக்கிறார்கள் என்றாகிறது. ஆனாலும், இவர்கள் விளிம்பில் இருப்பவர்களாக இருப்பதால் — வறுமை, சாதி, பாலினம், மதச் சாய்வு அல்லது அதிகாரமற்ற சிறிய குழுமகத்துக்கு உரியவராக இருப்பது போன்ற பல காரணங்கள் — மற்றவர்கள் கொண்டிருப்பதுபோல் முறையான பங்குதாரர் அடிப்படையிலான உரிமை இவர்களுக்கு மறுக்கப்படுகிறது. ஆக, எந்த ஒரு சமூகமும் அதனை ஜனநாயகச் சமூகமாகக் கோருமென்றால், அது சமூகரீதியான பொதுவை இப்படியானவர்களோடு முறையாகப் பகிர்ந்துகொள்வதற்கான வழியைக் கண்டெடுக்க வேண்டியுள்ளது. பொதுப் பூங்காவுக்குப் போகும் எளிமையான எடுத்துக்காட்டைப் பார்ப்போம். இந்தப் பொது வெளியை எவர் வேண்டுமென்றாலும் பயன்படுத்தலாம் என்று ஒருவர் வாதிட முடியும். ஆனால், சமூகரீதியான ஆயத்த நிலையின் கட்டமைப்பு, பொது நன்மைகளை ஒருசிலர் மட்டுமே கைக்கொள்ளக்கூடிய விதத்திலேயே உள்ளது. ஒரு குடும்பத்தால் பூங்காவுக்குப் பயணிக்கப் போதுமான பணமில்லாமல் இருக்கலாம், பூங்காவில் இருக்கும்போது ஏதேனும் வாங்கிச் சாப்பிடப் பணமில்லாமல் இருக்கலாம். ஆக, ‘திறந்த’ வெளி என்று ஒன்று இருப்பது மட்டுமே போதுமானதாக இல்லை. திறந்த வெளியாக இருப்பது ஒரு நிபந்தனை மட்டுமே. இந்த வெளி உண்மையிலேயே பொது வெளியாவதற்கு வேறு பல நிபந்தனைகளையும் அது பூர்த்தி செய்ய வேண்டியிருக்கிறது.

பொதுப் பூங்கா விஷயத்தில் எது உண்மையோ அது எல்லாப் பொது நன்மைகளுக்கும் பொருந்திப் போகக்கூடியதாக இருக்கிறது.

இன்று சுகாதாரம், கல்வி அல்லது அத்தியாவசிய சேவை என்பதுபோல் எதுவாக இருந்தாலும் பொது நன்மைகளை மக்களில் சிறு பகுதியினரால் மட்டுமே கைக்கொள்ள முடிகிறது. வெளியே நிறுத்திவைக்கப் பட்டிருப்பவர்களுக்குக் கூடுதலான ஆதரவு கொடுக்காமல், பொது வெளிகளுக்குள் அவர்கள் நுழைவதற்கு, பொதுச் சொத்தில் அவர்களுக்கான பங்கை எடுத்துக்கொள்வதற்கு அவர்களுக்கு வழியேதுமில்லை. இடஒதுக்கீடும் சிறுபான்மைக் குமுகத்தினருக்கான பிரத்யேகப் பாதுகாப்பு போன்றவையெல்லாமும் இதைத்தான் செய்கின்றன. எந்த ஒரு சமூகமாக இருந்தாலும், அது ஜனநாயகபூர்வமானது என்ற மாயையைக் கொண்டிருக்குமானால், இப்படியான நடவடிக்கைகளைக் கட்டாயம் செய்ய வேண்டியுள்ளது. ஜனநாயகபூர்வமான சமூக வாழ்க்கையைக் கண்டுணர்வதற்கு இது ஒன்றுதான் வழி. பொது என்ற கருத்து உண்மை, சுதந்திரம் போன்ற கருத்தமைவுகளோடு நெருங்கிய உறவுகொண்டிருக்கிறது. இனிவரும் இயல்களில் உண்மை, சுதந்திரம் ஆகிய இரண்டு கருத்தாக்கங்கள் குறித்து விவாதிக்கவிருக்கிறேன்.

⊙

5
ஜனநாயகமும் உண்மையும்

இந்திய உச்ச நீதிமன்றத்தின் மதிப்புக்குரிய தாராளவாத நீதியரசர் டி.ஒய். சந்திரசூட், 2021-இல் நீதியரசர் எம்.சி. சாக்லா நினைவுச் சொற்பொழிவில் ஜனநாயகத்துக்கும் உண்மைக்கும் இடையேயான உறவு குறித்து உரையாற்றினார்.[1] ஜனநாயகத்துக்கு உண்மை எவ்வளவு முக்கியமானது என்று சுட்டிக்காட்டி, ஜனநாயகத்தை, 'ஒருசிலரின் கொடுங்கோன்மையைத் தடுப்பதற்காகக் கைக்கொள்ளப்பட்ட ஆட்சிமை முறை' என்பதாக வரையறுக்கிறார்.[2] ஜனநாயகத்தை உயர்த்திப்பிடிக்க உண்மை ஏன் அவசியமாகிறது என்று சில காரணங்களை முன்வைக்கிறார்: முடிவுகள் எடுப்பதற்கான 'காரணிய வெளியை' உண்மை உருவாக்கிக்கொடுக்கிறது, 'ஜனநாயகங்கள் மீது ஒருவிதமான பொது நம்பிக்கையை விதைக்கிறது', 'பகிர்ந்துகொள்ளக்கூடிய "பொது நினைவைப்" படைக்கிறது. குறிப்பாகப் பிந்தையது, வல்லாட்சியின் கீழ் இருக்கும் சமூகங்களின் உண்மை ஆணையங்களுக்கு மிக முக்கியமாகிறது.

மேலும் தொடரும் விதமாக, ஜனநாயகத்துக்கும் உண்மைக்கும் இடையேயான உறவு இரண்டு முகங்களைக் கொண்டிருப்பதாக அவர் சுட்டிக்காட்டுகிறார்: 'ஜனநாயகம் நிலைத்திருப்பதற்கு உண்மையின் சக்தி தேவைப்படுகிறது. அதனால், "அதிகாரத்திடம் உண்மையைப் பேசுதல்" என்பது ஜனநாயகத்தில் ஒவ்வொரு குடிநபரும் கொண்டிருக்க வேண்டிய உரிமையாக மட்டுமல்லாமல் இதற்கு சமமாக ஒவ்வொரு குடிநபரின் கடமையாகவும் பார்க்க வேண்டியுள்ளது.'[3] நமக்கு அறிவியலார்ந்த உண்மை, தார்மீக உண்மை என்று இரண்டு கருத்தாக்கங்களும் தேவைப்படுகின்றன என்று வாதிடும் அவர், பரந்துபட்ட தளத்தில் உண்மை குறித்த கருத்தாக்கத்தை முன்வைக்க

---

1 See D.Y. Chandrachud, '"Democracy Needs Truth to Survive" — Full Text of Justice Chandrachud Speech', *The Print*, 28 August 2021. Available at: https://bitly/3zk5WKS (last accessed on 28 July 2022).
2 Chandrachud, 'Democracy Needs Truth', pp. 3–4.
3 Chandrachud, 'Democracy Needs Truth', pp. 7.

முயல்கிறார். தென்னாப்பிரிக்க உண்மை மற்றும் நல்லிணக்க ஆணையம் வரையறுக்கும் நான்கு விதமான உண்மைகளையும் அவர் எடுத்துவைக்கிறார்:

> இதில் முதலாவது, உள்ளமையிலான அல்லது தடயவியல் சார்ந்த உண்மையாகிறது. நாம் இதை 'அறிவியலார்ந்த' உண்மையாக விவரிக்க முடியும். ஏனெனில், இது உள்ளமைகள் சார்ந்து தீர்மானிக்கப்படுவதோடு, இதுவே பொதுவாக 'உண்மை' என்பதாகப் புரிந்துகொள்ளப்படும் வரையறையாகவும் இருக்கிறது. எனினும், பிற மூன்றும்தான் மிக விசித்திரமானவையாக இருக்கின்றன. இரண்டாவது, தனிப்பட்ட அல்லது கதையாடல் உண்மையாகிறது. இது கதை சொல்வதன் ஊடாக மன பாரத்தை இறக்கிவைப்பதைச் சார்ந்திருக்கும் ஒன்றாகிறது. அதாவது, பகிரங்க விசாரணைகளில் இனவெறியால் பாதிக்கப்பட்ட ஒவ்வொருவரும் தங்களது கதையைச் சொல்ல முன்வருவதைக் குறிக்கிறது. மூன்றாவது, சமூக அல்லது 'உரையாடல்' உண்மையாகிறது. இதை, 'ஊடாட்டம், கலந்துரையாடல், விவாதம் போன்றவற்றின் ஊடாக, நிறுவப்படும் உண்மையை அனுபவித்தல்' என்பதாகத் தென்னாப்பிரிக்க அரசமைப்பு நீதிமன்றத்தைச் சேர்ந்த நீதியரசர் அல்பி சாக்ஸ் வரையறுக்கிறார். பொதுவில் எல்லோரும் பங்கேற்கும் விதமாக உண்மை ஆணையம் நடத்திய உரையாடல்களே இந்த உண்மைக்கான அடிப்படை. இறுதியாக நான்காவது, குணப்படுத்தல் அல்லது மீட்டெடுத்தல் உண்மையாகிறது. உயிரோடு இருப்பவர்களுக்கு எதிராக நடத்தப்பட்ட குற்றங்கள் குறித்த உள்ளமைகளை அதனால் சேகரிக்க முடிந்த அளவுக்கு உண்மை ஆணையம் சேகரித்து அவற்றை அரசியல்ரீதியான, சமூகரீதியான, சித்தாந்தரீதியான பின்னணியில் முறையாகப் பொருத்தி முன்வைப்பதைக் குறிக்கிறது.[4]

பிறகு அவர், ஜனநாயகங்கள் மூன்று விதமான உண்மைகளைக் கொண்டிருப்பதாக அடையாளப்படுத்தும் வரலாற்றியலாளரான ஷோபியா ரோசன்பெல்டிடமிருந்து எடுத்துக்கொள்கிறார். ஒன்று, அரசு முன்வைக்கும் உண்மை; மற்றொன்று, அறிவியலாளர்கள் போன்ற நிபுணர்கள் முன்வைக்கும் உண்மை; மூன்றாவது, பொது வெளியில் 'குடிநபர்கள் நடத்தும் தீவிர விவாதங்கள், உரையாடல்கள்' விளைவாக வெளிப்படும் உண்மை. பிறகு அவர், தொழில்நுட்பங்களின்

---

4 Chandrachud, 'Democracy Needs Truth', pp. 12.

இடையீட்டால் பிந்தைய-உண்மை உலகில் உண்மை என்ற கருத்து எதிர்கொள்ளும் புதிய சவால்களைச் சுட்டிக்காட்டுகிறார்.

இந்த அவதானிப்புகள் குறித்து நான் முதலில் இதைச் சுட்டிக்காட்ட விரும்புகிறேன்: நம்முடைய பொதுவான புரிதலில், ஜனநாயகம் போன்ற சமூக நடைமுறைகள் குறித்த பொது விவாதங்களில் உண்மை குறித்து வெளிப்படையாக முன்வைக்கப்படுவதில்லை. ஆனாலும், மேலே முன்வைத்திருக்கும் குறிப்புகளில் உண்மையும், 'சமூக வாழ்க்கையாக ஜனநாயகமும்' எதை மையமாகக் கொண்டு இயங்குகின்றன என்று நம்மால் பார்க்க முடியும். 'பொது வெளிகளின்' இயல்பு, 'பொது நம்பிக்கை'யை உருவாக்குதல் என்பதாக மட்டுமல்லாமல் 'பகிர்ந்துகொள்ளும் நினைவு'களைப் படைக்கும் ஆற்றலைக் கொண்டிருப்பதன் காரணமாகவே ஜனநாயகத்துக்கு உண்மை முக்கியம் என்று சந்திரகூட் வாதிடுகிறார். இந்தச் சொற்கள் குறித்தெல்லாம் முன்னர் விவாதித்திருக்கிறோம்; சமூக சுயம், ஜனநாயக சுயம் போன்ற கருத்துகளுக்கு இவை மிக அவசியமாகின்றன என்றும் முன்னர் பார்த்தோம். ஆக, ஜனநாயகத்தோடு உண்மை கொண்டிருக்கும் உறவு என்பது சமூக யதார்த்தங்களிலிருந்து துண்டிக்கப்பட்ட அறிதிறனார்ந்த செயலாக இருப்பதில்லை. அது சமூக யதார்த்தங்களுக்குள்ளும் சமூகக் கட்டமைப்புகளுக்குள்ளும் மிக ஆழமாகப் பொதிக்கப்பட்டிருக்கும் ஒன்றாகிறது.

உண்மை ஜனநாயகத்துக்கான அஸ்திவாரமாகிறது. மக்கள் சார்பாக ஆட்சிசெய்தல் என்ற அரசியல் செயலாக மட்டுப்படுத்திப் பார்த்தாலும்கூட, அரசியலாளர்கள் யாரைப் பிரதிநிதித்துவம் செய்கிறார்களோ அவர்களது நம்பகத்தன்மையைப் பெறுவதற்கு உண்மை மிக அவசியமாகிறது. தங்களது சொற்களுக்கும் உத்தரவாதங்களுக்கும் உண்மையாக இருப்பார்கள் என்ற நம்பிக்கையில்தான் பிரதிநிதிகள் தேர்ந்தெடுக்கப்படுகிறார்கள். நம்பகத்தன்மையை உளவியல் அடிப்படையிலானதாகப் பார்க்காமல், அதைப் பொது உருப்படியாகப் பார்ப்போம் என்றால், அது உண்மையோடு உறவுகொண்டிருக்கும் ஒன்றாகிறது. ஒரு குழந்தை தன்னுடைய பெற்றோர்கள் மீது கொண்டிருக்கும் நம்பகத்தன்மை வெளிப்படையாக உண்மை என்ற கருத்தமைவு எதையும் சார்ந்திருக்கவில்லை என்றாலும்கூட, தொடர்ச்சியான பெற்றோர்களின் நடத்தைகள்தான் அவர்கள் மீது குழந்தை கொண்டிருக்கும் நம்பகத்தன்மையை வளர்த்தெடுக்கிறது. இதற்கு நிகராக, பொதுப் புலங்களில் உண்மை பல விதமாக வெளிப்படுத்தப்படுகிறது. இவையெல்லாம் ஜனநாயகத்துக்குப் பயனுறுதிமிக்க அடிப்படைகளாகின்றன.

சமீப காலங்களில், 'பிந்தைய-உண்மை' அரசியல் என்றழைக்கப்படுவதன் வளர்ச்சியைக் கணக்கில் கொள்வோம் என்றால், அதுவும் அரசியல் நடத்தைகளில் பொய்களின் வெளிப்படையான செல்வாக்கைக் கணக்கில் கொள்வோம் என்றால், உண்மை குறித்து நாம் அதிகம் கவலைப்பட வேண்டியுள்ளது. உலக அளவில், எல்லா அரசாங்கங்களும் அவற்றின் செயல்பாடுகளை நியாயப்படுத்துவதற்கு அப்பட்டமான பொய்களைப் பயன்படுத்திவருகின்றன. இதற்கான சமீபத்திய எடுத்துக்காட்டாக, உக்ரைன் மீது ரஷ்ய அதிபர் விளாதிமிர் புடின் தொடுத்த போரை நியாயப்படுத்த சொல்லும் பொய்களைச் சொல்லலாம். வெளிப்படைத்தன்மையும் தகவல்களை அறிந்துகொள்வதற்கான சாத்தியமும் புதிய தொழில்நுட்பங்களால் பெருமளவு அதிகரித்திருக்கும் காலத்தில் இப்படி நடப்பது நகைமுரணாகத்தான் இருக்கிறது. சொல்லப்போனால், மிகச் சரியாக இந்தப் புதிய தொழில்நுட்பங்களே அப்பட்டமான பொய் நோக்கி நகர்வதற்கு வினையூக்கியாகின்றன என்றும் ஒருவரால் வாதிட முடியும். ஏனெனில், இந்தத் தொழில்நுட்பங்கள் கட்டுப்படுத்த முடியாத அளவுக்கு 'உண்மைகளை' உருவாக்குவதன் மூலம் உண்மையை நீர்த்துப்போக வைக்கின்றன. உலகில் உள்ளமைகளின் அளவில்லாப் பெருக்கமே பொய்கள் பரப்பப்படுவதைச் சாத்தியப்படுத்துகின்றன. ஒவ்வொரு அரசியல் கட்சியின் கோரல்களும் அப்பட்டமான பொய்களாக இருக்கின்றன. என்ன நடந்திருக்கிறது என்றால், உண்மைகளை ரகசியங்களாக மறைத்துவைத்திருந்த அனலாக் உலகத்திலிருந்து பொய்களை உண்மைகளாக மறைத்துவைத்திருக்கும் எண்ணிம உலகத்துக்குள் நகர்ந்திருக்கிறோம்.

உண்மை என்பது, அதுவும் மானுட ஊடாட்டத்தின் பின்னணியில் சிக்கலான கருத்தாக்கமாக இருக்கிறது. முதலாவதாக, பல விதமான உண்மைகள் இருக்கின்றன — இது உண்மைகளின் பன்மைத்துவம் குறித்துக் கோருவதற்கு சமமானதல்ல. மானுடச் செயல்பாடுகளின் பல்வேறுபட்ட புலங்கள் ஒவ்வொன்றும் உண்மை குறித்து வேறான கருத்துகளைக் கொண்டிருக்கின்றன. எடுத்துக்காட்டாக, இந்த உலகம் குறித்த அனுபவபூர்வமான உண்மை — அதாவது, நாம் உணரக்கூடிய உலகம் குறித்த உண்மை, 'தூய' சிந்தனைகள் ஊடாக உருவாக்கப்படும் உண்மைகளிலிருந்து வேறானது என்று திடமாக நம்பப்படுகிறது. கணிதவியல் உண்மைகள் அனுபவபூர்வமான அறிவியல் உண்மைகளிலிருந்து, அதாவது இயற்கை அறிவியல்கள் மற்றும் சமூக அறிவியல்கள் ஆகிய இரண்டிலும் உள்ள உண்மைகளிலிருந்து வேறானதாக இருக்கின்றன. ஒரு தனிநபர் அனுபவிக்கும் உண்மை என்பது பலருக்கும் கிடைக்கக்கூடிய உண்மைகளிலிருந்து வேறானதாக இருக்கிறது. தார்மீக உண்மைகள் உள்ளமையிலான உண்மைகளிலிருந்து வேறானவையாக இருக்கின்றன. பெருமளவு நம்பிக்கைகளோடு

சுருக்கப்பட்ட ஒன்றாக மதம் இருந்தாலும், எல்லா மதங்களிலும் உள்ள இறையியலாளர்கள் உண்மை என்ற கருத்து மதத்தின் மையமாக இருப்பதாகச் சுட்டிக்காட்டுகிறார்கள். பல கலைஞர்கள் உண்மை என்பதன் அடிப்படையிலேயே அவர்களது ஆக்கங்களைப் பெரும்பாலும் விவரிக்கிறார்கள். கலைகளில் உள்ள உண்மை எந்த அளவுக்கு மதிக்கப்படுகிறதோ அதே அளவுக்கு அறிவியல்களில் உள்ள உண்மையும் மதிக்கப்படுகிறது. ஆனாலும், இந்த உண்மைகள் உள்ளமையிலான, அனுபவரீதியான உலகத்திலிருந்து வேறானவையாக இருக்கின்றன. அப்படியென்றால் ஜனநாயகத்துக்குப் பொருத்தமானதாக உண்மை எப்படியானதாக இருக்க முடியும்? ஜனநாயகபூர்வமான செயலுக்கும் ஜனநாயகபூர்வமான வாழ்க்கைக்கும் உண்மை குறித்து எப்படியான கோட்பாடு அர்த்தமுள்ளதாக இருக்க முடியும்? நாம் அரசியலோடு நம்மை மட்டுப்படுத்திக்கொள்வோம் என்றால், பின் இது அரசியல் உண்மையின் இயல்பு என்ன என்று கேட்டுக்கொள்வதற்கு நிகரானதாகிறது. அரசியல் உண்மையின் தனித்துவமான உருவரையை நாம் புரிந்துகொண்டால் ஒழிய நம்மால் ஜனநாயகம் குறித்தோ உண்மை குறித்தோ அர்த்தமுள்ள ஆய்வுகள் எதையும் மேற்கொள்ள முடியாது. அரசியல் உண்மையின் இயல்பைத் துருவியகழ்வோம் என்றால், உண்மைகள் அவற்றை உருவாக்கும் சமூக வாழ்க்கையோடு மிக ஆழமாக உறவுகொண்டிருப்பதை நம்மால் அடையாளம் காண முடியும்.

இப்படி உண்மை குறித்த வேறான புலங்களெல்லாம் கருத்தாக்கரீதியாகப் பொதுவான பிரச்சினை ஒன்றைக் கொண்டிருக்கின்றன. அது உண்மையை விவரிப்பது அல்லது வெளிப்படுத்துவதோடு தொடர்புடையதாக இருக்கிறது. பலரும் நம்புவதுபோல் உண்மை என்பது மொழியின் ஊடாக விவரிப்பதற்கு அப்பால் தனித்திருக்கும் ஒன்றாகுமானால், அது உண்மைக்கும் அதை மொழியியலார்ந்து விவரிப்பதற்கும் இடையே எப்போதும் காணப்படும் கடக்க முடியாத இடைவெளியைச் சாதகமாகப் பயன்படுத்திக்கொண்டு பொய்களை உண்மைகளாக முன்வைக்க முடியும் என்றாகிறது. இந்தப் பிரச்சினையை அரசியல் மட்டுமே கொண்டிருக்கவில்லை. உண்மை என்று முன்வைக்கப்படும் ஒவ்வொன்றும் இந்தப் பிரச்சினையைக் கொண்டிருக்கின்றன. பொருள்களோடு ஒப்பிட்டுப்பார்ப்போம். பொருள்கள் மெய்யானவை. நாம் அவற்றை எப்படி விவரிக்கிறோம் என்பதற்கு அப்பால் அவை சுதந்திரமான இருப்பைக் கொண்டிருக்கின்றன. பொருள்கள் உண்மையானவையாகவும் இருப்பதில்லை; அப்படி இல்லாதவையாகவும் இருப்பதில்லை. நாம் அவற்றைக் குறித்து முன்வைக்கும் கூற்றுகளைத்தான் உண்மை என்றோ பொய் என்றோ தீர்மானிக்கிறோம். பல இந்திய மொழிகளில், உண்மை, மெய் ஆகிய இரண்டும் ஒரே மாதிரியான சொற்களைக் கொண்டிருப்பதோடு இரண்டுமே சத் என்ற வேர்ச் சொல்லிலிருந்து

தோன்றியவையாக இருக்கின்றன. ஆக, நாம் மொழியைப் பயன்படுத்தும்போது அல்லது சில விஷயங்கள் குறித்து வேறான வடிவங்களில் விவரிக்கும்போதுதான் உண்மை குறித்த மெய்யான பிரச்சினை வெளிப்படுகிறது. மேசை மீது இருக்கும் இரண்டு பழங்களைப் புலனறிவதும்கூட, பல விதமான விவரிப்புகளுக்குக் கொண்டுவிட முடியும். முதலாவதாக, இந்த விவரிப்புகள் பல விதமான மொழிகளில் இருக்க முடியும். மேலும், ஒவ்வொரு விதமான விவரிப்பும் ஒவ்வொரு மொழியும் கொண்டிருக்கும் கருத்தாக்கரீதியான சொற்களைச் சார்ந்திருக்க வேண்டியுள்ளது. இரண்டாவதாக, மேசை மீது இரண்டு பழங்கள் இருக்கின்றன என்பதை ஒரே மொழியிலும்கூடப் பல விதமாக விவரிக்க முடியும். ஒவ்வொரு விவரிப்பும் குறிப்பிட்ட அம்சத்தின் மீது கவனம் செலுத்தலாம் அல்லது புதிய கூறுகளை விவரிக்க முயலலாம் அல்லது இந்த விவரிப்பில் சூழ்நிலையையும் பின்னணியையும் சேர்த்துக்கொள்ள முயலலாம். இப்படியான விவரிப்பு ஒவ்வொன்றும் வேறான விஷயங்களை விவரிக்கின்றன என்றாலும்கூட எல்லா விதமான விவரிப்புகளும் உண்மையாக இருப்பதற்கான சாத்தியப்பாட்டைக் கொண்டிருக்கின்றன. மேசை மீது இரண்டு பழங்கள் இருப்பதாகப் புலனுணரும் 'எளிமையான' விஷயமே இப்படி இருக்குமென்றால், மிகச் சிக்கலான நிகழ்வுகளை விவரிப்பது எவ்வளவு சிக்கலாக இருக்கும் என்று நினைத்துப்பாருங்கள்!

உண்மையிலேயே பிரச்சினையின் சாரம் இதுதான். ஜனநாயகம் அதன் சகலவிதமான வெளிப்பாடுகளிலும் அன்றாடச் சமூக வாழ்க்கைப் புலத்தில் உள்ளதாக நான் தொடர்ந்து வாதிட்டுவருவதால், உண்மைக்கும் ஜனநாயகத்துக்கும் இடையேயான தொடர்பைப் புரிந்துகொள்வதற்குப் பல்வேறு புலங்களில் காணப்படும் பல விதமான உண்மைகளை நாம் கணக்கில் கொள்ள வேண்டியுள்ளது. அரசியலோடு நம்மை நாம் மட்டுப்படுத்திக்கொள்வோம் என்றால், பின் அரசியல் உண்மையின் இயல்பு என்னவாக இருக்க முடியும் என்பதிலிருந்து நாம் தொடங்க வேண்டியுள்ளது. உண்மை குறித்துப் பேசும்போது, இன்று நாம் எல்லோரும் மெய்யான பிரச்சினை ஒன்றை எதிர்கொள்ள வேண்டியிருக்கிறது. விவாத வடிவங்களைக் கண்டெடுப்பதும் மற்றவர்களை ஏற்றுக்கொள்ளவைக்க முயல்வதும் 'இது இப்படியாக இருக்கிறது' என்று சொல்வதும் மேலும்மேலும் கடினமாகிவருகிறது. இது அல்லது அது என்று முத்திரைகுத்தப்படாமல் எது ஒன்றையும் சொல்ல முடியாமல்போகிறது. இப்படியான போக்கைப் பலரும் பார்ப்பதுபோல், வெறுமனே அடையாளப் பிரச்சினையாக மட்டுமே பார்க்க முடியாது. இது எல்லாப் புலங்களுக்குமான பொதுவான உண்மை என்ற கருத்தமைவு ஒன்று இருக்க வேண்டும் என்பதாக உள்வாங்கிக்கொள்வதன் பிரச்சினையாக இருப்பதோடு, உண்மையில்

இயல்பு குறித்தும் அதைப் பொது வெளிகளில் — அரசியல் உள்பட — வெளிப்படுத்துவதிலும் உள்ள பிரச்சினையாகவும் இருந்துவருகிறது.

அரசியல் உண்மை குறித்த பிரச்சினை புதிதான ஒன்றல்ல. சொல்லப்போனால், உண்மையான செயல்கள் மற்றும் நடத்தைகள் குறித்து சில நெறிமுறைகளை நடைமுறைப்படுத்துவதற்காகத்தான் நாடாளுமன்றம் போன்ற நிறுவனங்கள் உள்பட பலவகையான அரசியல்ரீதியான கருவிகள் உருவாக்கப்பட்டிருக்கின்றன. தனது 'கலை, உண்மை, அரசியல்' என்ற தலைப்பில் ஹரோல்ட் பின்டர் ஆற்றிய 2005 நோபல் உரையில் இவ்வாறு குறிப்பிடுகிறார்:

> நம்மிடமிருக்கும் ஆதாரங்களின் அடிப்படையில் சொல்வதென்றால், பெரும்பாலான அரசியலாளர்கள் உண்மை மீது அக்கறை கொள்ளாமல், அதிகாரத்தின் மீதும், அந்த அதிகாரத்தைத் தக்கவைத்துக்கொள்வதன் மீதுமே அக்கறை கொண்டிருக்கிறார்கள். இந்த அதிகாரத்தைத் தக்கவைத்துக்கொள்ள மக்கள் அறியாமையில், அதாவது தங்களுடைய சொந்த வாழ்க்கை குறித்த உண்மையைக்கூட அறிந்துகொள்ள முடியாமல், உண்மை என்று ஒன்று இருப்பதையே அறிந்துகொள்ள முடியாமல் அறியாமையில் வாழ்ந்துகொண்டிருப்பது அவசியமாகிறது. ஆக, நாம் நம்மைச் சுற்றிப் பொய் என்ற பெரிய திரைக்குப் பின்னால் நம்மை மறைத்துக்கொண்டு, பொய்களை உட்கொள்கிறோம்.[5]

அரசியல் என்பது அதிகாரம் தொடர்பானது என்பதாகப் புரிந்து கொள்ளப்படுவதைக் கணக்கில் எடுத்துக்கொள்வோம் என்றால், அரசியல் உண்மை குறித்த விவாதங்கள் 'அதிகாரத்திடம் உண்மையைப் பேசுதல்' என்று சொல்லப்படும் சொற்றொடரைச் சுற்றியே பெரும்பாலும் இயங்குகிறது — நாம் முன்னர் பார்த்த நினைவுச் சொற்பொழிவிலும்கூட இந்தச் சொற்றொடரை நீதியரசர் சந்திரசூட் பயன்படுத்துகிறார். உண்மைக்கும் அதிகாரத்துக்கும் இடையேயான உறவை இப்படியாக முன்வைப்பது என்பது உண்மையும் அதிகாரமும் ஒன்றிலிருந்து ஒன்று தனித்திருப்பதுபோல் தோன்றுகிறது. ஆனால், இப்படித்தான் இருக்க வேண்டும் என்ற அவசியம் ஏதுமில்லை. சொல்லப்போனால் காந்தியைப் பின்பற்றி, உண்மையிலிருந்துதான் அதிகாரமும் வருவிக்கப்படுகிறது என்பதாகவும் சொல்ல முடியும். தொடக்கத்திலிருந்தே உண்மையும் அதிகாரமும் இணைக்கப்பட்டிருக்குமானால், அதிகாரத்திடம் உண்மையைப் பேச வேண்டியதில்லை. ஆனால், பொதுக் கதையாடல்களில் இந்தச்

5 *Harold Pinter, 'Art, Truth and Politics', Nobel Lecture, 2005. Available at: https://bit.ly/3Sel5ow (last accessed on 30 July 2022).*

சொற்றொடர் பெற்றிருக்கும் மதிப்பைக் கணக்கில் கொள்வோம் என்றால், உண்மையிலிருந்து அதிகாரம் விலக்கிவைக்கப்பட்டிருக்கும் சகாப்தத்தில் நாம் வாழ்ந்துகொண்டிருப்பதைச் சுட்டிக்காட்டுவதாகச் சொல்ல முடியும். ஆக, உண்மையையும் அதிகாரத்தையும் துண்டிக்க மறுப்பதே ஜனநாயகத்தின் முக்கியக் கூறு என்று கோருவது சாத்தியம். அதுபோலவே, ஜனநாயகபூர்வமான செயல் ஒவ்வொன்றும் அதன் ஒவ்வொரு நிலையிலும் ஒருவர் பொறுப்பேற்றுக்கொள்ள வேண்டும் என்றும் கோர முடியும்.

மானுடத் தனிநபர் என்பது குறித்த புரிதலில் காணப்படும் குழப்பம், அரசியலில் உண்மை என்பதை மேலும் பிரச்சினைக்குரியதாக்குகிறது. தாராளவாத ஜனநாயகங்கள் தனிநபர் என்பதற்குப் பெரும் மதிப்பு கொடுப்பதோடு, ஜனநாயகம் என்பது பெரும்பாலும் அரசியல் முறைமையில் ஒரு தனிநபரின் தேர்வு மற்றும் தன்னாட்சி என்பதாகச் சுருக்கப்பட்டதாகவும் இருக்கிறது. இப்படியான பார்வையில், தன்னாட்சி கொண்டு செயல்படாத ஒரு தனிநபரை எதிர்கொள்ள வேண்டியிருக்கும் போதும் (சாதி, மதம் அல்லது சித்தாந்தம் அடிப்படையில் குழுமத்தின் உறுப்பினராக வாக்களிப்பது போன்று), அல்லது தன்னுடைய சொந்த நலன்களுக்கு எதிராக வாக்களிக்கும்போதும் (தங்கள் நலன்களுக்குப் பாதிப்புகள் ஏற்படுத்தக்கூடிய தலைவர்களைத் தேர்ந்தெடுப்பது போன்று), அல்லது மற்றவர்களுக்குத் தீங்கு விளைவிக்கும் வழிகளில் செயல்படும்போதும் (மரியாதை மறுக்கும், வெறுப்பு அரசியல் சித்தாந்தங்கள் அடிப்படையில் வேட்பாளர்களைத் தேர்ந்தெடுப்பது போன்று), அல்லது எல்லா அளவுகோல்களையும் கடந்து அப்பட்டமான பொய்களை உண்மை என்று ஏற்றுக்கொள்ளும்போதும் (தனிநபர்கள் தங்களைத் தாங்களே ஏமாற்றிக்கொள்ளும் நடைமுறைகள் சமகாலத்தில் பெருமளவு வளர்ந்திருக்கின்றன) ஜனநாயகத்தின் உள்ளார்ந்த முரண்பாடுகள் பட்டவர்த்தனமாக வெளிப்படுகின்றன. ஆக, நாம் ஜனநாயகம் குறித்துப் பேசுவதற்கு முன், மானுடத் தனிநபரின் இயல்பு, தனிநபர் கொண்டிருப்பதாகச் சொல்லப்படும் குணங்கள், தனிநபரிடமிருந்து எதிர்பார்க்கும் லட்சிய நெறிமுறைகள் போன்ற கருத்துகள் குறித்த கேள்விகளை முதலில் புரிந்துகொள்ள வேண்டியுள்ளது. தன்னாட்சி கொண்ட, பகுத்தறிவார்ந்த தனிநபர் என்ற உருவாக்கமே குறிப்பிட்ட பண்பாட்டு வரலாற்றால் உருவாக்கப்பட்டதாக இருக்கிறது; பெருமளவுக்கு மதிக்கப்படும் போற்றப்படும் ஒன்றாகவும் இருந்துவருகிறது. ஆனால், நடைமுறையிலான மானுடச் செயல்பாடுகள் இப்படியான எதிர்பார்ப்புகளுக்கு ஈடுகொடுக்க முடியாமல்போகின்றனவா? இதற்குத் தீர்வு என்பது தனிநபரின் இயல்பு குறித்து ஐரோப்பிய அறிவார்ந்த வரலாற்றில் குறிப்பிட்ட தருணத்தில் தோன்றியதை மட்டுமே எடுத்துக்கொள்ளாமல் அரசியல், பொருளாதாரம்

மற்றும் அறிவார்ந்த பலத்தின் ஊடாக நிலைநிறுத்தப்படுவதை மட்டுமே முதன்மைப்படுத்தாமல், உலகம் முழுவதிலும் பிரதிநிதித்துவம் செய்யப்பட்டும் தனிநபரின் இயல்புகளையெல்லாம் மறுபரிசீலனைக்கு எடுத்துக்கொள்வதாகத்தான் இருக்க முடியுமா?

உண்மைக்கும் ஜனநாயகத்துக்கும் இடையேயான உறவைப் புரிந்துகொள்ள, மானுடர்களுக்கும் உண்மைக்கும் இடையேயான தெளிவற்ற உறவிலிருந்து தொடங்க வேண்டியுள்ளது. நாம் எல்லோரும் பெரும்பகுதி உண்மையானவர்களாக இருந்தாலும், முழுக்க உண்மையானவர்களாக இருப்பதில்லை. நான் சிறுவர்களுக்கான தத்துவார்த்தப் பயிலரங்குகள் நடத்தும்போது, அறம் குறித்த விவாதத்தில், பொய் சொல்வது பெரும்பாலும் உள்ளபடியே தவறில்லை என்பதாகவும் எப்போதும் தவறாக இருப்பதில்லை என்பதாகவுமே மாணவர்களின் எதிர்வினை இருந்தது. தண்டனையிலிருந்து தப்பித்துக்கொள்வதற்காகப் பெற்றோர்களிடம் பொய் சொல்வது உள்பட, பல விஷயங்களில் நிபந்தனைகளுக்கு உட்பட்டுப் பொய் சொல்வது, நற்குணமாகவே பார்க்கப்படுகிறது! நுகர்வுப் பொருளாதாரங்களில் உண்மையின் பல விதமான உருமாற்றங்கள் ஊடாக அதனை நிலைநிறுத்திக்கொள்வது உள்பட, எல்லாச் சமூகங்களிலும் பொய் சொல்வது பெரும் தொற்றுநோயாகவே இருந்துவருகிறது. ‘முழு’ உண்மையாக இல்லாத அளவுக்கே பொருள்கள் எப்போதும் விளம்பரப்படுத்தப்படுகின்றன. உலகம் முழுவதும் விற்பனைப் பிரதிநிதிகள் உண்மையின் தூதுவர்களாக எப்போதும் பார்க்கப்படுவதில்லை. எடுத்துக்காட்டாக, 2015-ஆம் ஆண்டு ப்யூ ஆய்வு மையத்தின் அறிக்கையில் வியாபாரிகள் மற்றும் பிறரோடு ஒப்பிடும்போது மிகக் குறைவான சதவீதத்திலேயே அரசியலாளர்கள் நேர்மையானவர்களாகப் பார்க்கப்படுவதாக முன்வைக்கப்படுகிறது (சந்தைகூட மேலும் உண்மையாக இருப்பதாகப் பார்க்கப்படுகிறது!).[6] மெக்கான் டிரூத் சென்ட்ரல் இந்தியா, அமெரிக்கா, பிரிட்டன் ஆகிய நாடுகளில் செய்த ஆய்வின் அடிப்படையில் தயாரிக்கப்பட்ட அதன் 2012-ஆம் ஆண்டு அறிக்கையில், இந்த நாடுகளைச் சேர்ந்தவர்களில் 73 சதவீதத்தினர் அரசியலில் உண்மையைக் காண்பது மிக அரிது என்று சொல்வதோடு, ஒரு குழுமமாக அரசியலாளர்களைச் சொற்ப அளவிலேயே உண்மையானவர்களாக ஏற்றுக்கொள்கிறார்கள் —

6 *Pew Research Center, ‘Beyond Distrust: How Americans View Their Government’, 23 November 2015. Available at: https://pewrsr.ch/3RBMuRx (last accessed on 2 September 2022).*

நம்பகத்தன்மையில் இவர்கள் விற்பனைப் பிரதிநிதிகளோடு சேர்த்துப் பார்க்கப்படுகிறார்கள்.[7]

இப்படியான முடிவுகளுக்கு வருவதில் அரசியலாளர்கள் வருத்தப்படலாம். எல்லாவற்றையும்விட மிக முக்கியமாக, இப்படியான அறிக்கைகள் முன்வைக்கும் கணக்குகள் 'உண்மையானவை' அல்ல என்று உண்மையிலேயே எதிர்வினையாற்ற முடியும்! எப்படியான அர்த்தத்தில் இவை உண்மையாகின்றன அல்லது உண்மையல்லாமல் ஆகின்றன? முதலாவதாக, உண்மை குறித்துப் பத்தாம்பசலித்தனமான புரிதலையே இந்த அறிக்கை கொண்டிருக்கிறது. ஒரு மோட்டார் வாகனத்தை விற்பதில் உள்ள உண்மையும், தேசியக் கொள்கைகள் குறித்துப் பகிர்ந்துகொள்ளக்கூடிய உண்மையும் முற்றிலும் வேறு. ஆக, நாம் இந்தக் கேள்விக்குத் திரும்ப வர வேண்டியுள்ளது: அரசியலைக் குணாம்சப்படுத்தும் உண்மை என்பது எப்படியானதாக இருக்க முடியும்? அரசியலோடு ஜனநாயகம் நெருங்கிய உறவு கொண்டிருப்பதால், அரசியலாளர்கள் குறித்தும் உண்மையோடு இவர்கள் கொண்டிருக்கும் உறவு குறித்தும் இப்படியான எதிர்வினைகள் அரசியல், உண்மை ஆகிய இரண்டின் இயல்பையும் தவறாகப் புரிந்துகொண்டிருப்பதைத்தான் பிரதிபலிக்கின்றன.

உண்மை மற்றும் அரசியல் குறித்து அடோல்ப் ஈச்மன் அறிக்கை எழுதிய பிறகு, ஹன்னா அரென்ட்டும் இதற்கு நிகரான சந்தேகத்தைக் கொண்டிருந்தார். ஜெரூசலமில் நடந்த ஈச்மன் வழக்கு குறித்த அவரது அறிக்கை பிரசுரிக்கப்பட்ட பின், பல விதமான காரணங்களுக்காக அவர் எதிர்க்கப்பட்டார். இந்த எதிர்ப்புகளுக்கு எதிர்வினையாற்றும் விதமாக, அவர் 1967-இல் நியூ யார்க்கர் (New Yorker) பத்திரிகையில் கட்டுரை ஒன்றை எழுதினார். இரண்டு காரணங்களுக்காக இந்தக் கட்டுரையை எழுதுவதாக அவர் சுட்டிக்காட்டுகிறார். அதில் ஒன்று 'எப்போதும் உண்மையைச் சொல்வது ஏற்றுக்கொள்ளக்கூடியதாக இருக்க முடியுமா' என்ற கேள்வி. மற்றொன்று, அவர் பொய் சொல்கிறார் என்று குற்றஞ்சாட்டப்பட்டதற்குப் பதில் சொல்வது — அதாவது, அவர் எழுதியதாகச் சொல்லப்படும் பொய்கள் குறித்தும், அவர் முன்வைத்த உள்ளமைகள் குறித்தும். அவரது கட்டுரை, 'உண்மையும் அரசியலும்' என்று தலைப்பிடப்பட்டிருக்கிறது. உண்மைக்கும் அதிகாரத்துக்கும் இடையேயான உறவை இவரும் முன்வைப்பதால் அதைப் பார்ப்பது பயனுள்ளதாக இருக்கும்:

7 *McCann Truth Central, 'Truth about Politics', 3 October 2012. Available at: https://bit.ly/ekD3rk (last accessed on 2 September 2022).*

> *உண்மையும் அரசியலும் ஒன்றோடு ஒன்று மிக மோசமான உறவைக் கொண்டிருக்கின்றன என்பதில் எவருக்கும் எந்தச் சந்தேகமும் இருக்க முடியாது. மேலும், அரசியல் நற்குணங்களில் நான் அறிந்தமட்டில் எவரும் உண்மைத்தன்மையை முன்வைப்பதில்லை. அரசியலாளர்கள் அல்லது மக்களுடைய உணர்ச்சிகளைத் தூண்டிவிடக்கூடிய தலைவர்களுக்கு என்று மட்டுமல்லாமல், ராஜதந்திரிகளுக்கும் பொய்கள் எப்போதும் அவசியமான, நியாயப்படுத்தக்கூடிய கருவியாகவே பார்க்கப்படுகின்றன. [...] உண்மையின் சாரம் கையாலாகாதத்தனமாவும் அதிகாரத்தின் சாரம் ஏமாற்றக்கூடியதாகவும்தான் இருக்கிறதா?*[8]

உண்மைக்கும் அரசியலுக்கும் இடையே சில அடிப்படையான இறுக்கங்களை அடையாளம் காண்கிறார் அரெண்ட். சமூகச் செயல்களில் தங்களை ஈடுபடுத்திக்கொள்ளாத வரையில் 'உண்மையைத் தேடுபவர்களை' ஏற்றுக்கொள்ளலாம் என்று முதலில் சுட்டிக்காட்டுகிறார். உண்மையைத் தேடும் செயல் நற்குணத்தன்மையிலானது என்று முன்வைப்பதன் மூலம் அவர் உண்மையைத் தேடுபவர்களுக்கும் சாதாரணக் குடிநபர்களுக்கும் இடையே பிளேட்டோவிய வேறுபாட்டைக் காண்கிறார். மேலும் அவர், பகுத்தறிவார்ந்த உண்மைகளுக்கும் உள்ளமையிலான உண்மைகளுக்கும் இடையே வேறுபாட்டை முன்வைக்கிறார்: 'உண்மை என்பது கொடுக்கப்பட்டிருக்கும் ஒன்றாகவோ அல்லது வெளிப்படுத்தப்படும் ஒன்றாகவோ இருப்பதில்லை என்றும், மானுட மனதால் உருவாக்கப்படும் ஒன்றாக இருக்கிறது என்றும் நம்பும் இந்த நவீன யுகம், லெபினாஸ் காலத்திலிருந்து கணிதவியலார்ந்த, அறிவியலார்ந்த, தத்துவார்த்த உண்மைகளையெல்லாம் பகுத்தறிவார்ந்த உண்மைகள் என்ற பொதுவான சிறப்பு உயிரியாக முன்வைக்கப்பட்டு, அது உள்ளமையிலான உண்மையிலிருந்து வேறுபடுத்தியும் பார்க்கப்படுகிறது'. இந்தப் பார்வை மிக முக்கியமானது. ஏனெனில், அரெண்ட்டைப் பொறுத்தமட்டில், அரசியல் என்பது உள்ளமையிலான உண்மைகளோடு தொடர்புடையதாக இருப்பதோடு, அது மானுடர்களுக்கு இடையேயான ஊடாட்டத்தின் விளைவாக எழும் ஒன்றாகவும் இருக்கிறது. ஆனால், இப்படியான உண்மைகள் பிரச்சினைக்குரியவையாக இருக்கின்றன. ஏனெனில், 'கொஞ்சமும் சந்தேகத்துக்கு இடமில்லாமல் மானுட மனதால் உருவாக்கப்படும் விதிகளைவிட, கண்டுணர்தல்களைவிட, கோட்பாடுகளைவிட — இவை மிக மோசமான ஊகங்களாக இருந்தாலும்கூட — உள்ளமைகளும் நிகழ்வுகளும் நொருங்கிப்போகும் தன்மையிலானவையாகின்றன.

8 *Hannah Arendt, 'Truth and Politics' in Between Past and Future Eight xercises in Political Thought (London: Penguin, 2006[1968]), pp. 223–59; here, 227–8.*

இவை எப்போதும் மாறிக்கொண்டே இருக்கும் புலங்களில் நடக்கக்கூடியவையாக இருக்கின்றன.'[9]

வரலாற்றுரீதியாகச் சொல்வதென்றால், உண்மைக்கும் அரசியலுக்கும் இடையேயான பிரச்சினை என்பது தத்துவவியலாளருக்கும் குடிநபருக்கும் இடையேயான மோதலில் உருவானதாக இருக்கிறது என்ற மிக முக்கியமான அவதானிப்பை அரென்ட் முன்வைக்கிறார். அதாவது, இது நிலையான உண்மை என்று தத்துவத்தில் காணப்படும் கருத்தமைவுக்கும் (அல்லது உண்மையை மாறாத ஒன்றாகவும் நிலையான ஒன்றாகவும் மதிப்பிடுவது) குடிநபர்களின் அபிப்ராயங்களுக்கும் இடையேயான மோதலால் உருவாக்கப்பட்டதாக இருக்கிறது. ஆகவே, உண்மைக்கு எதிரானது பொய் என்ற வகைமையல்ல என்றும், அபிப்ராயமே உண்மைக்கு எதிரானது என்றும் அவர் வாதிடுகிறார். இதுவே, கலந்துரையாடல்கள் (தத்துவம்) ஊடாகவும், சொல்லணிகள் (அரசியல்) ஊடாகவும் உரையாடும் சாத்தியப்பாட்டுக்குக் கொண்டுவிடுகிறது என்கிறார். ஆகவேதான், உள்ளமையிலான உண்மைகளைப் பொய்களின் ஊடாக எதிர்கொள்வதில் எத்தகைய ஆபத்தும் இல்லை. மாறாக, பொதுப் பண்டமாக மாறிய பின் அதை வெறும் அபிப்ராயமாக 'சுருக்குவது'தான் பெரும் ஆபத்தாகிறது. முந்தைய காலங்களில் பொய் சொல்வதைவிட அறியாமை மோசமான ஒன்றாகப் பார்க்கப்பட்டுவந்ததை அரென்ட்டும் நமக்கு நினைவூட்டுகிறார். அறிந்துகொள்வதை எதிர்க்கும் விதமாக அறியாமையைத் திட்டமிட்ட உத்தியாகப் பயன்படுத்தும் இந்தக் காலத்தில், இந்த உணர்வை நம்மால் புரிந்துகொள்ள முடிகிறது. அப்பட்டமாகப் போலிச் செய்திகளுக்கு எதிர்வினையாற்றும் விதமாக, இப்படி அறியாமைக்குள் மறைத்துக்கொள்ளும் முயற்சிகளை நம்மால் கண்கூடாகப் பார்க்க முடிகிறது. மறுப்பது என்பது அறியாமையின், சுயமாக ஏமாற்றிக்கொள்வதன் மற்றொரு வடிவமாகத்தான் இருக்கிறது. அறியாமையோடு அல்லது பிழையோடு ஒப்பிடுவோம் என்றால், பொய் வேறானதாக இருக்கிறது, ஏனெனில் பொய் சொல்வது என்பது திட்டமிட்ட பொய்மையாகிறது.

பொய் சொல்வதைத் திட்டமிட்ட பொய்மையாக முன்வைப்பது என்பது தன்னாட்சி அடிப்படையிலான செயல் என்ற குறிப்பிட்ட கருத்தாக்கத்தின் அடிப்படையிலானதாக இருக்கிறது. இதில் உள்ள திட்டமிட்ட தன்மை என்பது மானுட நடிகரின் முகமையையே முதன்மைப்படுத்துகிறது. சொல்லப்போனால், 'பொய்' என்பதைக் காட்டிலும் இந்த முகமை மிக முக்கியமான ஒன்றாகவும் பார்க்கப்படுகிறது. இது, எல்லா அறிவார்ந்த மரபுகளும் குடிநபர்கள்

9 *Arendt, 'Truth and Politics', p. 231.*

குறித்துப் பொதுவாகக் கொண்டிருக்கும் ஐயப்பாட்டை — அதாவது, குடிநபர்கள் நம்பத்தகுந்தவர்கள் அல்ல என்பதைப் பிரதிபலிப்பதாக இருக்கிறது. குடிநபர்கள் தங்களுடைய பிரதிநிதிகளை, தங்களை ஆட்சிசெய்கிறவர்களை நம்ப வேண்டும் என்ற கொள்கையை ஜனநாயகம் அடிப்படையாகக் கொண்டிருக்கிறது என்றாலும், 'ஆட்சியாளர்கள்' தங்களை நம்புவார்கள் என்று எதிர்பார்க்கும் நிலையில் குடிநபர்கள் எப்போதும் இருப்பதில்லை. ஜனநாயகத்தில் காணப்படும் இந்தச் சமமற்ற தன்மைதான் ஆட்சியாளர்களுக்கு, சாதாரணக் குடிநபர்களுக்கு என்று பல விதமான உண்மைகளுக்கும் பொய்மைகளுக்கும் கொண்டுவிடுகிறது. உண்மை மற்றும் பொய்மையோடு உரையாடுவதற்கான முகமை குடிநபர்களிடம் (வெறுமனே செயலூக்கமற்று பெற்றுக்கொள்கிறவர்களாகவோ செயலூக்கமற்ற வாக்காளர்களாகவோ இல்லாமல்) திரும்பக் கொடுக்கப்படுமானால் திட்டமிட்ட பொய்மை என்பது ஆட்சியாளர்களோடு தொடர்புடைய ஒன்றாக இல்லாமல் குடிநபர்களிடம் குடிகொண்டிருக்கும் ஒன்றாகிறது. இந்திய ஜனநாயகத்தில் நாம் இதைத் தொடர்ந்து பார்த்துக்கொண்டிருக்கிறோம் — அதாவது, குமுகங்களிடம் சென்று அரசியலாளர்கள் வாக்குகள் சேகரிக்கும்போது அல்லது தங்களுக்கு வாக்களிக்குமாறு அவர்களை ஊக்குவிக்கும்போதெல்லாம் நாம் இதைப் பார்த்துக்கொண்டிருக்கிறோம். ஆசிய, ஆப்பிரிக்க ஜனநாயகங்களின் பின்னணியில், உண்மை குறித்த எந்தக் கேட்பாட்டின் அடிப்படையில் இவர்கள் தங்களுடைய வாழ்க்கையை அமைத்துக்கொள்கிறார்கள் என்றும், எப்படியான தன்னாட்சியும் திட்டமிட்ட தன்மையும் இவர்களுடைய செயல்களைக் குணாம்சப்படுத்துகின்றன என்றும் நாம் கேட்டுக்கொள்ள வேண்டியுள்ளது. இப்படிக் கேட்டுக்கொள்வோம் என்றால், இந்தச் சமூகங்களின் ஜனநாயகத்தைப் புரிந்துகொள்வதற்கான வேறு சாத்தியப்பாடுகளை நம்மால் உடனடியாகப் பார்க்க முடியும்.

மற்றொரு முக்கியமான விஷயம் ஒன்றையும் அரெண்ட் முன்வைக்கிறார். இது ஜனநாயகச் செயற்பாங்குக்கு மிகவும் முக்கியமாகிறது. 'பகுத்தறிவார்ந்த உண்மை'யிலிருந்து அபிப்ராயத்தை நோக்கிய நகர்வில் இந்தப் பிரச்சினையை அவர் அடையாளம் காண்கிறார். அதாவது, இந்த நகர்வு வேறு வழியில்லாமல் ஒருமையிலிருந்து பன்மை நோக்கிய நகர்வாகிறது. 'உண்மையை அடையவும் முடியாது, பலர் மத்தியில் அதைப் பகிர்ந்துகொள்ளவும் முடியாது' என்ற பிளாட்டோவின் நம்பிக்கை, பலரது அபிப்ராயங்களின் பலத்தைவிட ஒருவரது மனதில் சாத்தியப்படும் திடமான காரணியத்தையே முதன்மைப்படுத்துகிறது. இப்படியாகத்தான் அவர், உண்மை குறித்த பிரச்சினையைப் பல என்பதன், 'மக்கள்/குடிநபர்கள்' என்பதன், 'கூட்டு' என்பதன் பிரச்சினையாக மாற்றுகிறார். இப்படியாக உண்மையும்

(ஒருவரைச் சார்ந்தது) அரசியலும் (பலரைச் சார்ந்தது) எப்போதும் ஒன்றோடு ஒன்று முரண்பட்டதாகவே இருக்க முடியும் என்றாகிறது. ‘பல வித வடிவங்களிலான உண்மையோடு தொடர்ந்து யுத்தம் செய்துகொண்டிருப்பது அரசியல் புலத்தின் இயல்பாக இருக்கலாம்’ என்று அரென்ட் முடிக்கிறார். உண்மை குறித்த இப்படியான பிரதிபலிப்புகளெல்லாம் அரசியல் பின்னணியில் பல கேள்விகளை எழுப்புகின்றன என்றாலும், இவை எந்த அளவுக்கு அரசியலின் இயல்பாக இருக்கின்றன என்பதையும், என்னவாக இருக்க வேண்டும் என்பதையும் சார்ந்திருக்கிறதோ அதே அளவுக்கு உண்மை என்ற கருத்தாக்கத்தையும் சார்ந்திருக்கிறது. அரசியல் உண்மை என்பதைப் புரிந்துகொள்வதற்கு வேறு வழிகள் என்ன இருக்கின்றன? உண்மையின் இயல்புக்கும் அரசியல் உண்மைக்கும், குறிப்பாக ஜனநாயக அரசியல் உண்மைக்கும், அன்றாட வாழ்க்கை மற்றும் சாதாரண மானுட ஊடாட்டங்களிலும் உள்ள உண்மைக்கும் இடையேயான உறவு என்ன?

உண்மை, அரசியல் மற்றும் ஜனநாயகம்

அரசியலில் உண்மை குறித்த கேள்விக்கு நான் ‘சாதாரண’ எட்டு வாதங்களை முன்வைத்துத் தொடங்குகிறேன்.

முதலாவதாக, அரசியல் என்பது பொய்களால் ஆனது என்றாலும்கூட, அதில் உண்மையிலேயே பிரச்சினைகள் ஏதுமில்லை என்ற நிலைப்பாட்டிலிருந்து தொடங்குகிறேன். பொரும்பாலும், பொய்கள் உண்மையின் மறுதலிப்பாகப் பார்க்கப்படுகின்றன. ஆனால், இப்படியாக இருக்கும் என்றால், உண்மை குறித்த பிரச்சினை நாம் நினைப்பதுபோல் அவ்வளவு தீவிரமான பிரச்சினையாக இருக்க முடியாது. ஏனெனில், ஒரு குறிப்பிட்ட கூற்று பொய் என்று ஒருவருக்குத் தெரியுமானால், பொய்க்கு எதிரான ஒன்றாக உண்மை இருப்பதால், அவரால் உண்மையை சுலபமாக அறிந்துகொள்ள முடியும். வாக்களிப்பதற்கான அறிவார்ந்த ஆற்றலைக் கொண்டிருக்கும் ஒவ்வொரு தனிநபராலும் இதை அறிந்துகொள்ள முடியும். ஒரு பொய்யர் உண்மையைப் பேச வேண்டிய அவசியமே இல்லை; வெறுமனே அவர் சொல்லும் பொய்யைக் கேட்பதன் மூலமாகவே ஒருவரால் உண்மையைக் கண்டுணர்ந்துகொள்ள முடியும்! இதனால், எது பொய் என்ற பிரச்சினையை யார் பொய்யர் என்பதை நோக்கிய ஒன்றாக ஒருவரால் நகர்த்த முடியும். முந்தைய பகுதியில் குறிப்பிட்டிருந்ததுபோல், அரசியலாளர்களைப் பெரும்பாலான மக்கள் பொய்யர்களாகப் பார்க்கிறார்கள் என்பதைக் கணக்கில் கொள்வோம் என்றால், இதுவும்கூட அவ்வளவு ஒன்றும் கடினமான விஷயமாக இல்லை. ஆக, பொய்கள் மெய்யான பிரச்சினையல்ல. இருப்பினும்,

பொய்யிலிருந்து அனுமானிப்பது என்பது உண்மையிலிருந்து அனுமானிப்பதுபோல் அவ்வளவு சுலபமில்லை. ஏனெனில், ஒன்றுக்கும் மேற்பட்ட சாத்தியப்பாடுகளைப் பொய் அதற்குள்ளாகக் கொண்டிருக்கிறது. 'இந்த ஆப்பிள் இனிப்பாக இருக்கிறது' என்ற கூற்று உண்மை என்று நமக்குத் தெரியும் என்று வைத்துக்கொள்வோம். இவ்விஷயத்தைப் பொறுத்தமட்டில், ஆப்பிளின் குறிப்பிட்ட பண்பியல்பை — அதாவது, இனிப்பானது என்று நாம் அறிந்திருக்கிறோம் என்றாகிறது. 'இந்த ஆப்பிள் இனிப்பாக இருக்கிறது' என்ற கூற்று பொய் என்று நமக்குத் தெரியும் என்பதாக வைத்துக்கொள்வோம். பின், ஆப்பிளின் பண்பியல்பை நம்மால் எப்படி அனுமானிக்க முடியும்? பொய்யிலிருந்து அனுமானிப்பது பல விதமாக இருக்க முடியும்: ஆப்பிள் புளிப்பாக, கசப்பாக, கெட்டுப்போய் என்றெல்லாம் இருக்க முடியும்.

மேலும், பொய்மையின் பாத்திரத்தை அரென்ட் முன்வைப்பதுபோல் திட்டமிட்ட ஒன்றாக இல்லாமல், வேறு பல விதமாகவும் நம்மால் புரிந்துகொள்ள முடியும். 'திட்டமிட்ட பொய்மை'யாக இருந்தாலும்கூட அதில் மெய்யாகவே என்ன தவறு இருக்க முடியும்? சில சமயங்களில், வேறு பல சாத்தியப்பாடுகள் குறித்து மாணவர்கள் சிந்திக்க வேண்டும் என்பதற்காக — அதாவது, மாணவர்கள் சரியான விடையை அடைய வேண்டும், அதிகாரத்துக்கு எதிர்வினையாற்ற வேண்டும், ஆசிரியர் முன்வைப்பதை விசாரணைக்கு உட்படுத்த வேண்டும் போன்ற நோக்கங்களுக்காக ஒரு ஆசிரியராக நான் வேண்டுமென்றே தவறாக விடையை முன்வைப்பேன். கறாராகச் சொல்வதென்றால், நான் பொய் சொல்லவில்லை. ஏனெனில், நான் திட்டமிட்டுப் பொய் சொல்வது வேறான நோக்கத்தைக் கொண்டது. ஆக, அரென்ட் பயன்படுத்தும் 'திட்டமிட்ட பொய்' என்பதுபோல் பொய் எதிர்மறையான அர்த்தத்தைக் கொண்டிருக்க வேண்டுமென்றால், நாம் அந்தத் திட்டமிடலுக்குப் பின்னால் உள்ள நோக்கத்தைப் பார்க்க வேண்டியுள்ளது. திட்டமிட்ட பொய்மை உண்மையிலேயே அறிவறிதல்ரீதியான விசாரணையின் பகுதியாக இருப்பதற்கு வேறு பல எடுத்துக்காட்டுகள் இருக்கின்றன. அறிவியல் மாதிரிகளை உருவாக்கும்போது, விளைவுகள் என்னவாக இருக்க முடியும் என்று அறிந்துகொள்ளும் விதமாக ஒருவர் வேண்டுமென்றே மிக சுலபமான அல்லது நேர்மாறான அனுமானத்திலிருந்து தொடங்க முடியும். ஆக, பொய்கள் அறிதிறனார்ந்த பாத்திரத்தைக் கொண்டிருக்கிறது என்றும் நம்மால் சொல்ல முடியும். ஒருவேளை, அரசியல் பொய் என்பது அப்படியான பாத்திரத்தைக் கொண்டிருக்கலாம். நம்முடைய சாதாரண வாழ்க்கையில் ஒரு கூற்று உண்மையாக இருக்கக்கூடும் என்ற சாத்தியப்பாட்டிலிருந்து தொடங்கி அதன் உண்மைத்தன்மையைப் பரிசோதித்துப் பார்க்கிறோம்;

அரசியலில் பொய் என்ற அனுமானத்திலிருந்து தொடங்கி, அதன் உண்மைத்தன்மையைப் பரிசோதித்துப் பார்க்கிறோம். ஆக, சில விதமான அரசியல் நடவடிக்கைகளுக்கு உண்மையின் மையமாகப் பொய் இருக்கிறது. பொய்யாக இருக்கக்கூடும் என்ற சாத்தியப்பாடே அரசியல் செயலை ஊக்குவிக்கிறது. ஏனெனில், அது உடனடியாக மறுப்புக்கான சாத்தியப்பாட்டை அதற்குள்ளாகக் கொண்டிருக்கிறது. இப்படியான நடத்தையைப் பொதுவாக நாம் வெளியுறவுக் கொள்கை தொடர்பான பேச்சுவார்த்தைகளில் பார்க்க முடியும். இதில் உண்மையை முன்வைத்துப் பேச்சுவார்த்தைகள் தொடங்கப்படுவதில்லை. அரசியல் என்பது அரசியலாளருக்கும் குடிநபருக்கும் இடையே தொடர்ந்து நடக்கும் பேச்சுவார்த்தையாக மட்டுமல்லாமல், உண்மைக்கும் பொய்க்கும் இடையேயான ஒன்றாகவும் இருந்துவருகிறது.

மேலும் ஒரு சிக்கல் இதில் காணப்படுகிறது. அரசியலாளர் 'பொய்யர் முரணுரை'யின் திருவுருவாகிறார். ஒரே வேறுபாடு என்னவென்றால், ஒரு பொய்யராக 'நான் பொய் சொல்லவில்லை' என்று ஒரு அரசியலாளர் சொல்லும்போது, அந்தக் கூற்று சாதாரணமாக ஒரு தனிநபர் சொல்வதிலிருந்து வேறாக இருக்கிறது. அதாவது, பொய் சொல்வதில் உள்ள முரணுரை, ஒரு தனிநபரின் 'பொய்யர் முரணுரை'யாக வெளிப்படுவதில்லை. இது ஏறக்குறைய இப்படியாக இருக்கிறது: தேர்தல் சமயத்தில் 'அ' மற்றும் 'இ' என்று இரண்டு அரசியலாளர்கள் இருப்பதாக வைத்துக்கொள்வோம். 'அ' சொல்வது பொய் என்று 'இ'வும், 'இ' சொல்வது பொய் என்று 'அ'வும் கோருகிறார்கள். இருவருமே வாக்காளர்களிடம் இப்படிக் கோருகிறார்கள். இந்தச் சூழ்நிலை மிக எளிமையான பொய்யர் முரணுரையாக இல்லாமல், ஒருவர் மற்றொருவர் பொய் சொல்வதாகச் சொல்லும் இரண்டு முகமைகளைக் கொண்டிருக்கும் பொய்யர் முரணுரையாகிறது. சுவாரசியமான விஷயம் என்னவென்றால், இரண்டு அரசியலாளர்களுமே ஒருவரோடு ஒருவர் பேசிக்கொள்வதில்லை. அதாவது, 'அ'விடம் அவர் பொய் சொல்வதாக 'இ' சொல்வதில்லை; 'இ'விடம் அவர் பொய் சொல்வதாக 'அ' சொல்வதில்லை. 'அ'வும் 'இ'வும் அடிப்படையில் வாக்காளர்/குடிநபர்களை நோக்கித்தான் பேசுகிறார்கள். உண்மையிலேயே, எவர் பொய் சொல்கிறார், எவர் பொய் சொல்லவில்லை என்று அவர்கள் தீர்மானிக்க வேண்டும் என்றே வாக்காளர்களிடம் சொல்கிறார்கள். இந்த முரணுரை பேசுகிறவரின் முரணுரையாக இல்லாமல், கேட்பவருக்கானதாக இருக்கிறது. அதாவது, இது 'கேட்பவர் முரணுரை'யாகிறது. பொய் சொல்வதாக 'அ' மற்றும் 'இ' இருவருமே ஒருவரையொருவர் குற்றஞ்சாட்டிக்கொள்ளும்போது, எவர் பொய் சொல்கிறார், எவர் உண்மை சொல்கிறார் என்று தீர்மானிக்க வேண்டியவர்கள் கேட்பவர்களாக இருக்கிறார்கள்.

மிகச் சரியாக நான் முன்னர் இதைத்தான் குறிப்பிட்டிருந்தேன்: அரசியல் பொய் என்பது ஒரு வடிவத்திலான பேச்சுவார்த்தையாக இருக்கிறதே தவிர அதன் உண்மைத்தன்மையை நிரூபிப்பதற்கான கூற்றாக இருப்பதில்லை. புவிசார் அரசியலில், ஒரு தேசத்தின் பிரதிநிதி ஒரு கூற்றை முன்வைக்கும்போது, எதிர்த்தரப்பினர் அதை அப்படியே ஏற்றுக்கொள்வதில்லை. அதைச் சீட்டாட்டமாக எடுத்துக்கொண்டு அதற்கு ஏற்றாற்போல் அதை அர்த்தப்படுத்திக்கொள்கிறார்கள். அரசியலாளர்கள் வெளிப்படையாகப் பொய் சொல்லும்போது, அதைச் சரிபார்க்க முடியும் என்று அவர்கள் அறியாதவர்களாக இருக்க முடியாது. 2020-இல் அமெரிக்காவில் நடந்த தேர்தலின்போது, அப்போதைய ஜனாதிபதியும் மற்றவர்களும் ஆற்றிய ஒவ்வொரு முக்கியமான உரையிலும் இருந்த தகவல்களைப் பத்திரிகையாளர்கள் ஓடி அலைந்து சரிபார்த்ததைப் பார்க்கும்போது வேடிக்கையாக இருந்தது. அரசியலாளர்கள், அதுவும் தேர்தல் சமயங்களில், சரிபார்த்து நியாயப்படுத்த வேண்டிய உண்மைகள் எதையும் முன்வைப்பதில்லை. சொல்வது பொய்தான் என்று அறிந்திருந்தும், அவர்கள் சொல்வது பொய்தான் என்று நிரூபிப்பதற்குப் பலர் இருக்கிறார்கள் (சரிபார்ப்பவர்கள்போல்) என்று நன்றாக அறிந்திருந்தாலும் அவர்கள் பொய் சொல்கிறார்கள். பிறகு, ஏன் அவர்கள் பொய் சொல்கிறார்கள்? அரசியலாளர்கள் சொல்வதையெல்லாம் அப்படியே ஏற்றுக்கொள்ளும் அளவுக்குக் குடிநபர்கள் ஒன்றும் முட்டாள்கள் இல்லை. ட்ரம்ப்புக்கு வாக்களித்தவர்களெல்லாம் அவர் சொன்னதையெல்லாம் சரிபார்த்த பின் அவருக்கு வாக்களிக்கவில்லை. ஏனெனில், அரசியல் சார்ந்த உண்மைகளின், பொய்களின் இயல்பு இப்படியானதல்ல. அரசியல்ரீதியான முன்வைப்புகளெல்லாம் பேச்சுவார்த்தைக்கான, அதுவும் நீடித்த பேச்சுவார்த்தைக்கான அறைகூவலாகவே இருக்கின்றன. இப்படி அது, வேறான உண்மைகளுக்கான, மேலும் பல உண்மைகளுக்கான வெளிகளைத் திறந்துவிடுகிறது. தேர்தல் பிரச்சாரங்களின்போது பொதுப் புலத்தில் பொய் சொல்லும் நடைமுறை அவ்வளவு வெறுக்கத்தக்க ஒன்றாக இருக்கலாம். இருந்தாலும், மானுடர்களுக்கு இடையேயான பேச்சுவார்த்தைகளில் இதுதான் உண்மை என்று தீர்ப்பளிப்பதற்கும் பெயரிடுவதற்கும் நிலையான புள்ளி என்று எதையும் கொண்டிராத காரணத்தாலேயே அது வெறுக்கத்தக்க ஒன்றாகவும் இருக்கிறது.

இரண்டாவதாக, அரசியல் உள்ளபடியாக உண்மை குறித்தானது அல்ல என்றும் ஒருவரால் சொல்ல முடியும். ஏனெனில், உண்மை என்பது அடிப்படையில் ஏதோ ஒன்றைக் குறித்த உண்மையாகவே இருக்க முடியும். அறிவியல் உண்மைகளெல்லாம் இயற்கை உலகம் குறித்த உண்மைகளாக இருக்கின்றன. இயற்கை உலகம் குறித்ததாக அறிவியல் இருப்பதுபோல், அரசியல் உண்மை எதைக் குறித்ததாக

இருக்கிறது? நம்முடைய சாதாரணப் பேச்சுவழக்கில், 'அரசியல் செய்து அவர் இந்த இடத்துக்கு வந்தார்' என்று சொல்லும்போது, ஒரு குறிப்பிட்ட வகையான அரசியலின் இயல்பை நாம் அடையாளம் காண்கிறோம் என்றாகிறது. இப்படிச் சொல்லும்போது, அரசியல் என்பது தேர்தல்களைவிட, ஆட்சிசெய்வதற்குப் பிரதிநிதிகளைத் தேர்ந்தெடுப்பதைவிட, கூடுதலாக எதையோ கொண்டிருப்பதாக நாம் புரிந்துகொண்டுள்ளோம் என்றாகிறது. உண்மையான திறமைக்கு இங்கு மதிப்பில்லை என்பதை வெளிப்படுத்தும் விதமாக 'இதெல்லாம் வெறும் அரசியல்' என்று பொதுவாக முன்வைக்கப்படும் உணர்வு, உண்மையிலேயே அரசியல் குறித்துக் குடிநபர்கள் என்ன நினைக்கிறார்கள் என்பதை வெளிப்படுத்தும் மிக முக்கியமான கூற்றாகிறது. பொய்களை மட்டுமே கொண்டிருக்கும் ஒன்றாகவும் அரசியல் இல்லை; அரசியல் என்பது இதுதான் என்று சொல்ல முடியாத அளவுக்குப் புலப்படாத புலத்திலான ஒன்றாகிறது அது. மற்றவர்களைப் பின்னுக்குத் தள்ளி ஒருவர் ஏன் தேர்ந்தெடுக்கப்படுகிறார் என்பதற்கான சரியான காரணங்களை நம்மால் முன்வைக்க முடியவில்லை என்றால், நாம் அரசியல் என்ற சொல்லைப் பயன்படுத்துகிறோம். இப்படியான அர்த்தத்தில் அரசியல் என்பது தெளிவுபடுத்தப்படாத காரணகாரிய அதிகாரத்தைக் கொண்டிருக்கும் புலமாகிறது.

இந்த எடுத்துக்காட்டில் மிக முக்கியமான படிப்பினை ஒன்று உள்ளது. அரசியல் உண்மை என்பது விளைவுகள் குறித்ததாக இருக்கிறதே தவிர, உள்ளடக்கத்தின் உண்மைத்தன்மையோடு மட்டுப்பட்டதாக இல்லை. விளைவுகளான உண்மைகளை உருவாக்கும் வரையில்தான் உள்ளடக்க உண்மைகள் (உள்ளமைகள் குறித்த உண்மையும் முற்கோள்களின் உண்மையும்) பயனுள்ளவையாக இருக்கின்றன. ஆக, அரசியல் உண்மை என்பது உள்ளமை சார்ந்த அறிவாக இல்லாமல், மெய்யான விளைவுகளை உருவாக்கும் இயங்குத்தன்மையோடு தொடர்புடையதாக இருக்கிறது. ஆக, அரசியல் செயல் என்பது பொய்யான முன்வைப்புகளிலிருந்து உண்மையான விளைவுகள் நோக்கி நகரும் இயங்குத்தன்மையாகிறது. உண்மை என்பது ஒன்றை நியாயப்படுத்துவதற்கான உருப்படியாக இல்லாமல், காரணகாரியத்தை முன்வைப்பதற்கான உருப்படியாகிறது. இப்படிப் பார்ப்பது நம்மை, அறிவியலார்ந்த மெய்மைவாதத்தில் காணப்படும் நடைமுறைவாதக் கோட்பாடுகளுக்கு நெருக்கமாகக் கொண்டுவருகிறது. எடுத்துக்காட்டாக, பணம் என்பது எப்படியான அர்த்தத்திலும் 'உண்மையானது' அல்ல என்றாலும், அது மெய்யான விளைவுகளை, வாக்களிப்பதில் ஏற்படுத்தும் விளைவுகள் உள்பட, உருவாக்குகிறது. பணம் குறித்த உண்மை என்பது அது ஏற்படுத்தும் விளைவுகளுக்கு நிகரானதாக மட்டுமே இருக்கிறது.

மூன்றாவதாக, பொய்யின் பாத்திரத்தை உண்மைக்கு எதிரானதாகப் பார்க்காமல், குறிப்பிட்ட வகையான எதிர்வினையாகப் பார்க்க முடியும். எடுத்துக்காட்டாக, அரசியல் என்பது சதிக் கோட்பாடுகள் நிறைந்திருக்கும் புலமாக இருந்துவருகிறது. ஏன்? அறிவியல் அல்லது கணிதவியல் போன்று உண்மைகள் தோன்றும் பிற புலங்களில் ஏன் சதிக் கோட்பாடுகள் குறைவாகக் காணப்படுகின்றன? அரசியல் என்ற கருத்து சதிக் கோட்பாடுகளுக்கான வினையூக்கியாக மட்டுமே இருப்பதில்லை; உண்மை-செய்பவர்களின் — அதாவது, மக்களிடம் காணப்படும் கோபம், அநீதி குறித்து அவர்கள் கொண்டிருக்கும் பார்வை போன்றவை — உளவியல்ரீதியான விளக்கங்களாகவும் இருக்கின்றன. உள்ளடக்கம் சார்ந்த, உள்ளமை சார்ந்த உண்மைகளால் அரசியலின் சிக்கலான உண்மைகளைக் கைக்கொள்ள முடியாது. உண்மை உருவாக்குபவர்களின் இன்மை வெளிக்குக் குடிநபர்கள் எதிர்வினையாற்றுகிறார்கள். அதாவது, இந்த வெளியை நிரப்பும் விதமாக வேறான கதையாடல்களை உருவாக்குகிறார்கள். அரசியல் உண்மை குறித்த புலனுணர்வு பெரும்பாலும் சொல்லப்படாத புலத்திலிருந்து கண்டுணரப்படுவதாக இருந்துவருகிறது. இப்படியாக, குடிநபர்களும் நிபுணர்களாக இருக்க வேண்டும் என்றே அரசியல் கோருகிறது. அதாவது, அரசியலாளர் பேச்சைக் கேட்கும் சாதாரண நபர்கள்தான், அதில் உள்ள உண்மை குறித்துத் தீர்ப்பளிப்பவராக இருக்கும் காரியத்தைச் செய்ய வேண்டியுள்ளது. ஆனால், தீர்ப்பளிக்குமாறும் உண்மையை மதிப்பீடு செய்யுமாறும் குடிநபர்கள் கேட்டுக்கொள்ளப்படும்போது, அவர்களால் அதைச் செய்ய முடியாத நிலையில் இப்படியான கதையாடல்களை அவர்கள் கைக்கொள்ள வேண்டியுள்ளது. ஆனால், இன்று நாம் எதையும் நம்பிக்கொண்டிருக்க முடியாது என்பதுபோல் தெரிவதால், சாதாரணக் குடிநபரை நிபுணத்துவராக்கும் செயல் இன்று அவநம்பிக்கைக்குக் கொண்டுவிட்டுள்ளது.

நான்காவதாக, அரசியல் என்பது (பிற அறிவுப்புலங்கள்போலவே) அடிப்படையில் உண்மை குறித்தானது என்றும் ஒருவரால் சொல்ல முடியும். இப்படிச் சொல்வோம் என்றால், எவ்வகையிலான உண்மை அரசியலுக்குப் பொருத்தமானது என்பதோடு சேர்த்து, அரசியலின் நியாயப்படுத்தும் இயல்பையும், அதிகாரத்துக்கும் உண்மைக்கும் இடையேயான உறவோடு சேர்த்துப் புறவயமான மெய்மைகள் குறித்த உண்மைகளிலிருந்து முற்றிலும் வேறாக இருக்கும் மானுட ஊடாட்டங்களில் உள்ள உண்மையின் இயல்பையும் நாம் கணக்கில் எடுத்துக்கொள்ள வேண்டியுள்ளது. இந்த உள்ளடக்கம் குறித்து நிறையவே விவாதிக்கப்பட்டுள்ளது என்றாலும், அரசியலுக்கு உள்ளார வைக்கப்படும் உண்மை குறித்த மரபான கோட்பாடுகளை நான்

உயிர்ப்பிக்க விரும்பவில்லை.[10] அரசியலுக்குப் பொருந்தக்கூடிய உண்மை குறித்த பிற கோட்பாடுகளை, அதிலும் குறிப்பாக நான் பின்னர் விவாதிக்கவிருப்பதுபோல், உண்மையை ஒரு செயலாக முன்வைக்கும் கோட்பாட்டைப் பார்ப்பது பயனுள்ளதாக இருக்கும்.

ஐந்தாவதாக, அரசியல் உண்மையின் மற்றொரு வடிவம் அரசியல் அடிப்படையிலான செயல் என்ற யதார்த்தத்துக்கு நெருக்கமாக இருக்கிறது — இது பொறியியல் உண்மைக்கு நிகரானதாக இருக்கிறது. அறிவியல் உண்மையின் இயல்புபோல் அவ்வளவு உறுதியாகவும் தீர்மானிக்கப்பட்டதாகவும் இல்லாமல், பொறியியல் உண்மைகள் உருவாக்கப்பட்டவையாக, நேரடியான அர்த்தத்தில் 'உற்பத்தி செய்யப்பட்டவையாக' இருக்கின்றன. மேலும், இந்த உண்மைகள் பிரக்ஞைபூர்வமான செயலின் பின்விளைவுகளாகவும் இருக்கின்றன. பல விஷயங்களில் அறிவியல் உண்மையின் இயல்பும் பொறியியல் உண்மையின் இயல்பும் தீவிரையாக வேறுபடுகின்றன. அறிவியல் உண்மை என்பது இயற்கை நிகழ்வுகள் குறித்ததாக, அதாவது முன்னரே கொடுக்கப்பட்டிருக்கும் பிரபஞ்சம் குறித்ததாக இருக்கின்றன என்றால், பொறியியல் உண்மைகள் உற்பத்தி செய்யக்கூடிய, வேண்டியபடி மாற்றியமைக்கக்கூடிய உண்மைகளாக இருக்கின்றன. அரசியல் உண்மைகள் பயன்படுத்தக்கூடியவையாக, வேண்டியபடி மாற்றியமைக்கக்கூடியவையாக, செயல்படுத்தக்கூடியவையாக உருவாக்கப்படுகின்றன. பொறியியல் உண்மைகள் முகவர்களின் எதிர்பார்ப்புகளுக்கு ஈடுகொடுக்கக்கூடியவையாக இருக்கின்றன. உண்மையை நிகழவைக்க முடியும் என்று அரெண்ட் குறிப்பிடும்போது — அதாவது, யாரோ ஒருவர் இறந்த பின்னும் அவரைக் கொல்ல முடியும் என்ற கூற்றை முன்வைக்கும்போது, வெளிப்படையாகப் பொறியியல் பின்னணியிலிருந்து இல்லை என்றாலும்கூட, அரசியல் உண்மையின் இந்த இயல்பை அவர் எதிர்பார்ப்பதுபோல் தெரிகிறது.

ஆறாவதாக, உண்மையிலேயே அரசியல் பொய் சொல்வதோடு அல்லது பொய்களோடு தொடர்புடையதாக இல்லை என்ற பார்வையை எடுத்துக்கொள்வோம். இது எதிர்-உண்மை மட்டுமே. உண்மை சொல்வதாக இருந்தாலும் அது எதிர்-உண்மையாகவும் இருக்க முடியும். அரசியலுக்கு உண்மை தேவைப்படுகிறது என்றாலும் அது உண்மையோடு பிரச்சினைக்குரிய உறவையே கொண்டிருக்கிறது. மானுடப் பேச்சுவார்த்தைகளுக்கு உண்மை ஒரு சட்டகமாக இருக்க முடியாது என்று அரசியல் அங்கீகரிக்கிறது. ஏதோ ஒன்று உண்மையாக இருக்குமானால், அது குறித்த பேச்சுவார்த்தைகளுக்கான

10 எடுத்துக்காட்டுக்குப் பார்க்கவும்: *Jeremy Elkins and Andrew Norris (eds), 'Truth and Democracy' (Philadelphia: University of Pennsylvania Press, 2012).*

சாத்தியப்பாடுகள் மட்டுப்பட்டதாக இருக்கின்றன. ஆக, உண்மையைக் கைக்கொள்ள அரசியல் தொடர்ந்து முயல்கிறது; அதே சமயத்தில், அது எதிர்-உண்மை நிலைப்பாட்டையும் எடுக்கிறது: இதுவே அரசியல் செய்தல் என்ற முறையின் மையமாக இருக்கிறது. ஏனெனில், நம் வாழ்க்கையில் சகலமும் உண்மையைப் பிரதானமாகக் கொண்டிருக்கும் நெறிமுறைகளை அடிப்படையாகக் கொண்டிருப்பதால், இதில் நடைமுறைரீதியாக உண்மை முக்கியப் பாத்திரத்தை ஏற்றிருப்பதால், அரசியலைப் புரிந்துகொள்வது நமக்குக் கடினமாக இருக்கிறது. எடுத்துக்காட்டாக, இன்றைய அரசியலில், குறிப்பாக இந்தியாவில், அரசாங்கத்தை விமர்சிப்பவர்களெல்லாம் 'தேசத்துக்கு எதிரானவர்கள்' (தேசவிரோதிகள்) என்ற சொல் கொண்டு தொடர்ந்து முத்திரைகுத்தப்பட்டுவருகிறார்கள். இங்கு 'அல்ல' (not) என்பதற்குப் பதிலாக, 'எதிர்' (anti) என்ற சொல் பயன்படுத்தப்படுவது மிக முக்கியமாக இருக்கிறது. அரசியலை நாம் உண்மையல்லாத (not-truth) என்பதற்குப் பதிலாக எதிர்-உண்மையாக (anti-truth) பார்க்க வேண்டியுள்ளது. கதையாடலுக்கான பிரதான இடையகமாக உண்மையைப் பிடித்துக்கொண்டிருக்கும் அதே வேளையில், உண்மை என்ற கருத்தமைவைப் பிரச்சினைக்குரிய ஒன்றாகவும் மாற்ற விரும்புகிறது — இந்த அர்த்தத்திலேயே அரசியல் எதிர்-உண்மையாகிறது. சுவாரசியமாக, போலிச் செய்திகள் அரசியல் உத்தியாகப் பயன்படுத்தப்படுவது இதற்கான மிகச் சிறந்த எடுத்துக்காட்டாகிறது. போலி என்று முத்திரைகுத்தும் செயலே, உண்மை என்ற கருத்தை உள்ளார்ந்து கொண்டிருக்கும் ஒன்றாகிறது. நாம் ஏதோ ஒன்றைப் போலி என்று சொல்வோமானால், போலிக்கு மாற்றாக வேறொரு உண்மை அல்லது வேறு உண்மைகள் இருக்கின்றன என்பதை அடிநாதமாகக் கொண்டே, இதற்கு நேரெதிரான ஒன்றாகவே போலியை வரையறுக்கிறோம். ஆக, போலிச் செய்திகளின் சொல்லணியிலான பயன்பாடு மெய்யாகவே பொய்கள் குறித்ததாக இல்லாமல், அரசியல் உண்மையின் இயல்பு குறித்ததாகவே இருக்கிறது.

அரசியல் உண்மையை இப்படியாக அணுகுவதைப் பேச்சுவார்த்தை என்ற செயல் மிகச் சிறப்பாக வெளிப்படுத்துகிறது. அரசியல் செயல் என்பது முகவர்களுக்கு இடையேயான பேச்சுவார்த்தைகளால் வேறுபடுத்திக்காட்டப்படுகிறது. அரசியல் பேச்சுவார்த்தைகள் பிற பேச்சுவார்த்தை வடிவங்களிலிருந்து வேறாக இருக்கின்றன. அதுவும் மிக முக்கியமாக, உண்மைகளைப் பல விதமாகக் கோருவதே பேச்சுவார்த்தைகளில் அடிப்படையான இயல்பாக இருக்கிறது என்பது அரசியலுக்கும் உண்மைக்கும் இடையேயான உறவின் பிரச்சினையைத் தெளிவாக முன்வைக்கிறது. 'மெய்யான' உண்மை பேச்சுவார்த்தைகளுக்கு இடம்கொடுப்பதில்லை. அது கொடுக்கப்பட்ட ஒன்றாக இருக்கிறது, உண்மையாகவும் இருக்கிறது. உள்ளமையிலான

உண்மைகள் தீர்மானிக்க முடியாததைச் சார்ந்திருந்தாலும், அவை குறித்துப் பேச்சுவார்த்தைகள் என்று எதுவும் சாத்தியப்படுவதில்லை. ஆக, ஒரு அரசியல் கட்சி தனது கொள்கைகள் நாட்டுக்கு உதவியதாகக் கோர முடியும் என்றால், எதிர்க்கட்சி இதற்கு எதிரானதைக் கோர முடியும். தத்தம் கோரல்களுக்கு வலுசேர்க்கும் விதமாக இரண்டு கட்சிகளுமே சில ஆதாரங்களைக்கூட முன்வைக்கலாம். ஆனால், அரசியல்ரீதியான கதையாடலின் நோக்கம் உடன்படிக்கைக்கானதாக இல்லாமல், மற்றவர் கொடுக்கும் ஆதாரங்களை எதிர்ப்பதற்கான, மறுப்பதற்கான வழிகளைக் கண்டெடுப்பதாகவே இருக்கிறது. வேறு வார்த்தைகளில் சொல்வதென்றால், பேச்சுவார்த்தை என்பது முதலில் நிராகரிப்பதாக இருக்கிறது. போலிச் செய்திகளில் காணப்படுவது போன்று ஒவ்வொரு முன்வைப்பும் உண்மையாகக் கோரப்பட்டே முன்வைக்கப்படுகின்றன. பன்மைத்துவத்திலான, பல உண்மைகள் இருக்கின்றன என்றெல்லாம் சொல்வதாக இதை அர்த்தப்படுத்துவது எப்போதும் சரியாக இருக்க முடியாது. 'அ', 'இ' என்று இரண்டு கட்சிகளுக்கு இடையேயான முரண்பாட்டில், 'அ' கோருவதும் உண்மை மொழியில் இருக்கிறது என்றால், 'இ' கோருவதும் அப்படித்தான் இருக்கிறது. ஆனால், அரசியலின் தனித்தன்மை என்னவென்றால், 'அ' மற்றும் 'இ'யின் கோரல் என்பது ஒவ்வொருவரும் முன்வைக்கும் உண்மை வடிவத்தைக் கொண்டு தீர்ப்பளிப்பக்கூடியதாக இருப்பதில்லை. ஆக, வெறும் அறிதிறனார்ந்து மட்டுமல்லாமல் அரசியல்ரீதியாகவும் 'அ' மற்றும் 'இ'க்கு இடையே சமரசம் காண்பதற்கான வழியை எப்படிக் கண்டுபிடிப்பது என்பதே கேள்வியாகிறது.

ஏழாவதாக, நாம் மற்றொரு சாத்தியப்பாட்டையும் கணக்கில் கொள்ள முடியும். இந்தப் பட்டியலில் முதல் வாதத்தில் நான் முன்வைத்ததன் அடிப்படையில் சொல்வதென்றால், பொய்யிலிருந்து உண்மையைத் தருவிப்பது சாத்தியமில்லாததுபோல் இருக்கலாம். ஒரு முன்வைப்பை சரி அல்லது தவறு என்று தீர்மானிப்பது எல்லாச் சமயங்களிலும் சாத்தியமில்லாததற்கான ஒரு எடுத்துக்காட்டு பல்மதிப்பு கொண்ட உண்மைகள். மேலும், ஒரு கூற்றின் உண்மைத்தன்மை, எப்படியான நிபந்தனைகளுக்கு உட்பட்டு உண்மையாக இருக்கிறது என்பதைச் சார்ந்திருக்கிறது என்ற பார்வையையும் நாம் கணக்கில் கொள்ள வேண்டும். குறிப்பாக அரசியல் உண்மை குறித்த இப்படியான பார்வை யதார்த்தமான அரசியல் நடைமுறைகளுக்கு நெருக்கமாகவும் இருக்கிறது. ஏதோ ஒன்று உண்மை என்று சொல்லப்படுவதை ஒருவர் கேள்விகேட்கிறார் என்றால், அவர் உள்ளமை சார்ந்து கேள்விகேட்பதாக இருக்க வேண்டியதில்லை; எந்த நிபந்தனைகளுக்கு உட்பட்டு ஒரு முன்வைப்பு சாத்தியப்படுகிறது என்பதைக் கேள்விகேட்பதாகவும் இருக்க முடியும். உண்மை குறித்தும், பல்மதிப்பு சார்ந்தும்

சிந்திப்பதற்கு சமண ஏரணம் பலம் வாய்ந்த வழியாகிறது. நான் வேறொரு கட்டுரையில் இந்த அணுகுமுறை பொது விவாதங்களுக்கு மிக அவசியம் என்று குறிப்பிட்டுள்ளேன்:

சமண ஏரணவியலாளர்கள், ஒரு முன்வைப்பை ஏழு விதமான வழிகளில் தகுதியுடையதாக்குகிறார்கள்: குறிப்பாக, 'ஸ்யத்' (syat) தகுதியாக்கத்தை முன்வைப்புகளில் சேர்த்துக்கொள்ள வேண்டும் என்பதற்கு அழுத்தம்கொடுக்கிறார்கள். இந்தத் தகுதியாக்கம் 'இருக்கலாம்', 'இப்படியான நிபந்தனைகளுக்கு உட்பட்டு' போன்றெல்லாம் மொழியாக்கம் செய்யப்படுவது என்பது ஒவ்வொரு முன்வைப்பும் – 'இந்த மேசை பழுப்பு நிறத்திலானது' போன்ற 'மிக வெளிப்படையான' கூற்றுகள் உள்பட – சில நிபந்தனைகளுக்கு உட்பட்டுதான் உண்மையாக இருக்க முடியும் என்ற மிக எளிமையான கூற்றை முதன்மைப்படுத்துவதாக இருக்கிறது. இதன் விளைவாக, 'இந்த மேசை பழுப்பு நிறத்திலானது' என்ற கூற்று சில நிபந்தனைகளுக்கு உட்பட்டு உண்மையாக இருக்கிறது; சில நிபந்தனைகளுக்கு உட்பட்டு உண்மை அல்லாததாக இருக்கிறது; வேறு சில நிபந்தனைகளுக்கு உட்பட்டு வெளிப்படுத்த முடியாததாக இருக்கிறது. நாம் இவ்வடிவில் விவாதங்களை முன்வைப்போம் என்றால், அடிப்படையான நம்பிக்கைகள் முரண்படும்போது, பேச்சுவார்த்தை நடத்துவதற்கான வழியை நாம் அடைய முடியும். மோதல் ஏற்படும்போது, ஒவ்வொரு முன்வைப்பும் மற்றொன்றோடு முரண்படுவதாக இருக்கிறது. இந்த முரண்பாடுகளைக் கைக்கொள்ள முடியாத நிலையில்தான் அவை ஒருபுறம் வன்முறையிலான மோதல்களுக்குக் கொண்டுவிடுகின்றன என்றால் மறுபுறம் நம்பிக்கைகளைப் பலப்படுத்துகிறது. ஆக, கேள்விகளின், பதில்களின் இயல்பு குறித்து விவாதிக்கும்போது முரண்பட்டுக்கொள்ளும் கோரல்களை எதிர்கொள்ள முடியாத நிலையை நாம் கணக்கில் எடுத்துக்கொள்ள வேண்டும் என்று வாதிட விரும்புகிறேன். முரண்பாடுகளோடு அர்த்தமுள்ள வழியில் ஈடுபடுவதற்கு ஸ்யத் தகுதியாக்கம் பலம் வாய்ந்த கருவியாக இருக்க முடியும். ஏனெனில், பல விதமான நம்பிக்கைகள் சார்ந்த முன்வைப்புகள் எப்படியான நிபந்தனைகளுக்கு உட்பட்டு முன்வைக்கப்படுகின்றன என்றும் நிலைநிறுத்தப்படுகின்றன என்றும் வெளிப்படுத்துவதற்கான சாத்தியத்தை இது கொண்டிருக்கிறது. மிகச் சரியாகச் சொல்வதென்றால், இந்த நிபந்தனைகள் குறித்த அறிவே

நம்முடைய நம்பிக்கைகளை, கருத்துகளை, அறிவை விமர்சனபூர்வமாகப் புரிந்துகொள்வதற்கு ஏதுவாக்குகிறது.[11]

இறுதியாக, அரசியல் உண்மை குறித்தான கேள்வி என்பது சுயம்-துறத்தல் என்ற கருத்தாக்கத்தைக் கையாளும் அரசியலின் குறிப்பிட்ட குணத்தைக் குறிப்பதாகிறது. பேச்சுவார்த்தைகளோடு தொடர்புடைய உண்மைகளோடு சேர்ந்து, அரசியலோடு தொடர்புடைய சுயம்-துறத்தல் என்ற கருத்து முக்கியமான ஒன்றாகிறது. ஒருவரது தன்னாட்சியை சுயமாகத் துறக்கும் செயலை அங்கீகரிப்பதே அரசியலின் பிரதான நோக்கமாகிறது என்ற வாதத்தை எடுத்துக்கொள்வோம். இந்தக் கொள்கையிலிருந்து தொடங்குவோம் என்றால், உண்மை மற்றும் ஜனநாயகபூர்வமான செயல்கள் போன்றவை எப்படியாகப் பின்தொடர்கின்றன என்று நம்மால் பார்க்க முடியும். முதலாவதாக, நான் குறிப்பிடும் சுயம்-துறத்தல் என்பது மற்றவர்கள் நம்மை ஆட்சிசெய்வதற்கு/ஆள்வதற்கு நாமாக முன்வந்து வாக்களிக்கிறோம் என்ற எளிமையான அவதானிப்பைக் குறிக்கிறது. ஒரு ஜனநாயகச் சமூகத்தில் பொதுச் சொத்தில் குடிநபர்கள் எல்லோருக்கும் பங்கு இருப்பது குறித்து முன்னர் விவாதித்தோம். பொதுப் புலம் ஏதோ ஒருவிதத்தில் எல்லோருக்கும் சொந்தமானதாக இருக்கிறது. ஒரு அரசாங்கம் ஆட்சிமைக்கான பொறுப்பை எடுத்துக்கொள்ளும்போது, அது பொதுச் சொத்துகளை (பணத்தோடு மட்டுப்பட்டதல்ல) நிர்வகிப்பதாகத்தான் இருக்கிறது. மேலும், பொதுச் சொத்துகளைத் தவறான வழிகளில் பயன்படுத்தாமல் அல்லது அழிக்காமல், உண்மையிலேயே அதை வளர்த்தெடுத்து, குடிநபர்கள் எல்லோரும் இன்னும் செழிப்பாக வாழ்வதற்கான வழிகளில் ஆட்சிசெய்வதாக இருக்கிறது. இந்த அடிப்படையான கருத்தே ஜனநாயக நடைமுறைகள் ஆகப் பொதிக்கப்பட்டுள்ளன. ஆக, குடிநபர்கள் வாக்களிக்கும்போது, பொதுச் (தங்களுடைய) சொத்துகளைப் பராமரிக்கும் பொறுப்பை அரசியலாளர்களிடம் கொடுக்கிறார்கள். ஆனால், குடிநபர்கள் தங்களுடைய உரிமையை, செல்வத்தில் அவர்களுக்கான பங்கை ஏன் தானாக முன்வந்து கொடுக்க வேண்டும்? தங்கள் சார்பாகச் சில பிரநிதிகளைத் தேர்ந்தெடுக்க எது அவர்களைக் கொண்டுவிடுகிறது?

குடிநபர்கள் வாக்களிக்கும்போது, தானாக முன்வந்து பொதுச் சொத்தில் அவர்களுக்கான பங்கை மட்டுமே கொடுப்பதில்லை, பொதுப் புலம் சார்பாக முடிவுகள் எடுக்கும் தங்களது தன்னாட்சியையும் தானாக முன்வந்து கொடுக்கிறார்கள். பொதுச் சொத்துகள் மீதான

---

11 பார்க்கவும்: Sundar Sarukkai, 'To Question and Not to Question: That Is the Answer' in Romila Thapar et al., 'The Public Intellectual in India' (New Delhi: Aleph, in association with the Book Review Literary Trust, 2015), pp. 41–61; here, p. 54.

உரிமையையும் பொதுநலன் சார்ந்து முடிவுகள் எடுக்கும் உரிமையையும் வாக்காளர்கள் பிரக்ஞைபூர்வமாகப் பிறரிடம் கொடுக்கிறார்கள். பொதுச் சொத்துகளின் சக உரிமையாளராக இருக்கும் உரிமையைக் குடிநபர்கள் பிறரிடம் கொடுக்கிறார்கள் என்றால், தலைமை ஏற்பவர்கள் மற்றவர்களுடைய உரிமையை எடுத்துக்கொள்கிறார்கள் என்றாகிறது. ஒருவர் அரசியலாளராக இருக்கிறார் என்றால், தங்களுக்கு உரியதைத் தாங்களாக முன்வந்து கொடுக்க வேண்டும் என்று எப்படி மக்களை ஏற்றுக்கொள்ள வைக்கிறார்கள்? இப்படித் தன்னாட்சியைத் தானாக முன்வந்து இழப்பதை அங்கீகரிப்பது எப்படித் தொடர்ந்து சாத்தியப்படுகிறது?

அரசியல் பல விஷயங்கள் குறித்ததாக இருக்கலாம் என்றாலும், ஜனநாயகத்தில் அரசியல் செய்வது என்பது அடிப்படையில் தானாக முன்வந்து சுயம்-துறப்பதோடு தொடர்புடையதாக இருக்கிறது. ஜனநாயகத்தின் இந்தக் குணம், அரசியல் உண்மையின் குணத்தில் பெரும் செல்வாக்கு செலுத்துகிறது. முன்வைக்கப்படும் ஒன்று உண்மைதானா என்று மதிப்பீடு செய்யும் சுமை கேட்கும் தனிநபர்கள் மீது சுமத்தப்படுகிறதே தவிர அது முன்வைக்கும் நபர் குறித்து இருப்பதில்லை. வேறு விதமாகச் சொல்வதென்றால், உண்மையை மதிப்பீடு செய்யும் புலம் பேச்சாளர் புலமாக இல்லாமல், கேட்பவர் புலமாக இருக்கிறது; அரசியலாளர்களிடம் இல்லாமல் வாக்காளர்களிடம் இருக்கிறது. உண்மைதானா அல்லது பொய்யானதா என்று மதிப்பீடு செய்வது உண்மையிலேயே சொல்லப்படுவன குறித்ததாக இல்லை — அதாவது, அரசியலாளர் என்ன சொல்கிறார் என்பது குறித்ததாக இல்லை. அது குடிநபர்கள் எதை, எப்படிக் கேட்கிறார்கள் என்பது குறித்ததாக இருக்கிறது. ஆக, உண்மையை மதிப்பீடு செய்யும் சுமை சொல்லப்படுவனவற்றுக்கு எதிர்வினையாற்ற வேண்டிய தனிநபர்கள் மேல்தான் உள்ளது. மெய்யான அர்த்தத்தில், அரசியலாளர் உண்மையைப் பேச வேண்டும் என்ற கட்டாயம் ஏதுமில்லை. ஏனெனில், தீர்ப்பளிக்கும் பொறுப்பைக் கேட்பவரே சுமந்துகொண்டிருக்கிறார். இந்தச் செயலின் ஊடாக, உண்மை குறித்த முகமை அரசியலாளரிடமிருந்து குடிநபர்களிடம் கொண்டுசெல்லப்படுகிறது.

இதற்கு மாறாக, அறிவியலை எடுத்துக்கொள்வோம் என்றால், அதில் உண்மை என்பது நிபுணர்களுக்கான ஒன்றாக இருக்கிறது. நிபுணர்களாக இல்லாதவர்கள் அறிவியல் விஷயங்கள் குறித்துத் தீர்ப்பேதும் அளிக்க முடியாது. தேவைப்படும்போது மட்டுமே அறிவியல் உண்மைகள் மக்களோடு பகிர்ந்துகொள்ளப்படுகின்றன. பல சமயங்களில் இதுவும் செய்யப்படுவதில்லை. மேலும், அறிவியலாளர்கள் உருவாக்கும் எண்ணற்ற ஆய்வுகளில் பெருமளவிலான அறிவியல்

‘உண்மைகள்’ காணாமல்போகின்றன. மிக முக்கியமாக, அறிவியல் உண்மைகள் குறித்துப் பொதுமக்களோடு பேச்சுவார்த்தைகள் ஏதும் நடத்தப்படுவதில்லை. அரசியல் உண்மைகள் என்பது அதன் வரையறையிலேயே பேச்சுவார்த்தைகளைத்தான் குறிக்கிறது. இந்தக் காரணத்தால்தான் அரசியலுக்குச் சொல்லணிகள் மிகவும் அவசியமாகின்றன. குடிநபர்களே உண்மை குறித்துத் தீர்ப்பளிப்பவர்களாக இருக்கிறார்கள் என்பதே இதற்கு அர்த்தம் — குடிநபர்களால் தீர்ப்பளிக்க முடியாத உண்மைகள் அரசின் ரகசியங்களாகப் பாதுகாக்கப்படுகின்றன. ஆக, அரசு ரகசியங்கள் எந்த அளவுக்குக் குறைவாக உள்ளனவோ அந்த அளவுக்கு உண்மையின் புலங்கள் பரந்துபட்டவையாக இருக்க முடியும். இப்படியான அர்த்தத்தில், ஒருவர் அதிகாரத்தின் மீதான நாட்டத்தை மட்டுமல்லாமல், செல்வத்தின் மீதான நாட்டத்தையும் சுயமாகத் துறப்பதென்பது, அரசியல் உண்மைகள் குறித்து அவர் மட்டுமே மத்தியஸ்தராக இருக்கும் நிலையைத் தனக்குத்தானே மறுத்துக்கொள்வதாகிறது — இதுவே அரசியலுக்குக் கொடுக்கும் விலையாக இருக்கிறது. இது பேரமாகிறது: உன்னுடைய வாக்குக்காக என்னுடைய உண்மை. உண்மையின் சுமை இப்படி ஒவ்வொரு குடிநபர்கள் மீதும் சுமத்தப்படுவதால், அவர்கள் உதவி வேண்டி நிபுணர்களை நோக்கி ஓட முடியாது. ஏதோ ஒன்றை உண்மை என்று தீர்ப்பளிக்கும் ஆற்றல் அல்லது ஆற்றலின்மையிலிருந்துதான் அரசியலின் புலப்படாத வெளி உருவாக்கப்படுகிறது.

அங்கீகரித்தல் என்ற செயல் ஜனநாயகபூர்வமான ஒன்றாக ஆக்கப்படும்போது, அரசியல் உண்மைக்கு அவசியமான ஒன்றாக அறம் மேலெழுந்துவருகிறது. உண்மை என்ற உள்ளடக்கம் ஏன் ஜனநாயகத்துக்கு அவசியமாகிறது என்று இது விளக்குவதாகவும் இருக்கிறது. ஜனநாயகம் என்பது வெறுமனே வாக்களிப்பதாக இல்லாமல், உண்மை என்று கோரப்படுவதை மதிப்பீடு செய்யக்கூடிய குடிநபர் பண்பைப் படைப்பதில்தான் உள்ளது. எல்லாக் குடிநபர்களும் ஒன்றுபோல் மதிப்பீடு செய்வதில்லை. மதிப்பீடு செய்வதற்கு சிலர் வேறான அளவுகோல்களைப் பயன்படுத்தலாம். ஆனாலும்கூட, ஜனநாயகத்தின் முதல் படி என்பது மதிப்பிடுவதற்கான ஆற்றலை ஜனநாயகப்படுத்துவதாகத்தான் இருக்க முடியும். வேறு வார்த்தைகளில் சொல்வதென்றால், குடிநபர்கள் தங்களுடைய சுதந்திரத்தை அவர்களை ஆட்சிசெய்யும் அரசியலாளர்களிடம் கொடுக்கிறார்கள் என்றால், அரசியலாளர்கள் அவர்கள் கோரும் உண்மைகள் குறித்துத் தீர்ப்பளிப்பதற்கான சுதந்திரத்தைக் குடிநபர்களிடம் கொடுக்கிறார்கள். இது கொண்டுகொடுத்தலாக இருக்கிறது என்றாலும், இது அவ்வளவு எளிமையான ஒன்றல்ல. உண்மையிலேயே இது அசாத்தியமான பரிவர்த்தனையாக இருக்கிறது — அதாவது, அரசியலாளர்கள் மீதாகக்

குடிநபர்கள் கொண்டிருக்கும் நம்பகத்தன்மையை அரசியலாளர்கள் காப்பாற்ற வேண்டும் என்று குடிநபர்கள் எதிர்பார்ப்பதைப் போலவே, தாங்கள் உண்மை என்று கோருவதை மதிப்பீடு செய்யும் சிரமத்தை ஏற்றுக்கொண்டு குடிநபர்கள் மீது தாங்கள் கொண்டிருக்கும் நம்பகத்தன்மையை அவர்கள் காப்பாற்ற வேண்டும் என்று அரசியலாளர்களும் எதிர்பார்க்கிறார்கள். இந்தப் பாத்திரத்தை குடிநபர்கள் எப்படியாக எடுத்துக்கொள்ள முடியும்? ஜனநாயகபூர்வமான குடிநபராக இருப்பதன் பொறுப்பை, அதாவது உண்மையை மதிப்பீடு செய்து, அதை அங்கீகரிக்கும் செயலைச் செய்யும் விதத்தில் தங்களைத் தயார்படுத்திக்கொள்ளும் வேலையை, ஊடகவியலாளர்கள், ஆய்வறிஞர்கள், பத்திரிகையாளர்கள் போன்றோரிடம் கொடுக்கிறார்கள்; அரசியலாளரிடமும் கொடுக்கிறார்கள். ஜனநாயகம் என்பது மறுப்பதற்கான, விவாதிப்பதற்கான போன்ற சுதந்திரங்களைக் கொண்டது என்று ஏன் சொல்லப்படுகிறது என்றால் இவ்வழிகளில்தான், உண்மை குறித்துத் தீர்ப்பளிப்பதற்கான அதிகாரம் நிபுணர்களிடமிருந்து குடிநபர்களின் கரங்களில் கொடுப்பதாகிறது. ஆனால், இப்படியான நடைமுறைகளெல்லாம் உண்மை குறித்து வெகுஜனக் கதையாடலை உருவாக்குவதற்குக் குடிநபர்களைத் தயார்படுத்தும் வழிமுறைகளாகப் பார்க்கப்படாமல், இவையே ஜனநாயகத்தின் இறுதி நோக்கமாக முன்வைக்கப்படுகின்றன.

இப்படியாக உண்மை-செயல், உண்மை-உருவாக்குதல் ஆகியவற்றின் அறமே ஜனநாயக அரசியலின் அடிப்படையான குணங்களாகின்றன என்று முன்வைப்பது ஏற்றுக்கொள்ளக்கூடியதாக இருக்கிறது. பகுத்தறிவார்ந்த கதையாடல்களில் உண்மை குறித்த கேள்விகளிலிருந்து இது எப்படி வேறாக இருக்கிறது என்று அடையாளம் காண்பது மிகவும் முக்கியம். ஜனநாயகம் என்பது பெரும்பாலும் பகுத்தறிவார்ந்த கதையாடல்களைக் கொண்டிருக்க வேண்டிய ஒன்றாக மாற்றி முன்வைக்கப்படுகிறது. ஆனால் உண்மை, நியாயப்பாடு, ஆதாரம் போன்றவற்றோடு பொதுவாகத் தொடர்புபடுத்தப்படும் பகுத்தறிவுக்கும் ஜனநாயகத்துக்கும் இடையேயான உறவு என்ன? உண்மையைத் தேடுவதற்கு அறிவியல் கொண்டிருக்க வேண்டிய முறைகள் ஜனநாயக நடைமுறைகளோடு தொடர்புடைய உண்மைகளிலிருந்து முற்றிலும் வேறானவையாக இருக்கின்றன. அறிவியல் தேடும் உண்மை என்பது இயற்கை உலகின் மீது கட்டுப்பாடுகளற்ற ஆராய்வூக்கம், குறுக்கிடுவதற்கான சுதந்திரம், வேண்டியபடி கையாளுதல், தொழில்நுட்பங்களைப் பயன்படுத்தி இயற்கையிலான நிகழ்வுகளைக் கட்டுப்படுத்துதல், நகல் எடுத்தல் போன்றெல்லாம் கொண்டிருக்கிறது. இவையெல்லாம் ஜனநாயகத்தில் உண்மையோடு தொடர்புடைய செயல்களிலிருந்து வேறாக இருக்கின்றன. ஆக, அரசியல்ரீதியான ஜனநாயகத்தில்

அறிவியலார்ந்த பகுத்தறிவுக்காகக் குரல்கொடுப்பதை நாம் எப்படியாகப் புரிந்துகொள்ளப்போகிறோம்? முடிவுகளை மதிப்பீடு செய்வதில் அறிவியலார்ந்த உள்ளமைகள் முக்கியமானவை என்றாலும்கூட, ஜனநாயகரீதியான செயலின் பகுத்தறிவு என்பது நாம் மேலே விவரித்தது போன்று முற்றிலும் வேறானதாக இருக்கிறது. நாம் குறித்துக்கொள்ள வேண்டிய மிக முக்கியமான ஒரு வேறுபாடு இது: அறம் குறித்தான கேள்விகள் அறிவியல் முறைகளில் பின்னுக்குத் தள்ளப்படுகின்றன என்றால் அது மெய்யாகவே ஜனநாயகத்தின் மையமாக இருக்கிறது.[12]

உண்மைக்கும் அரசியலுக்கும் இடையேயான உறவில் மிக ஆழமான இருத்தலியல் சார்ந்த உள்ளடக்கம் ஒன்றும் காணப்படுகிறது. உண்மை எப்படி நம் எல்லோருடைய பகுதியாக முடியும்? அரசியல் ஊடாக மட்டுமே இது சாத்தியம். உண்மையிடம் அறம் குறித்தான கேள்விகளை எழுப்பும்போது, நாம் ஏதோ ஒன்றை அரசியல்படுத்துகிறோம் என்றாகிறது. 'அதிகாரத்திடம் உண்மையைப் பேசுதல்' என்ற கோஷம் திரும்பத்திரும்பச் சொல்லப்படும் ஒன்றாக இருந்துவருகிறது என்றாலும், அது உண்மையிலேயே 'அறரீதியாக உண்மையிடம் பேசுதல்' என்பதாகத்தான் இருக்கிறது — இதுவே ஜனநாயகத்துக்கான முதல் அடியாகவும் இருக்க முடியும். உண்மை பொதுச் சொத்தாக மாறும்போது, அது அக்ரஹாரங்களிலிருந்து — தனித்துவைக்கப்படும் புலங்கள் எப்படியானதாக இருந்தாலும் — அப்புறப்படுத்தப்பட்ட பிறகுதான் நம்மால் ஜனநாயகரீதியான அரசியலைக் கொண்டிருக்க முடியும். ஆக, அரசியல் என்ற கருத்து வெறுமனே பேச்சுவார்த்தைகளுக்கானதாக இல்லாமல், நாம் கொண்டிருக்கும் உண்மைகள் குறித்த பேச்சுவார்த்தைகளுக்கானதாகிறது. இப்படியாக அரசியல் செயல்பாடு என்பது உண்மைகளைத் தொடர்ந்து விமர்சனபூர்வமாகப் பார்த்ததன் ஊடாகவே அதன் முக்கியத்துவதைப் பெற்றுக்கொள்கிறது. மேலும், அதுவே மானுடச் செயல்பாடுகளை நிலைகொள்ளவைப்பதாகவும் இருக்கிறது.

பேச்சுவார்த்தை என்ற செயற்பாங்கே பல அடுக்குகளிலான உள்ளமைகளையும் நோக்கங்களையும் சார்ந்திருப்பதால், இந்தச் செயலோடு தொடர்புபடுத்தப்படும் உண்மை என்பதும் அதன் இயல்பில் அறரீதியானதாகவே இருக்க முடியும். அரசியல் உண்மையின் இயல்பு குறித்த இந்த ஆய்வு, ஜனநாயகரீதியான அரசியலுக்கு அவசியமான அறரீதியான இயல்பைச் சுட்டிக்காட்டுகிறது. பேச்சுவார்த்தைகள் என்ற செயல்பாட்டின் ஊடாக எழும் உண்மைகள், உண்மை என்ற வகையின் பரந்துபட்ட வகையின் பகுதியாக இருப்பதோடு,

12 அறிவியலின் அறம் குறித்த விவாதத்துக்குப் பார்க்கவும்: Sarukkai, 'Science and the Ethics of Curiosity'.

செயல்களாகவும் புரிந்துகொள்ளப்படுகின்றன. உண்மையை இவ்வாறு புரிந்துகொண்டு வரையறுத்தவர்களில் காந்தியும் அம்பேத்கரும் ஆகச்சிறந்த முன்மாதிரிகளாகிறார்கள். உண்மையை அரசியல் செயல் என்பதன் அடிப்படையில் முன்வைக்கும் காந்தியின் கருத்து, 'உண்மை குறித்த தேடலை அரசியல் வாழ்க்கையின் உள்ளார்ந்த பகுதியாக உள்ளடக்கக்கூடிய பார்வையை முன்வைக்கிறது. அகிம்சையைக் குறிப்பிட்ட வழியில் புரிந்துகொள்வோம் என்றால், ஒன்றோடு ஒன்று போட்டியிடும் பல விதமான உண்மைக் கோரல்கள் குறித்துத் தீர்ப்பளிப்பதற்கான வழிமுறையை இந்தப் பார்வை உள்ளார்ந்து கொண்டிருப்பதாகிறது' என்று சுட்டிக்காட்டுகிறார் ஃபரா கோத்ரேஜ்.[13] காந்தியைப் பொறுத்தமட்டில் செயலில்தான் உண்மை பொதிந்துள்ளது. அவரைப் பொறுத்தமட்டில் உண்மைகள் முற்கோள்கள் அல்ல. உண்மைகள் செயலோடு உள்ளார்ந்து பின்னிப்பிணைந்துள்ளன. காந்தியைப் பொறுத்தமட்டில், அகிம்சை அசைக்க முடியாத உண்மையாகிறது. உண்மை, அகிம்சை இரண்டையும் ஒன்றின் ஊடாக மற்றொன்றைக் கண்டெடுப்பதாகிறது. இந்த அணுகுமுறையின் ஊடாக, உண்மையை அனுபவிக்க வேண்டியதன் முக்கியத்துவத்தை காந்தி முதன்மைப்படுத்துகிறார். உண்மை என்பது வெறுமனே அறிவார்த்தத்தின் விளைவல்ல. உண்மையை உண்மையாக அனுபவிக்க வேண்டியிருக்கிறது. ஒருவரால் அறிவியலார்ந்த உண்மைகளை அனுபவிக்க முடியாது என்றாலும்கூட, எப்படியான உண்மையாக இருந்தாலும் அது அரசியல்ரீதியான ஒன்றாக இருக்குமானால், அது அனுபவப் புலத்தைக் கொண்டிருக்க வேண்டியுள்ளது. இதனால்தான், வாழ்க்கை மற்றும் அரசியல் குறித்த காந்தியின் பார்வையில், மிக முக்கியமான ஒன்றாக இருக்கும் மனசாட்சியின் குரலை நாம் வளர்த்தெடுத்துக்கொள்ள வேண்டிய அனுபவமாக இருக்கிறது. இந்த அனுபவம் உண்மையாக இருக்கும் செயலுக்குக் கொண்டுவிடுகிறது. ஆக இந்த அணுகுமுறையில், உண்மையைச் செயலாகப் பார்ப்பதற்கும் உண்மையை வெறும் பிரதிபலிப்பாகப் பார்ப்பதற்கும் இடையேயான உள்ளார்ந்த இறுக்கத்தை நம்மால் பார்க்க முடியும்.

சுவாரசியமாக, காந்தியையும் அம்பேத்கரையும் ஒப்பிடும்போது கோபால் குருவும் இதற்கு நிகரான கருத்தைச் சுட்டிக்காட்டுகிறார். அம்பேத்கரைப் பொறுத்தமட்டில், 'உண்மையாக இருப்பது என்பது இறுதியாக அறரீதியான/தார்மீகரீதியான சமூக ஒழுங்கைத் தோற்றுவிக்கக்கூடிய அறரீதியான செயல்களாகத்தான் இருக்க

13 *Farah Godrej, 'Nonviolence and Gandhi's Truth: A Method for Moral and Political Arbitration', Review of Politics 68(2) (Spring 2006): 287–317; here, p. 288.*

முடியும்' என்று குரு சுட்டிக்காட்டுகிறார்.[14] இக்கூற்றை நீட்டித்துச் சொல்வதென்றால், அம்பேத்கரைப் பொறுத்தமட்டில், உண்மை-செயலே உண்மைத்தன்மையிலான ஒன்றாகிறது என்று சொல்ல முடியும். தீண்டாமை குறித்த அரசியலில் நம்மால் இதைத் தெளிவாகப் பார்க்க முடியும். அம்பேத்கர், காந்தி இருவருமே செயலை அடிப்படையாகக் கொண்டிருக்கும் தீண்டாமை வடிவம் வாழ்வனுபவம் சார்ந்த உண்மையை அதற்குள்ளாகக் கொண்டிருப்பதை அங்கீகரிக்கிறார்கள். இந்த உண்மையை வெறுமனே 'அனுபவரீதியான' ஆதாரமாக மட்டுமே சுருக்கவும் முடியாது. ஒரு செயலின் விளைவோ, செயலின் இறுதி நிலையோ, செயலின் அம்சங்களோ அல்லாமல் செயல்களே உண்மைக்கான அலகாக ஆகின்றன. நாம் இதை உண்மைக் கூற்றுகள் என்பதற்கு மாறாக உண்மை-செயல் என்பதாக அழைக்க முடியும். உண்மை-செயல்கள் நாம் நமக்கே உண்மையாக இருக்கும் கொள்கையை, அதாவது நம்முடைய நிலைப்பாடுகள் ஊடாக இல்லாமல், நம்முடைய செயல் ஊடாக உண்மையாக இருப்பதைப் பிரதிபலிப்பதாகிறது. காந்தி குறித்து எழுதும்போது, 'தன்னுடைய சுயத்தை இரண்டாம்பட்சமாக ஆக்கிக்கொள்வதன் மூலம் அவர் அவரது தியாகத்தை வெளிக்காட்டிக்கொள்ளவில்லை. மாறாக, அவருக்கே அவர் உண்மையாக இருப்பதையே வெளிப்படுத்துகிறார்' என்கிறார் கோபால் குரு. ஆக, உண்மையைச் செயலின் ஒரு அலகாக நாம் ஆய்வுசெய்வோம் என்றால், அது செயல்களின் உள்ளடக்கமாக இல்லாமல், செயல்களாகவே வெளிப்பட முடியும் என்று அங்கீகரிப்பது சாத்தியமாகிறது. ஆக, உண்மை தோன்றுகிறதே தவிர கண்டெடுக்கப்படுவதில்லை. காந்தியும் அம்பேத்கரும் உண்மை மீதும் உண்மை-செயல்கள் மீதும் கொடுத்த அழுத்தத்தை நாம் கணக்கில் எடுத்துக்கொள்வோம் என்றால், சுதந்திரத்துக்கான இந்திய அரசியல் இயக்கம் சுயத்தின் உண்மை-செயல் என்பதில் பெருமளவு முதலீடு செய்திருப்பதைக் கண்டு நாம் ஆச்சரியப்பட ஒன்றுமில்லை.

அரசியலை ஒழுங்கமைக்கும் உண்மை, வல்லாட்சி அரசாங்கங்கள் உள்பட, பல தளங்களைக் கொண்டிருக்கும் ஒன்றாகிறது. மதரீதியான, அறிவியல்ரீதியான, தொழில்நுட்பத்திலான உண்மைகளை ஜனநாயகமல்லாத ஆட்சிகள் தங்களது அரசியல் தேவைகளுக்காக எப்போதும் பயன்படுத்திவருகின்றன. உண்மைக்கும் எதேச்சாதிகாரத்துக்கும் இடையேயான தொடர்பை அரென்ட் புரிந்துகொண்டிருந்தார் என்றாலும்கூட, ஜனநாயகத்துக்கு அவசியமான உண்மையின் குறிப்பிட்ட இயல்பை அவர் விரித்துரைக்கவில்லை

14 *Gopal Guru, 'Ethics in Ambedkar's Critique of Gandhi', Economic and Political Weekly 52(15) (April 2017): 95–100; here, p. 98.*

என்று சொல்ல முடியும். இந்த உண்மை குறிப்பிட்ட உண்மையாக இருப்பதோடு, சுயத்தின் குறிப்பிட்ட செயலை உண்மையாக்கக் கூடுதல் தகுதிபெற்றதாகவும் இருக்கிறது. ஆகவேதான், ஜனநாயகத்தில் ஜனநாயக சுயத்தை வடிவமைப்பதிலும் அதன் செயல்பாடுகளிலும் உண்மை என்ற புலம் கொண்டிருக்கும் உறவு மிக முக்கியமான ஒன்றாகிறது.

⊙

6

ஜனநாயகமும் சுதந்திரமும்

சமகாலத்தில் சுதந்திரம் என்ற சொல் ஒரு கோஷமாகவே மாறியிருக்கிறது என்பதில் எந்தச் சந்தேகமும் இல்லை. ஜனநாயகம் பொரும்பாலும் சுதந்திரம் என்ற விழுமியத்தோடு தொடர்புபடுத்தப்படுகிறது. ஆனால், எதிலிருந்து சுதந்திரம்? எதைச் செய்வதற்குச் சுதந்திரம்? ஜனநாயகப் பின்னணியில், கருத்துச் சுதந்திரம், பேச்சுச் சுதந்திரம், சிந்திக்கும் சுதந்திரம், கற்பனை செய்வதற்கான சுதந்திரம், விமர்சிப்பதற்கான சுதந்திரம், மறுப்பதற்கான சுதந்திரம், எதிர்ப்பதற்கான சுதந்திரம், போராடுவதற்கான சுதந்திரம், விரும்புவதுபோல் ஆடை அணிவதற்கான சுதந்திரம், வேண்டியதை உண்பதற்கான சுதந்திரம், ஒருவருடைய நம்பிக்கைகளைப் பின்பற்றுவதற்கான சுதந்திரம் போன்ற சுதந்திரங்களெல்லாம் அவ்வளவு முக்கியமானவையாக முன்வைக்கப்படுகின்றன. ஏறக்குறைய சகலமும் சுதந்திரத்தின் அடிப்படையிலேயே வரையறுக்கப்படுகின்றன என்றால், சுதந்திரம் என்பதோ பிரதானமாகத் தெரிவின் அடிப்படையில் வரையறுக்கப்படுகிறது. ஆனால், மிகச் சரியாக சுதந்திரத்தின் அடிநாதமாக உள்ள கருத்தாக்கங்களுக்கும் ஜனநாயகத்துக்கும் இடையேயான உறவு என்ன? அரசியல் என்று மட்டுமல்லாமல் அன்றாட வெளி உள்பட, ஜனநாயகப் பண்போடு தொடர்புபடுத்தப்படும் சுதந்திரத்தின் இயல்பு என்ன?

சுதந்திரமான செயல்பாட்டுக்குச் சுதந்திரமான தேர்தல்கள் முன்மாதிரியாகின்றன. ஏனெனில், தேர்தல்களில் எவ்வித நிர்பந்தமும் இல்லாமல் வாக்களிக்கும் செயலில் ஒரு தனிநபரின் சுதந்திரம் வெளிப்படுகிறது. இருப்பினும், ஒருவர் எவருக்கு வாக்களிக்கலாம் என்பது அந்தத் தனிநபரின் கட்டுப்பாட்டுக்கு அப்பால் பலவற்றைக் கொண்டிருப்பதால், வாக்களிக்கும் சுதந்திரம் மட்டுப்பட்ட ஒன்றாகத்தான் இருக்க முடியும். பொரும்பாலான சமயங்களில், தேர்தலில் நிற்கும் எவரும் தகுதியில்லாதவர்களாக இருந்தாலும்கூட, அதில் ஒருவருக்கு வாக்களிக்க வேண்டிய நிலையில் ஒரு தனிநபர் உள்ளார். சுதந்திரம் என்று அழைக்கப்படும் ஒன்று பல விதமான கட்டுப்பாடுகளைக் கொண்டிருப்பதாகிறது. வேட்பாளராக நிற்பதற்கு நிறைய பணம் தேவைப்படுகிறது. தேர்தல்களில் நிற்பவர்கள் பெருமளவில் பணம்

கொண்டிருக்க வேண்டியிருப்பதில் நாம் ஆச்சரியப்பட ஏதுமில்லை. இப்படியான பின்னணியில், வாக்களிக்கும் சுதந்திரம் என்பது மெய்யாக எதைக் குறிக்கிறது என்று தெரியவில்லை. நாம் இரண்டு விஷயங்களை இங்கே கவனிக்க வேண்டியுள்ளது: மிகச் சரியாக, இந்தச் சுதந்திரத்தின் இயல்பு என்ன? விடுதலை, சமத்துவம், சகோதரத்துவம், சுயம்-துறத்தல், பிரதிநிதித்துவத்தின் அறம் போன்று பல விஷயங்களோடு தொடர்புகொண்டிருக்கும் ஜனநாயகத்தோடு சுதந்திரம் எப்படியான உறவைக் கொண்டிருக்கிறது? வாக்களிக்கும் சுதந்திரம் என்பது அரசியல் கட்சிகளைக் கொண்டிருக்கும் இறுகிப்போன முறைமைக்குள்ளிருந்து தேர்வுசெய்வதாகத்தான் இருக்கிறது என்று ஒருவரால் வாதிட முடியும். இதில் உள்ள சுதந்திரம், அங்காடியில் பொருள்களை வாங்குவதிலிருந்தோ அல்லது உணவுச் சந்தையில் நாம் சாப்பிட விரும்புவதைத் தெரிவு செய்வதிலிருந்தோ அப்படி ஒன்றும் வேறானதாக இல்லை. இவற்றில் ஓரளவுக்குச் சுதந்திரமான செயல் சாத்தியப்படுகிறது என்றாலும்கூட, அங்காடியில் எப்படியான கடைகள் அல்லது உணவகங்கள் இருக்க முடியும் அல்லது இருக்கிறது என்பதால் கட்டுப்படுத்தப்பட்டதாகவே இருக்கிறது. ஆனால், சுதந்திரத்தை இப்படியாக வரையறுப்பது என்பது ஜனநாயகம் கொண்டிருக்கும் பரந்துபட்ட லட்சியங்களுக்கு உகந்ததாக இருக்க முடியாது. எடுத்துக்காட்டாக, சீனாவை ஜனநாயக நாடாக முன்வைக்கும் ஆவணத்தில் (முன்னர் விவாதித்தோம்) எல்லா வேட்பாளர்களும் அரசால் அல்லது கட்சியால் தேர்ந்தெடுக்கப்பட்டவர்களாக இருந்தாலும், யாருக்கு வாக்களிப்பது என்று குடிநபர்கள் அவர்களாகத் தேர்வுசெய்ய முடியும் என்பது குறித்த விவரிப்பு காணப்படுகிறது. வாக்களித்தல் முறைமையில் உள்ள உள்ளார்ந்த பலவீனம் அவ்வளவு தெளிவாக இருப்பதால்தான் சீனாவும் அதனை ஜனநாயக நாடாகக் கோர முடிகிறது. மக்கள் யாரை விரும்புகிறார்களோ அவர்களைப் பிரதிநிதிகளாகத் தேர்ந்தெடுப்பதற்கான சுதந்திரமே ஜனநாயகரீதியாக வாக்களிப்பதில் உள்ள உண்மையான சுதந்திரமாக இருக்க முடியும் என்று ஒருவரால் வாதிட முடியும். ஆனால், இந்த முறைமை கொண்டிருக்கும் கட்டுப்பாடுகளால் இது சாத்தியமே இல்லை. மேலும், மக்கள் என்ன விரும்புகிறார்கள் என்பதன் அடிப்படையில் வாக்களிப்பது என்பது பெரும்பான்மையினர் என்ன விரும்புகிறார்கள் என்பதாகச் சுருங்கிப்போகிறது. இதுவே, இன்றைய உலகம் முழுவதும் நாம் பார்த்துக்கொண்டிருக்கும் பெரும்பான்மைவாதத்துக்குக் கொண்டுவிடுகிறது. இப்படியாக இருக்கும்போது, இந்திய ஜனநாயகத்தில் நடப்பது போன்று வாக்குக்காகப் பணம் கொடுப்பது அல்லது பிற வகைகளில் ஊக்குவிப்பது இந்தப் பிரச்சினையை மேலும் சிக்கலாக்குகிறது. ஆக, சுதந்திரமாக வாக்களிக்க முடியும் என்ற மாயை

எப்படியானதாக இருந்தாலும், வாக்களிக்கும் செயற்பாங்கு வியாபாரப் பரிவர்த்தனையாக மாறும்போது அதுவும் தொலைந்துபோகிறது.

வாக்களிக்கும் சுதந்திரம் என்ற கருத்தின் பெரும் பகுதி, ஒரு வேட்பாளரைத் தேர்வுசெய்வதில் இல்லை என்பது ஒரு எதிர்வினையாக இருக்க முடியும். வாக்களிப்பதில் உள்ள மெய்யான சுதந்திரம் என்பது தேர்ந்தெடுக்கப்படும் பிரதிநிதியைப் பொறுப்பாளியாக்கும் சுதந்திரத்தில்தான் உள்ளது என்றும் சொல்ல முடியும். இது சாத்தியப்படுமானால், அது சுதந்திரத்தின் ஜனநாயகரீதியான பண்பைக் கொண்டிருப்பதாகிறது. ஆக, கொள்கை அளவில் சீனா விஷயத்தில் நடப்பது போன்று, ஒரு கட்சியால் தேர்ந்தெடுக்கப்படும் வேட்பாளர்களுக்கு இடையேதான் வாக்களித்தல் சாத்தியப்படுகிறது என்றாலும், தேர்ந்தெடுக்கப்படும் நபர் பொதுமக்களுக்குப் பதில் சொல்லக் கடமைப்பட்டிருக்கிறார் என்றால், அதையும்கூட நாம் ஜனநாயகச் செயலாகப் பார்க்க முடியும். இந்தியாவைப் பொறுத்தமட்டில், தேர்ந்தெடுக்கப்படும் பிரதிநிதிகள் மிக அபூர்வமாகவே அவர்களுடைய செயல்களுக்குப் பொறுப்பேற்றுக்கொள்கிறார்கள். மாறாக, வாக்களிப்பது பெருமளவு பரிவர்த்தனையாக மாறிவிட்டதால், ஆட்சிசெய்வது மற்றுமொரு பரிவர்த்தனையாக மாறியிருக்கிறது. அரசியலாளர்கள் பொறுப்பேற்றுக்கொண்டு ஆட்சிசெய்வதில்லை; மாறாக, முக்கியப் பங்குதாரர்களின் வாயை அடைப்பதற்கான வழிகளை அவர்கள் கண்டுபிடிக்கிறார்கள். வாயடைப்பது என்பது பணம் கொடுப்பதாக மட்டுமே இருக்க வேண்டியதில்லை. சமூகத்தில் பல விதமாகச் சிதறுண்டுகிடக்கும் குழுமங்களுக்கு — இவை சாதி, மதம், பெரும்பான்மைவாதச் சித்தாந்தங்களை ஊக்குவிக்கும் குழுமங்கள் என்று எதை வேண்டுமென்றாலும் சார்ந்து இருக்கலாம் — சாதகமான கொள்கைகளை அறிமுகப்படுத்துவதாகவும் இருக்க முடியும். இனிவரும் பகுதிகளில், சுதந்திரம் என்ற கருத்து அரசியலோடும் சமூகத்தோடும் தொடர்புடைய சில உள்ளடக்கங்களைத் துருவியகழவிருக்கிறேன்.

பேச்சுச் சுதந்திரம்[1]

ஜனநாயகத்துக்குப் பேச்சுச் சுதந்திரம் மிக அவசியமான ஒன்றாகப் பார்க்கப்பட்டாலும், முரணுரையாக ஜனநாயகத்துக்கும் பேச்சுரிமைக்கும் இடையே உள்ளார்ந்த இறுக்கம் காணப்படுகிறது. ஒருவர் விரும்புவதையெல்லாம் பேசுவதற்கான சுதந்திரமாக, பேச்சுரிமையாகப்

1 *இந்தப் பகுதி 'தி இந்து' பத்திரிகையில் வந்த தலையங்கப் பக்கக் கட்டுரையின் விரிவாக்கப்பட்ட வடிவமாகும். பார்க்கவும்: 'When Free Speech is Truly Free', 22 March 2019.*

புரிந்துகொள்ளப்படுமானால் அது அர்த்தமுள்ள சமூக நடத்தைகளுக்கு உகந்ததாக இருக்க முடியாது. எடுத்துக்காட்டாக, பேச்சுரிமை என்ற பெயரில் ஒருவர் குறித்துப் பொய்மைகளைப் பரப்ப முடியும். பேச்சுரிமையை முன்வைத்து, ஒருவரை அசிங்கப்படுத்த முடியும்; அவர் குறித்துப் பொய் சொல்ல முடியும், காயப்படுத்த முடியும், வெறுப்பை உமிழ முடியும். இன்று இப்படியெல்லாம் நடந்துகொண்டிருப்பதற்குச் சமூக ஊடகங்களுக்குத்தான் நாம் நன்றி சொல்ல வேண்டும். இதையெல்லாம் பேச்சுரிமை என்றழைக்காமல் வம்புப் பேச்சு, புரளிப் பேச்சு என்று அழைப்பதே சரியாக இருக்கும். வம்பு, புரளி, போலிச் செய்திகள், திட்டமிட்ட பொய்கள் போன்றவையெல்லாம் பேச்சுரிமை என்ற போர்வையைக் கொண்டு அவற்றை மறைத்துக்கொள்ள முடியும். இவையெல்லாம் குறிப்பிட்ட நோக்கத்தைக் கொண்டிருக்கும் 'பேச்சு'களாகின்றன. இவற்றைப் பேச்சுரிமை என்றழைப்பது தவறாகும்.

வாக்களிப்பதில் எப்படியான சுதந்திரம் இருக்கிறது என்று கேட்டுக்கொள்வதைப் போலவே, பேச்சுச் சுதந்திரத்தில் உண்மையிலேயே சுதந்திரமானது என்னவென்று கேட்டுக்கொள்ள முடியும். ஒருவர் சொல்ல விரும்புவதையெல்லாம் சொல்வதுதான் சுதந்திரமா? இலக்கணம், நம்மிடம் இருக்கக்கூடிய வார்த்தைகளின் தொகுப்பு, பல விதமான மொழிகள் அதற்கென்று கொண்டிருக்கும் பிரத்யேகமான கருத்தாக்கங்களின் தொகுப்பு, எப்படியான சூழ்நிலையில் நாம் பேசுகிறோம் என்பது போன்று பல விதமான கட்டுப்பாடுகளால் நாம் சொல்ல விரும்புவதையெல்லாம் நம்மால் சொல்ல முடிவதில்லை. நாம் எழுப்பும் ஒலிகூட (இதுவே மொழியின் முதல் அலகாகிறது) நம்முடைய வாய் மற்றும் குரல் நாளங்களால் கட்டுப்படுத்தப்பட்டதாக இருக்கிறது. நாம் அறிந்துகொள்வது நமது புலன்களின் போதாமையால் கட்டுப்படுத்தப்பட்டதாக இருக்கிறது என்றும், நாம் அறிந்துகொள்வது நம்முடைய அறிதிறனார்ந்த கட்டமைப்புகளுக்குக் கட்டுப்பட்டதாகத்தான் இருக்கிறது என்றும் தத்துவவியலாளர்கள் பல காலமாகச் சுட்டிக்காட்டிவருகிறார்கள். நம்முடைய பேச்சும்கூட, நம்மைச் சுற்றி இருப்பவர்களாலும், பரந்துபட்ட சமூகத்தாலும் சமூகரீதியாகக் கட்டுப்படுத்தப்பட்டதாகத்தான் இருக்கிறது. பேச விரும்புவதையெல்லாம் நாம் எப்போதும் பேச முடிவதில்லை.

வாக்களிப்பதைப் போலவே, பேச்சுச் சுதந்திரமும் சில கட்டுப்பாடுகளுக்கு உட்பட்ட சுதந்திரமாகத்தான் இருக்கிறது. இப்படியான கட்டுப்பாடுகளில் சிலவற்றை, குறிப்பாகச் சமூகரீதியான, அரசியல்ரீதியான கட்டுப்பாடுகளைக் கடந்துசெல்லும் சூழ்நிலைகள் இருக்கின்றன என்றாலும்கூட, அது பெரும்பாலும் அனுமதிக்கப்படுவதைப் பிரதிபலிப்பதாகவே இருக்கிறது. மற்றொரு

மிக முக்கியமான கட்டுப்பாடு ஒன்றும் உள்ளது — சுயக் கட்டுப்பாடு. நம்முடைய அந்தரங்க மற்றும் தொழில்முறையிலான உரையாடல்களில் நாம் சொல்ல விரும்புவதையெல்லாம் சொல்வதிலிருந்து நம்மை நாமே கட்டுப்படுத்திக்கொள்கிறோம். இப்படிச்செய்வதற்குக் காரணம், பேசுவது அதற்கான விலையைக் கொண்டிருக்கிறது என்று நாம் எல்லோரும் அறிந்திருக்கிறோம். நாம் என்ன பேசுகிறோமோ அதற்கான விலையை நாம் கொடுக்க வேண்டியுள்ளது. நேர்மையாகவும் வெளிப்படையாகவும் இருப்பது எப்போதும் நற்குணமாக இருப்பதில்லை — அதுவும் விளைவுகள் ஏற்கத்தக்கதாக இல்லாதபோது. ஆக, ஒலியின், மொழியின் இயல்பால் மட்டுமல்லாமல், என்ன பேசலாம் என்பதன் மீதும் ஒருவர் கட்டுப்பாடுகளையும் கொண்டிருப்பதால், பொதுவாகப் பேசுதல் என்பது பெருமளவு பேசப்படாததை அதனுடன் கொண்டிருப்பதாகிறது.

நாம் சொல்ல விரும்புவதையெல்லாம் சொல்வதற்கான சுதந்திரமே பேச்சுச் சுதந்திரத்தின் சாரம் என்று பெரும்பாலும் தவறாக வாதிடப்படுகிறது. அன்றாடக் கதையாடல்களில் பேச்சுரிமை முன்வைக்கப்படும் சூழ்நிலைகளிலெல்லாம், அதற்கென்று விலையேதும் கொடுக்க வேண்டியில்லாத கட்டற்றுப் பேசக்கூடியதையே குறிக்கிறது. உண்மையிலேயே பேச்சுச் சுதந்திரம் என்பது பேசுவதற்கு விலையேதும் கொடுக்க வேண்டியிராத உரிமையையே குறிக்கிறது. அது நேரடியான அர்த்தத்தில் 'இலவசமான அன்பளிப்'பைப் பெற்றுக்கொள்வதுபோல் ஆகிறது. ஆனால், ஒருவர் ஏதேனும் விலைகொடுக்க வேண்டுமா, இல்லையா என்று தீர்மானிப்பது பேசுகிறவர் கையில் இல்லை. தன் பேச்சின் விளைவுகளையெல்லாம் பேசுகிறவரால் ஒருபோதும் ஊகிக்க முடிவதில்லை. எப்படியிருந்தாலும், பேசியதற்கான விலையைக் கொடுப்பது என்பது எப்போதும் ஒரு பேச்சாளரின் கட்டுப்பாட்டுக்கு அப்பால் இருப்பதாகிறது. பேச்சுச் சுதந்திரம் பெருமளவு உயர்த்திப் பிடிக்கப்படும் நம்முடைய இந்த வரலாற்றுத் தருணத்தில், அடையாளத்தின் பெயராலும் அரசியல் சரித்தன்மையின் பெயராலும் ஒருவர் என்ன எழுதலாம் என்பதில் கட்டுப்பாடுகள் வளர்ந்துகொண்டேபோவது விசித்திரமாகத்தான் இருக்கிறது.

பேச்சுச் சுதந்திரத்தின் கட்டமைப்பை நாம் இப்படியாகப் புரிந்துகொள்வோம் என்றால், உண்மையிலேயே இது ஒருவர் என்ன எழுதுகிறார் அல்லது பேசுகிறார் என்பதோடு தொடர்புடையதாக இல்லை என்று புரிந்துகொள்ள முடியும். மாறாக, கேட்பவர் மனம் புண்படாமல் இருப்பதற்கான நிபந்தனைகளை, பேச்சாளரை/எழுத்தாளரை அச்சுறுத்தாமல் இருப்பதற்கான நிபந்தனைகளை மட்டுமே பேச்சுச் சுதந்திரம் விவரிக்கிறது. ஆக, 'பேச்சுச் சுதந்திரத்தில்' உள்ள சுதந்திரம் என்பதன் முக்கியமான

அர்த்தம் ஒருவர் பேச விரும்புவதையெல்லாம் பேசுவதற்கான சுதந்திரத்தையும் குறிக்கவில்லை, கேட்பவர் விரும்புவதுபோல் எதிர்வினையாற்றுவதற்கான சுதந்திரத்தையும் குறிக்கவில்லை. பேச்சுச் சுதந்திரம் என்பது நேர்மறையான சுதந்திரம் குறித்த ஒன்றாக இல்லாமல், பேசுபவர் பேச விரும்புவதையெல்லாம் பேசுவதற்கு ஏற்ற வகையில், கேட்பவர் கொண்டிருக்கும் கட்டுப்பாடுகளின் தொகுப்பையே குறிக்கிறது. கட்டற்ற பேச்சுரிமைக்காகக் குரல்கொடுப்பது என்பது அடிப்படையில் ஒரு தனிநபர் என்ன பேசலாம் என்று மற்றவர்களோ குழுமங்களோ அரசாங்கங்களோ கட்டுப்பாடுகளை விதிப்பதற்கு எத்தகைய உரிமையையும் கொண்டிருக்க முடியாது என்பதற்குக் குரல்கொடுப்பதாகத்தான் இருக்கிறது. பேச்சுச் சுதந்திரத்துக்கான பொறுப்பைப் பேச்சாளர்/எழுத்தாளரிடமிருந்து கேட்பவர்/படிப்பவர் நோக்கி நகர்த்துவதே பேச்சுச் சுதந்திரம் என்ற கருத்தின் முக்கிய விளைவாகிறது. இப்படியாக, பேச்சுச் சுதந்திரத்தின் செயல்பாடு ஒரு தனிநபரை விடுதலை செய்வதாக இல்லாமல், ஒரு தனிநபர் பேச விரும்புவதையெல்லாம் பேச அனுமதிக்கும் விதத்தில் அவரைச் சுற்றியுள்ள சமூகத்தை விடுதலை செய்வதாக இருக்கிறது.

ஆனால், பேச்சுச் சுதந்திரத்தின் பெயரால் எந்தவொரு தனிநபரும் சொல்ல விரும்புவதையெல்லாம் சொல்வதற்கான அல்லது பொய்மைகள் ஊடாக மற்றொருவர் மீது அவதூறுகள் பரப்புவதற்கான சுதந்திரம் என்ற அர்த்தத்தைக் கொண்டிருக்கிறதா? ஒரு தனிநபர் குறித்து அவதூறு சொல்வதை அனுமதிக்க முடியாது என்றால், அரசாங்கம் அல்லது அரசியலாளர் குறித்து அவதூறு செய்வதை எப்படி ஏற்றுக்கொள்ள முடியும்? இந்தப் பின்னணியில், பேச்சுச் சுதந்திரத்துக்கு எதிராக மிகக் கடுமையான தண்டனை அரசாங்கங்களிடமிருந்துதான் வருகின்றன என்பதை நாம் நினைவில் கொள்வது முக்கியம். பொது வெளியில் மக்கள் தங்களுடைய விமர்சனங்களை முன்வைப்பதைத் தடுக்கும் விதமாக அரசாங்கங்கள் (குறிப்பாக, இந்தியாவில்) திரும்பத்திரும்பத் தேசவிரோதச் சட்டத்தைப் பயன்படுத்திவருவதைப் பார்த்துக்கொண்டிருக்கிறோம். பேச்சுச் சுதந்திரம் குறித்து நான் மேலே விவாதித்த வரையறையின் அடிப்படையில் சொல்வதென்றால், ஒருவரை அவதூறு செய்வதற்கான சுதந்திரம் என்பது ஒருவர் என்ன சொல்கிறார் என்பதைச் சார்ந்திருக்கும் ஒன்றாக இல்லாமல், மற்றொருவர் குறித்து அவதூறு செய்யும் ஒருவரை ஆதரிக்கும் சூழ்நிலைகளைச் சார்ந்திருப்பதாகிறது. வேண்டுமென்றே ஒருவரை அவதூறு செய்வது பேச்சுச் சுதந்திரமாக இருக்க முடியாது என்று சிலர் வாதிடக்கூடும் என்றாலும், அரசாங்கம் குறித்து ஒரு குடிநபர் என்ன சொல்ல விரும்புகிறாரோ அதைச் சொல்வதற்கான இடத்தைக் கொடுப்பதுதான் ஜனநாயகச் செயல்பாடாக இருக்க முடியும் என்று பலரும் நிச்சயமாக ஏற்றுக்கொள்வார்கள். இப்படி

விமர்சனத்தை முன்வைப்பது உரிமையாக மட்டுமில்லாமல், ஜனநாயகச் சமூகத்தின் கடமையாகவும் இருக்கிறது. உண்மையான ஜனநாயகத்தில், அரசாங்கத்தின் மீதாக வைக்கப்படும் விமர்சனம் — அது தவறானதாக இருந்தாலும், நியாயமற்றதாக இருந்தாலும் — எதையுமே அவதூறாக எடுத்துக்கொள்ள முடியாது. ஏனெனில், வாக்காளருக்கும் வாக்களிக்கப்படுகிறவருக்கும் இடையேயான ஒப்பந்தம், அதிகாரத்துக்குத் தேர்ந்தெடுக்கப்படுகிறவர் அதற்கான பொறுப்பை ஏற்றுக்கொள்ள வேண்டும் என்பதாகத்தான் இருக்கிறது. ஆக, பேச்சுச் சுதந்திரம் என்பது ஜனநாயகத்தை வேலைசெய்யவைப்பதற்கான ஒரு கருவியாகிறது. இதை நாம் ஒரு தனிநபர் 'விரும்புவதுபோல்/வேண்டுவதுபோல்' எழுதுவது அல்லது பேசுவது என்ற செயல்பாடாக மட்டுப்படுத்த முடியாது என்பதோடு, பேச்சுச் சுதந்திரம் யாரை நோக்கித் திருப்பிவிடப்படுகிறதோ அந்த நபர் பொறுப்பு ஏற்றுக்கொள்ள வேண்டிய அவசியத்தோடு உள்ளார்ந்து பிணைக்கப்பட்டிருப்பதாகவும் இருக்கிறது.

பேச்சுச் சுதந்திரத்தின் உண்மையான அதிகாரம், அதிகாரத்தில் இருப்பவர்கள் அதிகாரத்தில் இல்லாதவர்களுக்குப் பதில் சொல்லவைக்கக்கூடிய ஆற்றலில்தான் உள்ளது. பேச்சுச் சுதந்திரம் அதிகாரத்தில் இருப்பவர்களைப் பதில் சொல்லவைப்பதற்கான ஒன்றாக இருக்கிறதே தவிர, இது உண்மையிலேயே தனிநபர்களின் சுதந்திரம் குறித்ததாக இல்லை. இது, பேசுதல் என்ற செயலைத் தண்டிக்காமல் அனுமதிப்பதற்கான சில சூழ்நிலைகளின் தொகுப்பாகிறது. தங்கள் சார்பாக ஒருவர் ஆட்சிசெய்ய அனுமதிப்பதற்கான (தேர்ந்தெடுக்கப்படும் தலைவர்கள்) விலையாக மக்கள் அவர்கள் குறித்து — தனிநபர்களாகப் பார்க்காமல் அரசியல் தலைவர்களாக — அவர்கள் என்ன சொல்ல விரும்புகிறார்களோ அதைச் சொல்வதற்கு ஏற்ற சூழலை வேண்டுவதாக இருக்கிறது. ஆக, ஒப்பந்தத்துக்கு உட்பட்டுப் பதில் சொல்ல வேண்டி இருக்கும்வரை பேச்சுச் சுதந்திரம் பாதுகாக்கப்பட்டதாக இருக்கிறது — அதாவது, அதிகாரத்தை எதிர்க்கும் விதத்தில், அதிகாரத்தில் இருப்பவர்களைப் பொறுப்பேற்றுக்கொள்ள வைக்கும் விதத்திலான பேச்சுச் செயல்கள் மட்டுமே பேச்சுச் சுதந்திரத்துக்குள் வரும் பேச்சுகளாக இருக்க முடியும். இப்படியாக இது மிகவும் போற்றப்படும் ஜனநாயகக் கொள்கைக்குப் பாதுகாப்பு அளிப்பதாக இருக்கிறது. ஜனநாயகத்தின் சாரம் பேச்சுச் சுதந்திரம் மட்டுமே இல்லை. இது ஜனநாயகத்தை நிலைநிறுத்துவதற்கான வழியாக மட்டுமே இருக்க முடியும். தனிப்பட்ட நலன்களுக்கானதாகவோ அல்லது காயப்படுத்துவதாகவோ அல்லது அதிகாரத்தோடு தொடர்பில்லாத சூழ்நிலைகளில் இப்படிச் செயல்படுவதாகவோ இருக்குமானால் அது பேச்சுச் சுதந்திரத்தை நீர்த்துப்போகவைக்கும் செயலாகவே இருக்கும். அதிகாரத்தை ஒரு கட்டுக்குள் வைத்திருக்கும் காரியத்தைச் செய்யும் பேச்சுச் சுதந்திரம்

மானியமாகக் கொடுக்கப்படும் ஒன்றாக இருப்பதோடு, அது அதிகாரத்தில் இருப்பவர்களால் கட்டற்ற ஒன்றாகவும் ஆக்கப்பட வேண்டும்.

பிற புலங்களுக்கான பேச்சுச் சுதந்திரத்தை நாம் இந்தச் சட்டகத்தின் ஊடாகப் பார்க்க வேண்டியுள்ளது. அரசியல் வெளிக்கு அவசியமான பேச்சுச் சுதந்திரம் என்ற கருத்தை நண்பர்களோடு உட்கார்ந்துகொண்டிருக்கும்போதோ, குடும்பத்துக்குள் இருக்கும்போதோ முன்வைக்க முடியாது. 'பேச்சுச் சுதந்திரம்' என்ற முகமூடி அணிந்துகொண்டு குடும்பத்துக்குள் ஒரு குழந்தை அது விரும்புவதையெல்லாம் முன்வைக்க முடியாது. ஏனெனில், ஒரு குடும்பத்துக்கான சுதந்திரம் என்பது பிற வெளிகளுக்கானதிலிருந்து வேறானதாக இருக்கிறது. குடும்பத்துக்குள் இருக்கும் ஒவ்வொரு தனிநபரும் அவர் என்ன சொல்ல 'விரும்புகிறாரோ' அதைச் சொல்லக் கூடாது என்று இதற்கு அர்த்தம் கிடையாது. ஜனநாயக அரசியலின் பேச்சுச் சுதந்திரத்தை நாம் குடும்பத்துக்குள்ளான ஜனநாயக நடைமுறைகளுக்கோ சமூக உலகத்துக்குள்ளாகவோ அப்படியே கொண்டுசெல்வது அவ்வளவு சுலபமல்ல என்று மட்டுமே இங்கு முன்வைக்க முடியும். இப்படியான வெளிகளில் பேச்சுச் சுதந்திரத்தின் இயல்பை நாம் புரிந்துகொள்வதற்கு முன்பாக, இந்த வெளிகளுக்கான சுதந்திரத்தின் அர்த்தத்தை நாம் முதலில் சரியாக வடிவமைத்துக்கொள்ள வேண்டியிருக்கிறது.

எதிர்ப்புச் சுதந்திரம்[2]

ஒருவரை ஒருவர் ஏற்றுக்கொள்ள மறுப்பது மானுடர்களின் அடிப்படையான பண்பாகிறது. எல்லா சமயங்களிலும் யாரோ ஒருவரை மறுக்காத தனிநபர் என்று ஒருவர்கூட இருக்க முடியாது. குழந்தைகள் சுயம் குறித்து அர்த்தமுள்ள வழிகளில் — அதாவது, 'நான்' என்பதை அங்கீகரிப்பது, 'என்னுடைய' என்ற கருத்தாக்கத்தை முன்வைப்பது — உணர்வது என்பது முதலில் 'இல்லை' என்று சொல்வதிலிருந்து தொடங்குவதாகத் தத்துவவியலாளர்கள் வாதிடுகிறார்கள். மூலமுதலான தளத்தில் நம்முடைய மறுப்பை வெளிப்படுத்தும் செயல் ஊடாகவே நாம் தனிநபர்களாகிறோம். குடும்பம், அலுவலகம், சமூகம், அரசியல் போன்ற எல்லாப் புலங்களிலும் மானுடர்கள் செய்யும் எல்லாவற்றையும் குணாம்சப்படுத்தும் ஒன்றாகிறது மறுக்கும் செயல்.

2 இந்தப் பகுதி 'தி இந்து' பத்திரிகையில் வந்த தலையங்கப் பக்கக் கட்டுரையின் சுருக்கப்பட்ட வடிவமாகும். பார்க்கவும்: 'The Nature of Dissent', 4 September 2018.

மறுக்கும் செயல் அன்றாடத் தன்மையிலானதாகிறது. நாம் உறவுகொள்ளும் அல்லது ஈடுபாடுகாட்டும் ஒன்றோடான நம்முடைய உறவானது பல வடிங்களிலான மறுப்பின் ஊடாகவே நிலைநிறுத்தப்படுகிறது. மானுட அனுபவம் இணக்கத்தை மட்டுமே கொண்டிருக்குமானால், அது வறிய மானுட இருப்பாகவே இருக்கும். ஏனெனில், மறுப்பது கற்றலுக்கு மிக அவசியமான ஒன்றாகிறது. ஒருவர் செய்வதையெல்லாம் ஏற்றுக்கொள்ளும் ஒருவரோடு மட்டுமல்லாமல், முரண்படுகிறவர்களோடும் வாழக் கற்றுக்கொள்வதே 'சமூகரீதியானது' என்பதன் உண்மையான அர்த்தமாக இருக்க முடியும். மறுப்பதற்குப் பிறர் என்று எவருமே வேண்டியதில்லை. ஏனெனில், ஒவ்வொரு தனிநபரும் தனக்குள்ளாகவே தொடர்ந்து மறுத்துக்கொள்ளும் அளவுக்கு மறுக்கும் குணம் மானுடர்களுக்குள் வேரூன்றியிருக்கிறது. ஒவ்வொரு தனிநபரும் பல சுயங்களைக் கொண்டிருப்பது போன்று எல்லா நேரங்களிலும் ஒருவர் அவருக்குள்ளாகத் தொடர்ந்து மறுத்துக்கொண்டே இருக்க வேண்டியுள்ளது. சிந்திக்கும் செயல் தன்னையே மறுத்துக்கொள்ளும் செயற்பாங்கையே வெளிப்படுத்துகிறது. சிந்தித்தல் என்பது பொதுவாக ஒருவருக்குள் நடக்கும் உரையாடலாகவே அனுபவிக்கப்படுகிறது. முடிவெடுப்பது என்பது பெரும்பாலும் நம்மோடு நாமே விவாதத்தில் ஈடுபடுவதாக இருக்கிறது. சிந்திப்பதன் ஊடாகத் தனிநபர் தன்னுடன் தானே மாறுபடுவதால்தான் சிந்தித்தல் அறிதிறனார்ந்த ஆற்றலைக் கொண்டிருப்பதாகிறது. ஆகவேதான், ஒருவரது மனதுக்குள் மறுக்கும் உரிமை முடக்கப்படுமானால், அங்கே சிந்தித்தல் நின்றுபோகிறது.

ஒருவர் தன்னையே மறுத்துக்கொள்ளும் செயல்தான், ஒரு தனிநபரின் செயலைச் சமூக முறைமையாக மாற்றுகிறது. தனிநபர் ஒருவர் தனக்குள் இருக்கும் பல சுயங்களோடு உரையாடுவதால் மட்டுமல்லாமல், மறுப்பதற்கு அவர் மொழியைப் பயன்படுத்த வேண்டியிருப்பதாலும், ஒவ்வொரு முறையும் ஒரு தனிநபர் தன்னையே மறுத்துக்கொள்ளும்போது, அதற்குள் சமூகரீதியானதைக் கொண்டிருப்பதாகிறது. மொழி சமூகரீதியாக உருவாக்கப்பட்ட ஒரு உருப்படியாக இருப்பதோடு சமூகரீதியான பயன்பாட்டின் ஊடாகவே அதற்கான அர்த்தத்தையும் அது பெற்றுக்கொள்கிறது. ஒரு தனிநபர் பேசும்போது அவரது சிந்தனைகளை மட்டுமே அவர் பேசுவதில்லை. மற்றவர்களுடைய மொழியைப் பயன்படுத்துவதால் 'மற்றவர்களைப் பேசு'வதாகிறது. ஆக, மறுக்கும் செயல் அதோடு சமூகரீதியானது என்ற பண்பைக் கொண்டிருப்பதால், உண்மையில் மறுப்பது பிரச்சினையாவதில்லை; மௌனமான சம்மதமே பிரச்சினையாகிறது. சம்மதிப்பது என்பது முக்கியமான அறிதிறனாகிறது. ஏனெனில், அது ஒருவர் கொண்டிருக்கும் சிந்தனைகளைத் தொகுத்துக்கொள்வதற்கும் வளர்த்துக்கொள்வதற்கும் வழிவகுக்கிறது. ஆனாலும்கூட, எல்லா நேரங்களிலும் கூட்டாக

சம்மதிப்பது மெய்யாகவே மானுட இருப்பின் இருத்தலியல் சார்ந்த குணாம்சமாக இருப்பதில்லை — இது 'கொத்தடிமை மனதுக்கு' மட்டுமானதாகவே இருக்க முடியும். ஒரு குழந்தை எப்படி மறுப்பதன் ஊடாக அதன் சுயத்தை உணர்ந்துகொள்கிறதோ அதுபோலவே ஒரு சமூகமும் அதனை மறுத்துக்கொள்வதன் ஊடாகவே அதற்கான அடையாளத்தைப் பெற்றுக்கொள்கிறது. இப்படியாகப் பார்ப்போம் என்றால், சமூகமாகட்டும் தேசமாகட்டும் எதிர்ப்பு தெரிவிக்கும் வடிவங்களின் ஊடாகவே அதற்கான அடையாளத்தை அது திடமாகப் பெற்றுக்கொள்கிறது என்று சொல்ல முடியும். சொல்லப்போனால், வேறுபாடுகளின் ஊடாகவே சமூகரீதியானது என்பது வடிவம் கொள்கிறது என்பதோடு, தனிநபர்களுக்கு இடையே ஏற்றுக்கொள்வது எந்த அளவுக்குப் பசையாகப் பங்காற்றுகிறதோ அந்த அளவுக்கு மறுப்பதும் பங்காற்றுகிறது.

ஒரு சமூகத்தின் உறுப்பினர்கள் ஒருவரோடு ஒருவர் ஏதோ ஒன்றைக் குறித்து சதாசர்வகாலமும் மறுத்துக்கொண்டுதான் இருப்பார்கள் என்பதால், எதிர்ப்புகளைக் கையாளும் ஆற்றல் கொண்டிருக்கும் சமூகமே வளர்ந்த சமூகமாக இருக்க முடியும். எதிர்ப்பு தெரிவிப்பவர்களுக்குக் குறைவான தீங்கு விளைவிக்கும் மாதிரிகளில் ஜனநாயகச் சமூகங்களே நம்மிடம் உள்ளவற்றில் மிகச் சிறந்த ஒன்றாக இருக்கிறது. ஜனநாயகத்தின் உண்மையான வேலையும் இதுதான். தேர்தல்களும் வாக்களித்தலும் இதை அடைவதற்கான வழிமுறைகளாகின்றன. உரையாடல்கள், விவாதங்கள் ஊடாக மட்டுமல்லாமல் குறிப்பிட்ட அறரீதியான நெறிமுறைகளோடு மறுப்பை எதிர்கொள்வதற்கான முறைகளில்தான், நாம் ஜனநாயகத்தின் சாரத்தைக் கண்டெடுக்க முடியும். ஒரு தனிநபரின் எதிர்ப்பு நடைமுறைகளைச் சமூக நடைமுறைகளாக ஆக்க முயல்வதன் ஊடாகவே ஒரு ஜனநாயகச் சமூகம் எதிர்ப்பை எதிர்கொள்ள முடியும். கல்விப்புலமும் ஆய்வுகளும் மறுப்பை அவற்றின் மையமாகக் கொண்டிருக்கும் இரண்டு முக்கிய நடவடிக்கைகளாக இருக்கின்றன. சமூகத்தில் முன்னரே இருப்பதில் மாற்றம் செய்யாமல் எந்தச் சமூகமும் நிலைத்திருப்பதில்லை. நல்லதாகவோ கெட்டதாகவோ புதிய அறிவு, உலகைப் புரிந்துகொள்வதற்கான புதிய முறைகள் ஒவ்வொரு சமூகத்தின் பகுதியாக எப்போதும் இருந்துவருகின்றன. மிகப் பரந்த தளத்திலிருந்து சொல்வதென்றால் எதிர்ப்பு இல்லாமல் அறிவியலும் சாத்தியமில்லை. ஏனெனில், மற்றவர்கள் முன்வைத்திருப்பதில் உள்ள தவறுகளைச் சுட்டிக்காட்டுவதன் மூலமாகவே புதிய அறிவியல் படைக்கப்படுகிறது. இரண்டு தத்துவவியலாளர்கள் ஒரு விஷயம் குறித்து ஒத்த பார்வை கொண்டிருப்பதில்லை. இரண்டு சமூக அறிவியலாளர்கள் — இவர்கள் எப்படியானவர்களாக இருந்தாலும், மற்றொருவரின் சிந்தனையோடு ஒத்திசைந்துபோவதில்லை. தங்களுடைய நண்பர்களும்

முன்னோடிகளும் உருவாக்கிவைத்திருக்கும் எல்லைகளைக் கலைஞர்கள் தொடர்ந்து உடைத்துக்கொண்டிருக்கிறார்கள். புத்தரும் மகாவீரரும் முதலில் மறுப்பாளர்களாகத்தான் இருக்கிறார்கள். அடுத்துதான் தத்துவவியலாளராகிறார்கள். ராமாயணமும் மகாபாரதமும் எதிர்ப்புகளாலும், அவற்றை எதிர்கொள்வதற்கான பொறுப்புள்ள வழிகளாலும் நிறைந்திருக்கின்றன. எதிர்ப்பு என்பது வெறும் விமர்சனம் மட்டுமே இல்லை; அது புதிய பார்வைகளை வெளிக்கொணரும் செயலாகவும் ஆகிறது.[3]

ஜனநாயகக் கொள்கையில் தவிர்க்க முடியாத அறரீதியான அடிப்படைக்கு எதிர்ப்பு முன்மாதிரியாகிறது. இது வெறுமனே மேலான ஜனநாயகத்துக்கான நடைமுறை சார்ந்த கருவி மட்டுமே இல்லை. இது ஜனநாயகத்தின் ஏரணத்தை ஒன்றிணைக்கும் கருத்தாக்கரீதியான பசையாகிறது. மறுப்பதோடு தொடர்புடைய சில அடிப்படையான அறக் கொள்கைகளும் இருக்கின்றன. அதில் மிக முக்கியமான ஒன்று அகிம்சை — இது, காந்தி, அம்பேத்கர் போன்ற சமூகரீதியான எதிர்ப்பாளர்களுக்கு மட்டுமான ஒன்றாக இல்லாமல், இன்று பல குடியுரிமை இயக்கங்களுக்கு அறரீதியான முதுகெலும்பாக இருந்துவருகிறது. மற்றொரு அறரீதியான கொள்கை, ஏழைகளும் சமூகத்தின் விளிம்பில் இருப்பவர்களும் சுயமரியாதையோடு வாழும் உரிமையைப் பாதுகாப்பதாக இருக்கிறது. இவ்விரு கொள்கைகளுமே மறுப்பை முறையீடு அல்லது தகுதி போன்ற வகைமைகளைவிட முக்கியமான ஒன்றாக உயர்த்துகிறது. தனக்குரியது என்ற உரிமைகோரல் எதிர்ப்பாக முன்வைக்கப்படும்போது அது தனிநபர் விருப்புறுதிகளைக் கொண்டிருப்பதால், அது குறிப்பிட்ட தனிநபரின் நலன்களைச் சார்ந்திருப்பதால், அது அறிரீதியான பலம் எதையும் கொண்டிருப்பதில்லை. எதிர்ப்பு, ஒரு அறமாக எப்போதும் சமூகரீதியான ஒன்றாகவே இருக்க முடியும்; ஒடுக்கப்பட்டவர்களுக்கும் விளிம்பில் உள்ளவர்களுக்கும் சமூகரீதியான எதிர்ப்பு மிக அவசியமான ஒன்றாகிறது.

இதனைத் தொடர்ந்து சொல்வதென்றால், சமூகத்தில் அந்தஸ்து பெற்றவர்கள் எதிர்ப்புகளை ஏற்றுக்கொள்ள மறுத்தாலும் அல்லது ஆதரிக்க மறுத்தாலும்கூட சமூகத்தில் மோசமான நிலையில் இருப்பவர்கள் எதிர்ப்பதற்கும் போராடுவதற்கும் அதிக உரிமை கொண்டிருக்கிறார்கள் என்றே அர்த்தமாகிறது. இப்படியாக, ஒடுக்கப்பட்டவர்களின், விளிம்பில் உள்ளவர்களின் எதிர்ப்புக் குரலைக் கேட்கும்போது, அவர்கள் எதிர்ப்பதற்குக் கூடுதலான வெளியையும் கூடுதலான சுதந்திரத்தையும் கொடுப்பது சமூகத்தில் மேலாக இருப்பவர்களின்

3 மேலும் பார்க்கவும்: *Romila Thapar, 'Voices of Dissent: An Essay' (London: Seagull Books, 2020).*

அறரீதியான கடமையாகிறது. மிக முக்கியமாக, எப்படியான ஜனநாயகமாக இருந்தாலும் ஒடுக்கப்பட்டவர்களும், விளிம்பில் உள்ளவர்களும் சமூகத்தில் உள்ள பிற பிரிவினர் தங்களுக்குச் செய்வதை ஏற்றுக்கொள்ள மறுப்பதற்கும், அதை எதிர்ப்பதற்குமான வெளியையும் சூழ்நிலைகளையும் உருவாக்கிக்கொடுப்பதே அதன் கடமையாக இருக்க முடியும். இதுவே ஜனநாயகத்தின் அறரீதியான சாரத்தின் அடிப்படை விளைவாகவும் இருக்க முடியும் – அதாவது, நான் முன்னர் விவாதித்தது போன்று, சமூகத்தில் மிக மோசமாக இருப்பவர்களின் நலன்கள் சார்ந்து ஆட்சிசெய்வது மட்டுமே ஜனநாயகம் என்ற கருத்தை அர்த்தமுள்ளதாக ஆக்க முடியும். மேலான நிலையில் இருப்பவர்கள் தங்களது வீட்டில் சௌகரியமாக உட்கார்ந்துகொண்டு தார்மீகமற்ற முறையில் ஏழைகளுக்காகவும் ஒடுக்கப்பட்டவர்களுக்காகவும் செயல்படுகிறவர்களை வசைபாடிக்கொண்டு இருக்கிறார்கள். ஏழைகள் போராடுவதற்கான ஒரு கருவி எதிர்ப்பு. அதுபோலவே பெரும்பான்மையினர் ஆட்சிசெய்யும் அரசுகளில் சிறுபான்மையினராக இருக்கும் குழுமங்களுக்கும் அவசியமான கருவியாக இருக்கிறது எதிர்ப்பு. ஆக, எதிர்ப்பு என்பது வெறுமனே மறுப்பதாக மட்டுமில்லாமல், மற்ற பலர் ஏற்றுக்கொள்வதற்கு மறுப்பு தெரிவிப்பதாகவும் இருக்கிறது.

பேச்சுச் சுதந்திரத்திலும் எதிர்ப்புச் சுதந்திரத்திலும் என்ன சுதந்திரம் இருக்கிறது என்று ஆய்வு செய்ததிலிருந்து நாம் கற்றுக்கொள்ளும் முக்கியமான பாடம் இதுதான்: சுதந்திரம் என்பது மெய்யாகவே தனிநபர் தெரிவு தொடர்பானதாகவோ, தனிநபர் 'உரிமை' தொடர்பானதாகவோ இல்லை. ஜனநாயகத்தில் செயல்படக்கூடிய, ஜனநாயகத்துக்குப் பொருத்தமான சுதந்திரம் என்பது அடிப்படையில் மற்றவர்கள் மேலும் சுதந்திரத்தோடு இருப்பதற்காகச் செயல்படும் ஒரு தனிநபரின் சுதந்திரமாகத்தான் இருக்கிறது. சுதந்திரத்தின் ஒரு பகுதியை மட்டுமே தனிநபருக்குள்ளாகக் காண முடியும் என்பதோடு சுதந்திரமாகச் செயல்படும் ஒரு முகவராகத் தனிநபர் எப்போதும் முழுமை அற்றவராகவே இருக்க முடியும். இந்த வாதம் அதன் தோற்றுவாயை, சுதந்திரத்தின் இயல்பிலும், வேறு ஏதோ ஒன்றுக்கும் எதிராக முன்வைக்காமல் அதை வரையறுப்பதில் உள்ள சாத்தியமற்ற தன்மையிலும் கொண்டிருப்பதாகிறது. எதிர்ப்பு என்ற கருத்து அரசியல் வெளிக்கானதாக மட்டுப்பட்டு இல்லை. நண்பர்களை எதிர்ப்பதும், குடும்பத்துக்குள்ளாக எதிர்ப்பு தெரிவிப்பதும்கூட சுதந்திரம் மற்றும் எதிர்ப்பு ஆகிய பண்புகளோடு தொடர்புடையதாக இருக்கிறது.

சுதந்திரத்தின் பிரச்சினை

சமூகத்தில் சுதந்திரம் என்ற கருத்து குறித்தும், ஜனநாயகத்தோடு அது கொண்டிருக்கும் உறவு குறித்தும் இந்த ஆய்வு ஜனநாயகத்தின் மையமாக இருக்கும் சுதந்திரம் தவறாகப் புரிந்துகொள்ளப்பட்டிருக்கிறது என்ற முக்கியமான பிழையை ஏற்கெனவே சுட்டிக்காட்டியுள்ளது. மிக முக்கியமாக, சுதந்திரம் என்ற கருத்தை ஒவ்வொரு தனிநபருக்கும் கொடுக்கப்பட்டிருக்கும் தெரிவாக முன்வைப்பது அர்த்தமுள்ள வகையிலான சமூகம் என்ற கருத்துக்குப் பொருத்தமற்றதாகவே இருக்க முடியும். தனிநபர்வாதத்தை மாதிரியாகக் கொண்டிருக்கும் ஒரு சமூகத்தை நம்மால் கற்பனை செய்து பார்க்க முடியும் என்றாலும், அப்படியான சமூகம் ஜனநாயகபூர்வமான சமூக வாழ்க்கை வடிவமாக இருக்க முடியுமா என்பதுதான் கேள்வி. தனிநபர்வாதமும்கூட ஒரு முறைமையாகக் குறிப்பிட்ட சமூகத்தை வேண்டி நிற்கிறது. அதாவது, தனிநபர்களிலான குமுகத்தில் உள்ள தனிநபர்கள் தங்களுடைய அடையாளத்தைத் தனிநபர்களாகத் தக்கவைத்துக்கொள்வதைச் சாத்தியப்படுத்துவதாக இருக்க வேண்டியுள்ளது. இது சாத்தியப்படுவதற்கு, சமூக ஊடாட்டங்களின் பாத்திரத்தைப் பல விதமான அநாமதேயக் கட்டமைப்புகள் எடுத்துக்கொள்கின்றன. இதனால்தான், சில மேற்கத்திய ஜனநாயகங்களில் நிறுவனங்களுக்கு அளவுக்கு அதிகமாக முக்கியத்துவம் கொடுக்க வேண்டியிருக்கிறது. ஆனால், ஒரு சமூக மாதிரியாகத் தனிநபர்வாதம் சாத்தியப்படாத அல்லது ஏன் ஏற்றுக்கொள்ளாத சமூகங்களில், சுதந்திரம் என்ற கருத்து குறித்தும் அது ஜனநாயகத்தோடு கொண்டிருக்கும் உறவு குறித்தும் நாம் வேறு விதமாகச் சிந்தித்துப்பார்க்க வேண்டியுள்ளது. மேலும் சுதந்திரம் என்ற கருத்தாக்கம், வேறு பல கருத்தாக்கங்கள்போலவே பரந்துபட்டதாகவும் பன்மையிலானதாகவும் இருக்கிறது. ஒரே விஷயத்தைக் குறிப்பதுபோல் நாம் பல புலங்களுக்கு 'சுதந்திரத்தை' முன்வைக்கிறோம் என்றாலும்கூட, சுதந்திரம் என்பதன் அர்த்தம் எப்படியான பின்னணியில் பயன்படுத்தப்படுகிறது என்பதையே சார்ந்திருக்கிறது. இப்படியாகத்தான், தனிநபருக்கான சுதந்திரம் என்பது தேசத்தின், பெரும்பான்மையினரின், சிறுபான்மையினரின், குடும்பத்தின், குடும்பத்துக்குள்ளாக, நிறுவனங்களின் சுதந்திரத்திலிருந்தெல்லாம் வேறானதாக இருக்கிறது.

எடுத்துக்காட்டாக, ஒரு தனிநபரின் சுதந்திரம், தேசத்தின் சுதந்திரம் ஆகிய இரண்டின் அர்த்தங்களுக்கு இடையேயான வேறுபாட்டைப் பார்ப்போம். இந்தியாவை எடுத்துக்கொண்டால், ஒரு தேசமாக அது பிரிட்டிஷ் ஆட்சியிலிருந்து விடுதலை அடைந்து 'சுதந்திர' நாடானது. ஆனால், ஒரு தேசம் 'சுதந்திரமா'னது என்று சொல்வதன் அர்த்தம் என்ன? தனிநபர் சுதந்திரம் என்பது, தனிநபர் ஒருவர்

செய்ய விரும்புவதையெல்லாம் தடைகளற்று செய்வதற்கானதுதான் சுதந்திரம் என்றே பொதுவாகப் புரிந்துகொள்ளப்படுகிறது. ஆனால், நாம் பல விதமான கட்டுப்பாடுகளோடுதான் — எடுத்துக்காட்டாக சொல்வதென்றால் உடல்ரீதியான, சமூகரீதியான, சட்டரீதியான, தார்மீகரீதியான கட்டுப்பாடுகளோடுதான், எப்போதும் செயல்பட்டுக் கொண்டிருக்கிறோம். இன்று தனிநபர் சுதந்திரம் என்பது தெரிவாக, தெரிவுசெய்யும் ஆற்றலாகச் சுருக்கப்பட்டுள்ளது. இன்று நுகர்வாளர் தெரிவே சுதந்திரத்துக்கான முன்மாதிரியாக உள்ளது.

ஒரு தேசத்தின் சுதந்திரம் என்பது தெரிவு செய்வதற்கான சுதந்திரமல்ல. ஒரு தேசம் என்ன செய்ய விரும்புகிறதோ அதையெல்லாம் செய்வதற்கான சுதந்திரமல்ல அது. பொதுவாக ஒரு தேசமும் ஆட்சியில் உள்ள அரசாங்கமும் ஒன்றெனத் தவறுதலாக சமன்படுத்தப்படுகிறது. தேசத்தின் சுதந்திரம், ஒரு அரசாங்கம் செய்ய விரும்புவதையெல்லாம் செய்வதற்கான சுதந்திரமாக ஆக முடியாது. அப்படியென்றால், ஒரு தேசம் சுதந்திரமாக இருக்கிறது என்பதன் இயல்பு என்ன? சுதந்திரமான தேசத்தில் ஒரு அரசாங்கத்தின் பொறுப்பு என்பது அதன் குடிநபர்களுக்கான சுதந்திரத்தைக் கொடுப்பதாகத்தான் இருக்க முடியும். இதுவே, சுதந்திரமான சமூகம் என்பதன் அடிப்படையான அர்த்தமாக இருக்க முடியும். அதன் குடிநபர்களுக்கு எப்படியான சுதந்திரத்தைத் தேசத்தால் கொடுக்க முடியும்? வறுமையிலிருந்து வெளியேறுவதற்கான சுதந்திரம், உணவு, குடிநீர் போன்ற அடிப்படைத் தேவைகளைப் பூர்த்திசெய்துகொள்வதற்கான சுதந்திரம், குழந்தைகள் பள்ளிக்கூடம் சென்று கற்பதற்கான சுதந்திரம், சுகாதார வசதிகளைப் பெறுவதற்கான சுதந்திரம், அச்சத்திலிருந்து வெளியேறுவதற்கான சுதந்திரம் போன்ற சில அடிப்படையான சுதந்திரங்களை ஒரு தேசம் அதன் மக்களுக்கு வழங்க வேண்டும். காலனியர்களிடமிருந்து சுதந்திரம் பெறுவது மட்டுமே சுதந்திரத்துக்கான அர்த்தமாக இருக்க முடியாது. அச்சமில்லா நிலையே அரசியல் சார்ந்த சுதந்திரத்துக்கான வரையறையாகிறது. சித்தாந்தக் காரணங்களுக்காகப் பழிவாங்கப்படுவோம், தண்டிக்கப்படுவோம் என்ற அச்சம் ஏதுமில்லாமல் குடிநபர்கள் வாழும் சமூகத்தை உருவாக்க முடிந்தால் மட்டுமே அது சுதந்திரமான ஒன்றாக முடியும். ஆக, ஜனநாயகத்தோடு சுதந்திரம் கொண்டிருக்கும் உறவைப் புரிந்துகொள்வதற்கு முன்னர், சுதந்திரத்தின் இயல்பைப் புரிந்துகொள்வது மிக முக்கியமாகிறது. ஜனநாயகத்துக்கும் சுதந்திரத்துக்கும் இடையேயான உறவில் ஒரு விஷயத்துக்குப் போதுமான அளவுக்கு முக்கியத்துவம் கொடுக்கப்படவில்லை என்றே நான் நம்புகிறேன் — அது உழைப்போடு கொண்டிருக்கும் உறவு. இதைப் புரிந்துகொள்வதற்கு, நான் சுதந்திரம்

மற்றும் அடிமைமுறை குறித்த ஓர்லாண்டோ பேட்டர்சனின் முக்கியமான புத்தகத்திலிருந்து தொடங்குகிறேன்.[4]

மேற்கத்திய உலகில் சுதந்திரம் எப்படி மிகவும் போற்றப்படும் விழுமியமாக மாறியது என்று பேட்டர்சன் புரிந்துகொள்ள முயல்கிறார். 'மேற்கத்திய உலகில் இன்று சுதந்திரம் எதிர்ப்புகள் ஏதுமில்லாமல் மிக உயர்வான ஒரு விழுமியமாக நிற்கிறது... இதுவே கிறிஸ்தவத்தின் மைய விழுமியமாகவும் இருக்கிறது: ஏசுவால் மீட்கப்படுவது, ஏசுவில் சுதந்திரத்தைத் தேடுவது, ஏசுவால் சுதந்திரம் அடைவது — இவையே கிறிஸ்தவத்தின் இறுதி லட்சியங்களாக இருக்கின்றன' என்று குறிப்பிடுகிறார். இந்தக் கருத்தாக்கம் ஏன் இப்படியான மதிப்பை மேற்கில் பெற்றது என்று புரிந்துகொள்ள முயலும் இவர், ஆச்சரியம் தரும் விதமாக, மேற்கல்லாத உலகில் சுதந்திரம் என்ற கருத்தாக்கம் ஒரு விழுமியமாக எப்போதும் உருப்பெறவில்லை என்கிறார்: 'மானுட வரலாற்றின் பெரும்பகுதியில், மேற்கத்தியத்தின் தொடர்புக்கு முன் ஏறக்குறைய எல்லா மேற்கல்லாத உலகங்களிலும் சுதந்திரம் வெளிப்படையான அல்லது விருப்புறுதியிலான லட்சியமாக எப்போதும் இருந்ததில்லை.'[5]

ஏன் சுதந்திரத்தை மேற்குக்கான ஒன்றாக மட்டுமே பொருத்திப்பார்க்கிறார் என்பதற்கான அவரது பதில் பொறிதட்டுவதாக இருக்கிறது. சுதந்திரம் என்ற கருத்து அடிமைமுறையிலிருந்து தோன்றியதாக அவர் வாதிடுகிறார். 'அடிமைமுறை அல்லது அதன் மறுகூட்டிணைவான பண்ணையடிமையோடு இணைந்திருக்கும் எஜமான், அடிமை, அடிமையல்லாத போன்ற பாத்திரங்கள் மூலம் அவர்கள் பெற்ற அனுபவத்தின் விளைவாகவும், அதற்கு எதிர்வினையாகவும்' சுதந்திரம் மிகவும் மதிக்கப்பட்ட ஒன்றானது என்று அவர் முன்வைக்க முயல்கிறார்.[6] அடிமைமுறை உலகளாவிய ஒன்றாக இருந்தாலும் கிரேக்கத்தில், ரோமில், கிறிஸ்தவ உலகில் சுதந்திரம் அடைந்த மதிப்பு வேறெங்கும் காணப்படாததற்கு அடிமைமுறையோடு தொடர்புடைய சமூகக் கட்டமைப்புகளே காரணம் என்கிறார். அவரைப் பொறுத்தமட்டில், அடிமைகளாக இருக்கும் அனுபவத்துக்கு எதிர்வினையாக, சுதந்திரம் என்ற கருத்து அடிமைகளிடமிருந்து தோன்றிய ஒன்றாகிறது. மேற்கல்லாதவற்றில் சுதந்திரம் ஏன் மதிப்புமிக்க ஒன்றாக மாறவில்லை என்று புரிந்துகொள்வதற்கு அவர் பல விதமான சுதந்திரங்களை,

4 *Orlando Patterson, 'Freedom, Volume 1: Freedom in the Making of Western Culture' (New York: Basic Books, 1992).*

5 *Patterson, 'Freedom', pp. ix–x.*

6 *Patterson, 'Freedom', p. xiii.*

அதாவது தனிப்பட்ட, இறையாண்மையிலான, குடிமைச் சுதந்திரம் போன்று முன்வைக்கிறார். தனிப்பட்ட சுதந்திரம் என்பது 'ஒருவரால் முடிந்த அளவுக்கு' செய்வதற்கான சுதந்திரமாக இருக்கிறது என்றால், இறையாண்மையிலான சுதந்திரம் என்பது மற்றவர்கள் என்ன விரும்புகிறார்கள் என்பதுப் பற்றிக் கவலைப்படாமல் தான் விரும்புவதைச் செய்யும் சுதந்திரமாக இருக்கிறது. மூன்றாவது வகையான குடிமைச் சுதந்திரம் என்பது குழுமத்தின் பகுதியாக இருப்பதற்கும் அதன் செயல்பாடுகளில் முழுமையாகப் பங்கேற்பதற்குமான சுதந்திரமாகிறது. தனிப்பட்ட சுதந்திரத்துக்கான விருப்புறுதி எல்லாச் சமூகங்களிலும் காணப்பட்டாலும்கூட, 'இந்தச் சமூகங்களிலெல்லாம் அது முக்கிய விழுமியமாக மாறவில்லை' என்று சுட்டிக்காட்டுகிறார். ஏனெனில், ஒரு விழுமியம் சமூகத்தில் உள்ள மானுடக் குழுமத்தால் நடைமுறை சார்ந்து உருவாக்கப்படுவதால் இந்தச் சமூகங்களில் இப்படியான நடைமுறை சார்ந்த விழுமியத்தைப் படைக்கும் வகையில் அடிமைகள் எப்போதும் ஒழுங்கமைக்கப்படவில்லை என்றும் சுட்டிக்காட்டுகிறார்.[7] தனிப்பட்ட சுதந்திரம் குறித்தும், மேற்கல்லாத சமூகங்களில் சுதந்திரம் ஒரு விழுமியமாக இல்லாதது குறித்தும் அவர் முன்வைக்கும் கருத்துகள் குறித்துச் சொல்வதற்கு நிறைய இருக்கின்றன என்றாலும், இது அதற்கான இடமில்லை என்பதால், ஜனநாயகப் பின்னணியில் சுதந்திரத்தைப் புரிந்துகொள்ள மிக அவசியமான ஒன்றான சுதந்திரத்தின் சமூகவியல்ரீதியான வடிவாக்கத்தில் முக்கியமான ஒன்றை மட்டுமே சுட்டிக்காட்ட விரும்புகிறேன்.

எங்கெல்லாம் சுதந்திரம் மதிப்பு கொண்டதாக இருக்கிறதோ அந்தப் புலங்களுக்கெல்லாம் நாம் பேட்டர்சனின் வாதங்களை விரித்துக் கொண்டுசெல்ல முடியும். எடுத்துக்காட்டாக, அறிவியல் மற்றும் பிற கல்விப்புலத் துறைகளில் சுதந்திரம் ஒரு விழுமியமாக அவசியமாகிறது. நவீனத்துவத்திலும் நவீனத் துறைகளிலும் அறிவு என்ற கருத்துக்கு ஒரு விழுமியமாகச் சுதந்திரம் மிக அவசியமான ஒன்றாக இருக்கிறது. சொல்லப்போனால், கல்விப்புலத்தில் தாராளவாதக் கொள்கைகளுக்காக வாதிடுவதற்கு 'கல்விப்புலச் சுதந்திரம்' என்ற சொல்லாக்கம் முக்கியமான ஒன்றாக இருந்துவருகிறது. ஆனால், ஒரு விழுமியமாகச் சுதந்திரம் படைக்கப்படுவதால், அதன் பின்னணியில் அது அடிமைமுறையைக் கொண்டிருக்குமானால், அறிவியல் புலத்திலும் பிற கல்விப்புலத் துறைகளிலும்கூட அவற்றின் பின்னணியில் ஒருவிதமான அடக்குமுறையைக் கொண்டிருக்கும் சாத்தியப்பாட்டை நாம் கணக்கில் கொள்ள வேண்டியிருக்கிறது. அறிவியலை எடுத்துக்கொண்டால், அடிமையின் பிம்பமாக இயற்கை

7 Patterson, 'Freedom', p. 35.

இருக்கிறது என்று வாதிடுவது ஏற்றுக்கொள்ளக்கூடியதாக இருக்கும் என்றே நம்புகிறேன். இயற்கை என்பதை அடிமைப்படுத்தியதால் மட்டுமே, அதாவது மானுட எஜமானின் கட்டுப்பாட்டுக்குள் கொண்டுவந்ததால் மட்டுமே நவீன அறிவியல் சாத்தியப்பட்டது. ஆகவேதான், நவீன அறிவியல் பரிசோதனைகள் மேற்கொள்வதை, குறுக்கீடுகள் செய்வதை, சுரண்டுவதை அனுமதிக்கும் விதத்தில் இயற்கை என்பதன் அர்த்தத்தை முதலில் மாற்ற வேண்டியிருந்ததில் நாம் ஆச்சரியப்பட ஏதுமில்லை. அறிவியலைப் பொறுத்தமட்டில் இயற்கை என்பது அடிமை உருவில் இருக்கும் ஒன்றாகிறது. அதாவது, இயற்கை என்பதை 'வாசிப்பதற்கான', அது குறித்து அறிவை உற்பத்தி செய்வதற்கான சுதந்திரத்தை நாம் கொண்டிருக்கும் விதத்தில் அது அடிமையின் பிம்பத்தில் வடிவமைக்கப்பட்டுள்ளது. மானுடவியல் போன்ற துறைகளில் பிற பண்பாடுகளை வாசிப்பதற்கான சுதந்திரம், உள்ளூர்/மற்றவர் மீது அடிமை பிம்பத்தைச் சுமத்தியே சாத்தியப்படுகிறது. மானுடவியலுக்குச் சுதந்திரம் என்ற கருத்தமைவு மிக அவசியமான ஒன்றாக இருக்கிறது.[8] ஏனெனில், மற்றவர்களை வாசிப்பதற்கான சுதந்திரத்தையும் மற்றும் இப்படி 'வாசிக்கப்படும்' மக்கள் குறித்த விவரிப்புகளை, கோட்பாடுகளைப் பிரசுரிப்பதற்கான சுதந்திரத்தையும் உள்ளார்ந்து கொண்டிருப்பதாக மானுடவியல் அனுமானித்துக்கொள்கிறது. ஆனால், இந்தச் சுதந்திரங்கள் எல்லாமும் கட்டுப்படுத்தப்பட்டவையாக இருக்கின்றன. எஜமான்-அடிமை உறவில் மட்டுமே சுதந்திரம் ஒரு விழுமியமாக இருக்க முடியும். அதாவது, ஒரு அறிஞர் எஜமானனாக இருந்து அடிமை பிம்பத்தில் இருக்கும் மற்றவர்கள் குறித்து எழுதுகிறார். ஆனால், அடிமை பிம்பத்தில் உள்ள மற்றவர்கள் எப்போதும் எஜமான் நிலையில் தங்களைப் பொருத்திக்கொள்ள முடியாது.

நாம் கவனம் செலுத்த வேண்டிய விஷயம் இதுதான்: சுதந்திரம் நடைமுறை சார்ந்த மதிப்பை எப்படி ஜனநாயகத்தில் பெற்றுக்கொள்கிறது? சுதந்திரம் என்ற கருத்துகளில் குறிப்பிட்ட எது இங்கு முன்வைக்கப்படுகிறது? ஜனநாயகத்தில் பெரும் மதிப்பு கொண்டிருக்கும் சுதந்திரம் அதனைத் தக்கவைத்துக்கொள்ள 'அடிமைகள்' புலத்தைக் கொண்டிருப்பது மிக அவசியமாகிறதா? 'மக்களாகிய நாம்' என்பது கீழ்படியும் வேலையைச் செய்வதோடு மட்டுமல்லாமல் அதுவே ஜனநாயகத்தின் முக்கியமான ஒன்றாகவும் முன்வைக்கப்படுவதாக நான் வாதிட விரும்புகிறேன். 'மக்களாகிய நாம்' என்பது எப்போதும் மக்களை ஆட்சிசெய்பவர்களைக்

---

8 மானுடவியல் மற்றும் அறம் குறித்த பிற உள்ளடக்கங்களுக்குப் பார்க்கவும்: James Laidlaw, 'The Subject of Virtue: An Anthropology of Ethics and Freedom' (Cambridge: Cambridge University Press, 2013).

காட்டிலும், மக்களால் தேர்ந்தெடுக்கப்படுகிறவர்களைக் காட்டிலும் கீழாக இருக்கும் ஒன்றாகிறது. ஜனநாயகத்தின் இந்த மாதிரியில், மக்கள் தங்களைத் தாங்களே ஆட்சிசெய்துகொள்வதற்கான அல்லது எல்லோரும் சேர்ந்து கூட்டாக ஆட்சிசெய்துகொள்வதற்கான ஆற்றல் எதையும் கொண்டிருக்கவில்லை என்ற பார்வையை அடிப்படையாகக் கொண்டிருப்பதாகிறது. சாதாரணமான மக்களால் கூட்டாகச் சேர்ந்து ஜனநாயகத்தின் சிக்கல்களைப் புரிந்துகொள்ள முடியாது என்பதால்தான் அறிஞர்கள், அரசியலாளர்கள், அரசதிகாரிகள் இந்தக் காரியத்தைச் செய்ய வேண்டியிருக்கிறது. ஒரு ஜனநாயகச் சமூகம் இப்படியான படிநிலைகளால் கட்டமைக்கப்பட்டிருக்கிறது என்றாலும் அது எல்லோருக்குமான சமத்துவம் என்ற கோரலை அடிப்படையாகக் கொண்டிருக்கும் ஒன்றாகிறது. இது எவ்விதத்திலும் உண்மையாக இருக்க முடியாது. 'மக்களாகிய நாம்' ஆட்சியாளர்கள் இருக்கும் அதே தளத்தில் நிச்சயமாக இல்லை. அறிஞர்கள், ஆய்வாளர்கள் தளத்திலும் நிச்சயமாக இல்லை. இந்த நிலைகளுக்கு ஒருசிலர் மட்டுமே பயிற்றுவிக்கப்படுகிறார்கள் — கல்வி இந்தக் காரியத்தைத்தான் செய்கிறது. ஜனநாயகத்தில் சுதந்திரம் குறித்துப் பேசுவதென்பது, அதன் அடிப்படைக் கருத்தாக்கமான 'மக்களாகிய நாம்' என்பதில் உள்ள சமத்துவமின்மை குறித்து அமைதிகாப்பதாகத்தான் இருக்கிறது. ஜனநாயகத்தை உயர்த்திப்பிடிப்பதற்கு 'மக்களாகிய நாம்' என்ற ஒன்று கிடையவே கிடையாது. ஒத்திசைவிலான மக்கள் தொகுப்பு என்று எதுவும் கிடையாது. எப்படியான அர்த்தத்தைக் கொண்டிருந்தாலும், சமத்துவம் என்ற சொல் மக்களை மக்களாக ஒன்றிணைப்பதற்கு அதற்குள் எதையும் கொண்டிருக்கவில்லை. தனிநபர் சுதந்திரம் என்பதை வாங்க முடிந்தவர்கள்தான் ஜனநாயகத்தின் மையமாக இல்லாத கருத்தை அதன் மையமாக முன்வைத்துவருகிறார்கள்.

சுதந்திரத்தை விமர்சனபூர்வமாக அணுகுவது, அது உழைப்புடனான நெருக்கமான உறவோடு தொடர்புடையதாக இருக்கிறது என்று முன்னர் விவாதித்தோம். ஒரு தனிநபருக்கான சுதந்திரமும் சமூகரீதியாக உருவாக்கப்பட்டதாகத்தான் இருக்கிறது. இது ஒரு தனிநபருக்குள்ளாக இருந்து 'இயல்பாக' மேலெழுந்துவரும் நிலையாக இருக்க முடியாது. இது ஒரு கருத்தாக உருவாக்கப்படுகிறது; பொருளியல் சார்ந்தும் உருவாக்கப்படுகிறது. குழந்தைகள் சுதந்திரத்துக்கான பொருள்களோடு தொடர்புபடுத்தியே சுதந்திரம் என்ற கருத்தைக் கற்றுக்கொள்கிறார்கள். முதலில், குழந்தைகளுக்குச் சில பொருள்கள் — அவர்கள் சாப்பிட விரும்பும் இனிப்புப் பண்டங்கள் போன்று — மறுக்கப்படுகின்றன. தடைகளை அடையாளம் கண்டு அதை அவர்களால் உடைக்க முடியும் என்று நினைப்பதிலிருந்தே சுதந்திரத்துக்கான விருப்புறுதி வளர்த்தெடுக்கப்படுகிறது. பள்ளிக்குப் போகாமல்

இருப்பது சுதந்திரத்துக்கான 'பொருளாகிறது'. சுதந்திரம் இந்தத் தடைகளை உடைத்தெறிவதாக இருக்கிறது. தனிநபர் சுதந்திரம் என்பது சுதந்திரத்திலிருந்து (freedom-from), சுதந்திரத்துக்காக (freedom-towards) ஆகிய இரண்டையும் கொண்டிருப்பதாகிறது. பொதுப்படையாகச் சொல்வதென்றால், சுதந்திரமான செயல்கள் என்பது எப்போதும் ஒரு தனிநபரைச் சுற்றியிருக்கும் பரந்துபட்ட சமூகத்தோடு உறவுகொண்டதாகவே இருக்கிறது. சுதந்திரம் வேண்டுவது என்பது அதைப் பெறுவதிலிருந்து — அதாவது, கட்டுப்பாடுகளை உடைத்தெறிவதாக இருந்தாலும், விரும்பும் ஒன்றை அடைவதாக இருந்தாலும் — வேறானதாக இருக்கிறது. நாம் எல்லோரும் நம்மைக் கட்டிப்போட்டிருக்கும் சங்கிலிகளோடுதான் வாழ்ந்துகொண்டிருக்கிறோம். இந்தச் சங்கிலிகளை அடையாளம் காண்பதே சுதந்திரத்துக்கான விருப்புறுதியைக் கொடுக்கிறது. ஆனால், நம்மைக் கட்டிப்போட்டிருக்கும் சங்கிலிகளை — அதில் சில புலப்படக்கூடியவையாகவும் பல புலப்படாதவையாகவும் இருக்கும்போது — நாம் எப்படி அது குறித்து அறிந்துகொள்கிறோம்? அப்படியே நாம் இந்தச் சங்கிலிகளை அடையாளம் கண்டுகொண்டாலும், அவற்றிலிருந்து எப்படி நம்மை நாம் விடுவித்துக்கொள்ளப்போகிறோம்? இங்குதான் சமூகரீதியானதன் பாத்திரம் புலப்படக்கூடியதாகிறது. ஒரு தனிநபர் இப்படியான கட்டுப்பாடுகளையும், இப்படியான கட்டுப்பாடுகளுக்குக் கொண்டுவிடும் காரணங்களையும் அடையாளம் காண்பது சமூகரீதியாகவே உருவாக்கப்படுகின்றன. சுதந்திரத்தோடான உறவில் சமூகரீதியானது இரண்டு விதமான பாத்திரங்களை ஏற்கிறது: ஒரு தனிநபர் மீது கட்டுப்பாடுகளையும் உருவாக்குகிறது; சங்கிலியால் கட்டுப்பட்டிருப்பது குறித்த பிரக்ஞையையும் உருவாக்குகிறது.

இவ்வாறு அடையாளம் காண்பதற்குச் சமூகரீதியான வேறு பல காரணங்களும் (மொழி உள்பட) இருக்கின்றன என்றாலும், நாம் விரும்பும் சுதந்திரத்தை அடைவதற்கு மிக அவசியமானது உழைப்பு. சமூகரீதியாக ஒழுங்கமைக்கப்படும் உழைக்கும் செயலே ஒரு தனிநபர் விரும்பும் பெரும்பாலான சுதந்திரங்களை உருவாக்கிக்கொடுக்கிறது. இதை இப்படியாகவும் சொல்லலாம்: அடிமைமுறையிலான உழைப்பிலிருந்துதான் சுதந்திரம் உற்பத்தி செய்யப்படுகிறது. சாதியத்தை நாம் அடிமைமுறையிலான ஒன்றாகப் பார்க்க வேண்டும் என்று சனல் மோகன் முன்வைக்கும் வாதம் சாதிக்கும் சுதந்திரத்துக்கும் அடிமைமுறைக்கும் இடையேயான வெளிப்படையான உறவை வெளிக்கொணர்வதாக இருக்கிறது.[9] பல வருடங்களாக வேலைபார்த்து

---

9 பார்க்கவும்: Sanal Mohan, 'Modernity of Slavery: Struggles against Caste Inequality in Colonial Kerala' (New Delhi: Oxford University Press, 2015).

அவரது தொழிலில் நல்ல முன்னேற்றம் அடைந்திருக்கும் தோழி ஒருவர் ஒருமுறை, வீட்டையும் குழந்தைகளையும் கவனித்துக்கொள்ள ஒருவர் கிடைத்த பிறகே அவர் 'சுதந்திரமாக' இருக்க முடிகிறது என்று தெரிவித்தார். ஏதோ ஒன்றை வாங்குவதற்கு அல்லது பயணிப்பதற்கு ஒரு தனிநபர் சுதந்திரமாக இருக்க வேண்டும் என்றால், அந்தச் சுதந்திரத்தைச் சாத்தியப்படுத்த வேறு விதமான உழைப்புகள் தேவைப்படுகின்றன — ஒன்றைத் தயாரிப்பதற்குத் தொழிலாளிகளின் உழைப்பு அல்லது பயணத்தைச் சாத்தியப்படுத்த மற்றவர்களுடைய உழைப்பு என்று பல விதமான உழைப்புகள் தேவைப்படுகின்றன. நம்முடைய சுதந்திரம் மற்றவர்களுடைய உழைப்பைச் சார்ந்திருக்கும் ஒன்றாக இருக்கிறது என்பதை நாம் பெரும்பாலும் மறந்துவிடுகிறோம். மேலும், இது பொருளாதாரப் பரிவர்த்தனைகளாக மட்டுப்படுத்தப்படுவதால், அது அடிப்படையில் புலப்படாத ஒன்றாகவும் இருந்துவருகிறது. நாம் விரும்பும் பொருளை வாங்குவதற்கு நாம் பணம் கொடுக்கிறோம்; பயணம் மேற்கொள்வதற்குப் பணம் கொடுக்கிறோம். இப்படிச் சொல்லிக்கொண்டே போகலாம். இப்படியான உழைப்புகளுக்கெல்லாம் ஒரு தனிநபர் பணம் கொடுப்பதால், சுதந்திரத்துக்கானதையெல்லாம் தன்னுடைய சொந்த முயற்சியால் பெற்றுக்கொள்வதாக ஒரு தனிநபர் நம்பத் தொடங்குகிறார். பணமும் பரிவர்த்தனைப் பொருளாதாரமும் சமூகரீதியான உழைப்பை முற்றிலும் பொருளாதாரரீதியான ஒன்றாக மாற்றுகின்றன. இவ்வாறு மாற்றுவதன் ஊடாகவே, சுதந்திரம் என்பது உண்மையிலேயே கட்டற்றது என்றும், முழுக்கத் தனிநபரோடு மட்டுமே தொடர்புடைய ஒன்றென்றும் ஒரு மாயை உருவாக்கப்படுகிறது.

நாம் மேலே விவாதித்தது போன்று, சுதந்திரம் என்ற கருத்தமைவு அடிமைமுறை என்ற நிபந்தனையைக் கொண்டிருக்க வேண்டியுள்ளது. இன்று உழைப்பு வடிவமைக்கப்பட்டிருக்கும் முறை இதை மிகத் தெளிவாக வெளிப்படுத்தவும் செய்கிறது. பொருள்களை உற்பத்திசெய்யும் தொழிலாளிகள் வெகு அபூர்வமாகவே அவற்றைக் கைக்கொள்ள முடிகிறது; இவ்விதத்தில்தான் இன்றைய உழைப்பு முறைமையும் உள்ளது. தொழிற்சாலையில் மோட்டார் வாகனங்களை உற்பத்திசெய்யும் தொழிலாளிகளால் அந்த வாகனத்தை வாங்க முடிவதில்லை. இன்றைய இந்தியாவில் மிக வேகமாக வளர்ந்துவரும் தொழில் கட்டுமானத் துறையாக இருக்கிறது. சொந்த வீடு கொண்டிருப்பதற்கான விருப்புறுதி, வாடகை வீட்டில் கட்டுப்பாடுகளோடு இருப்பதிலிருந்து வெளியேறி, சுதந்திரமாக இருப்பது என்பதெல்லாம், கட்டுமானத் தொழிலில் மிகப் பெரும் அளவில் பங்கேற்கும் அன்றாடக் கூலித் தொழிலாளர்களால்தான் சாத்தியப்படுகிறது. இவர்களில் பெரும்பாலானோர் புலம்பெயர்ந்த தொழிலாளிகளாக இருக்கிறார்கள். இவர்கள் பல இடங்களுக்கும் பயணம் செய்து, அவர்களால் கற்பனையிலும் நினைத்துப்பார்க்க

முடியாத வீடுகளைக் கட்டுகிறார்கள். சுதந்திரத்தை உற்பத்திசெய்யும் உழைப்பை விலைகொடுத்து வாங்க முடிந்தவர்களுக்குத்தான் சுதந்திரம் ஒரு விழுமியமாக இருக்க முடியும். வேறு விதமாகச் சொல்வதென்றால், நகர்ப்புறத்திலும் கிராமத்திலும் உள்ள செல்வந்தர்கள் முன்வைக்கும் சுதந்திரத்தில், அவர்களுக்குக் கீழாக இருப்பவர்கள் எப்போதும் கிராமவாசிகளாகவும் கல்வியறிவற்றவர்களாகவும் தினக்கூலிகளாகவும் புலம்பெயர்ந்தவர்களாகவும் ஏழைகளாகவும் தலித்துகளாகவும் தொடர்ந்து இருக்க வேண்டியுள்ளது.

சுதந்திரத்தின் ஆழமான அர்த்தத்தைப் புரிந்துகொள்வது முக்கியமான ஒரு விளைவை ஏற்படுத்துகிறது: சுதந்திரம் என்பது எல்லோருக்கும் ஒரே விதத்திலான 'உரிமையாக' இருப்பதில்லை. சுதந்திரத்தை 'உரிமை'யாக எடுத்துக்கொள்ள முடியும் என்றால் அது பாலினம், சாதி, வர்க்கம் போன்ற காரணங்களுக்காகச் சமூகத்தில் ஒடுக்கப்பட்டவர்களுக்கும் படிநிலையில் கீழாக இருப்பவர்களுக்கும் மட்டுமே உரிமையாக இருக்க முடியும். எல்லோருக்குமான சுதந்திரம் என்பது ஒடுக்கப்பட்டவர்களின் பின்னணியிலிருந்து மட்டுமே அறரீதியாக அர்த்தமுள்ள ஒன்றாக இருக்க முடியும். தனிநபருக்கான சுதந்திரம் என்பது மற்றொருவருக்கான, எல்லோருக்குமான சுதந்திரம் என்பதோடு தொடர்புடையதாகவே இருக்க முடியும். மேலும், அடக்கியாளப்படும் குழுமங்கள் சமூகத்தில் இருக்கும் வரையில், சமூகத்தில் கீழ்ப்படுத்தப்பட்டவர்களுக்கு எப்படியான விடுதலையை உத்தரவாதப்படுத்த முடியுமோ பாதுகாக்க முடியுமோ அதே அளவுதான் ஒரு தனிநபருக்கான விடுதலையை உத்தரவாதப்படுத்த முடியும், பாதுகாக்க முடியும்.

ஆக, ஒரு ஜனநாயகச் சமூகத்துக்கு மிக அவசியமான சுதந்திரத்தின் இயல்பு மெய்யாக என்னவாக இருக்க முடியும்? ஜனநாயகம் என்பது அரசாங்க வடிவமில்லை, அதைச் சமூக வடிவமாக அங்கீகரிக்க வேண்டும் என்ற அம்பேத்கரின் முன்வைப்பிலிருந்து தொடங்குகிறேன். அம்பேத்கரின் இந்தப் பார்வையை மேலும் வளர்த்தெடுப்பதற்கான கருத்தாக்கப் புலங்களையும், ஜனநாயகத்தைச் சமூக வாழ்க்கை வடிவமாகப் பார்ப்பதற்கான சாத்தியப்பாட்டையும் நாம் பார்த்தோம். ஜனநாயகத்தைப் பொறுத்தமட்டில், 'மக்களாகிய நாம்' என்ற சொற்றொடர் பிரச்சினைக்குரிய ஒன்றாக இருக்கிறது என்றும் பார்த்தோம். ஆனாலும், ஜனநாயகத்துக்குப் பொருத்தமான சுதந்திரம் என்ற கருத்தமைவை மீட்டெடுக்கும் விதமாக நான் இந்தச் சொற்றொடருக்குத் திரும்புகிறேன். ஜனநாயகம் ஒரு தொகுப்பை, மக்கள் என்பதை அதன் மையமாகக் கொண்டிருப்பதால், ஜனநாயகத்தில் தனிநபர் சுதந்திரத்தை முதன்மைப்படுத்துவது என்பது அதற்கு எதிரானதாகவே இருக்க முடியும். தனிநபரை எவ்விதத்தில் முதன்மைப்படுத்தினாலும் அது

ஜனநாயகத்தின் உள்ளார்ந்த ஏரணத்துக்கு முரண்பட்டதாகவே இருக்க முடியும். ஆக, ஜனநாயகரீதியான பார்வையில் சாத்தியப்படக்கூடிய சுதந்திரம் என்பது மொத்த 'மக்களு'க்கான சுதந்திரமாக இருக்க முடியுமே தவிர, அது மக்கள் என்பதன் பகுதியாக இருக்கும் அந்தஸ்து பெற்ற தனிநபர்களுக்கான ஒன்றாக இருக்க முடியாது. தனிநபர்களின் விருப்புவெறுப்புகளுக்கு உட்பட்ட ஒன்றாகவும் நாம் சுதந்திரத்தைச் சுருக்க முடியாது. மிக வெளிப்படையாக, படிநிலையிலானதாகவும் விலக்கிவைப்பதாகவும் இருக்கும் பிற அரசியல் மற்றும் சமூக முறைமைகள்போல் இல்லாமல் ஜனநாயகத்தில் உள்ள எல்லா மக்களும் சம 'மதிப்பு' கொண்டவர்கள் என்ற பாவனையாவது இருக்க வேண்டுமென்றால், அது சுதந்திரத்தைத் தனிநபர்களோடு தொடர்புடைய மதிப்பாகச் சுருக்காமல், கூட்டு மதிப்பு கொண்டதாக உருவாக்கும் வழிமுறைகளைக் கண்டெடுக்க வேண்டியுள்ளது. இது சாத்தியப்படுவதற்கு, நாம் தொகுப்பு என்பதையும், சமூகரீதியானது என்பதையும் அடிப்படையான அலகாக எடுத்துக்கொண்டு, இதிலிருந்துதான் தனிநபர்கள் உருவாக்கப்படுவதாகத் தொடங்க வேண்டியுள்ளது. 'மக்கள்' என்பதை ஒரு உருப்படியாக மீண்டும் ஒன்றிணைப்பதற்கு ஜனநாயகத்தைக் குறிப்பிட்ட வகையான அரசியல் நடைமுறையாகப் பார்க்காமல், சமூக வாழ்க்கை முறையாகப் பார்ப்பது மட்டுமே வழியாகிறது. ஜனநாயகபூர்வமான சமூக வாழ்க்கையை வாழக்கூடிய, அனுபவபூர்வமான, தார்மீகரீதியான புலங்களுக்கானவையாக அடையாளம் காண்பதன் மூலமே அம்பேத்கரின் கருத்தமைவுகளான விடுதலை, சமத்துவம், சகோதரத்துவத்தை உத்தரவாதப்படுத்த முடியும்.

முரணுரையாக, இதைச் சாத்தியப்படுத்துவதற்கு நாம் தனிநபர்களிடம் சில வகையான அதிகாரத்தைக் கொடுக்க வேண்டியுள்ளது. மிக முக்கியமாக, நம் ஒவ்வொருவருக்குள்ளும் ஜனநாயகபூர்வமான சுயத்தை உருவாக்கிக்கொள்ள வேண்டியுள்ளது. இந்த ஜனநாயகபூர்வமான சுயம் விடுதலை, சமத்துவம், சகோதரத்துவம் போன்ற குணங்களை மட்டுமே கொண்டிராமல், சமூகத்தில் மோசமான நிலையில் இருப்பவர்களை மேம்படுத்துவதற்கும், அது எந்த அளவுக்குச் சுதந்திரம் கொண்டிருக்கிறதோ அதே அளவுக்கு அல்லது இன்னும் மேலாக அவர்கள் சுதந்திரம் கொண்டிருப்பவர்களாக ஆக்குவதற்கு முயல்வதாக இருக்க வேண்டியுள்ளது — இது ஜனநாயகத்தில் அடிப்படையான உந்துதலை அடையாளம் காண்பதற்குக் கொண்டுவிடுகிறது. தனிநபர்களாக நாம் ஒவ்வொருவரும் செய்யும் ஒவ்வொரு செயலிலும் ஜனநாயகபூர்வமாக இருந்து கூட்டாகச் செயல்படுவது மட்டுமே — நம் வீடுகளுக்குள்ளாக, நிறுவனங்களுக்குள்ளாக, பொது வெளிகளில் — ஜனநாயகத்தை அர்த்தமுள்ள வழிகளில் பொது நன்மைக்கான ஒன்றாக்க முடியும்.

நம்முடைய அன்றாட வாழ்க்கையில் ஜனநாயகபூர்வமாக வாழ்வதன் மூலமாகவே நம்மால் ஜனநாயகத்தை ஒரு சமூக வாழ்க்கை வடிவமாக மாற்ற முடியும். இவ்வடிவிலான ஜனநாயகம் மட்டுமே மானுடச் சமூகங்களின் எதிர்காலத்துக்கு அர்த்தமுள்ளதாக இருக்க முடியும்.

⊙

துணை நூல்கள்

ALAM, Javeed. *Who Wants Democracy?* Hyderabad: Orient Longman, 2006.

AMBEDKAR, Bhimrao R. 'Riddles in Hinduism', in *Writings and Speeches, Volume 4 (Vasant Moon ed.)*. Mumbai: Education Department, Government of Maharashtra, 1989, pp. 282-3.

AMBEDKAR, Bhimrao R. 'Writings and Speeches', Volume 13 (Vasant Moon ed.). Mumbai: Education Department, Government of Maharashtra, 1994.

ARENDT, Hannah. 'Truth and Politics', in *Between Past and Future Eight Exercises in Political Thought*. London: Penguin, 2006 [1968], pp. 223-59.

CHAKRABARTY, Dipesh. '"In the Name of Politics": Democracy and the Power of Multitude in India'. *Economic and Political Weekly* 40(30) (23-29 July 2005): 3293-301.

CHANDHOKE, Neera, and Rajesh Kumar. 'Indian Democracy: Cognitive Maps', in K.C. Suri and Achin Vanaik (eds), *Political Science, Volume 2: Indian Democracy*. New Delhi: Oxford Scholarship Online, 2013, pp. 17-52.

CHANDRACHUD, D.Y. 'Democracy Needs Truth to Survive' — Full Text of Justice Chandrachud Speech. *The Print*, 28 August 2021. Available at: https://bitly/32k5WKS (last accessed on 28 July 2022).

CHATTERJEE, Partha. *I Am the People: Reflections on Popular Sovereignty Today*. New York: Columbia University Press, 2020.

CHINA STATE COUNCIL INFORMATION OFFICE. 'China: Democracy That Works'. *XinhuaNet*, 4 December 202. Available at: https://bit.ly/-3RyRWFI (last accessed on 12 July 2022).

CONGRESSIONAL RESEARCH SERVICE. 'Government Expenditures on Defence Reasearch and Development by the United States and OECD Countries: Pact Sheet'. *Congressional Research Service*, 28 January 2020, Available at: httpsi//bitly/3qrlHe5 (last accessed on 2 September 2022).

DEWEY, John. The Middle Works of John Dewey, 1899-1924; Volume 9: 1916, Democracy and Education (Jo Ann Boydston ed.). Carbondale and Edwardsville: Southern Illinois University Press, 1980.

ELANGOVAN, Arvind. '"We the People?": Politics and the Conundrum of Framing a Constitution on the Eve of Decolonisation' in Udit Bhatia (ed.), The Indian Constituent Assembly. Deliberations on Democracy. London: Routledge, 2018, pp. 10-37.

ELKINS, Jeremy, and Andrew Norris (eds). Truth and Democracy. Philadelphia: University of Pennsylvania Press, 2012.

GEETHA, V., and S. V. Rajadurai. Towards a Non-Brahmin Millennium: From Iyothee Thass to Periyar. Kolkata: Stree-Samya, 1998.

GODREJ, Farah. 'Nonviolence and Gandhi's Truth: A Method for Moral and Political Arbitration'. Review of Politics 68(2) (Spring 2006): 287-317.

GRAY, Emily. '"Of the People, By the People, For the People": The Implications of Covenantal Union for the Legitimacy of Secession in the United States'. New Haven, CT: Department of Political Science, Yale University, 2013. Available at: https://bit.ly/RomuK7 (last accessed on 9 July 2022).

GURU, Gopal. 'Ethics in Ambedkar's Critique of Gandhi'. Economic and Political Weekly 52(15) (April 2017): 95-100.

GURU, Gopal. 'Liberal Democracy in India and the Dalit Critique'. Social Research 78(1) (2011): 99-122.

GURU, Gopal, and Sundar Sarukkai. Experience, Caste and the Everyday Social. Delhi: Oxford University Press, 2019.

GURU, Gopal, and Sundar Sarukkai. The Cracked Mirror. An Indian Debate on Experience and Theory. Delhi: Oxford University Press, 2012.

KAUFMANN, Laurence. 'Social Minds', in lan C. Jarvie and Jesus Zamora-Bonilla (eds), The SAGE Handbook of the Philosophy of Social Sciences. London: Sage, 2011, pp. 153-80.

KOLGE, Nishikant, and N. Sreekumar. "Towards a Comprehensive Understanding of Gandhi's Concept of Swaraj: Some Critical Thoughts on Parel's Reading of Swaraj in Siby K. Joseph and Bharat Mahodaya (eds), Reflections on Hind Swaraj. Wardha: Institute of Gandhian Studies, 2010, pp. 171-93.

LAIDLAW, James. The Subject of Virtue: An Anthropology of Ethics and Freedom. Cambridge: Cambridge University Press, 2013.

LINCOLN, Abraham. Address delivered at Gettysburg. Pennsylvania, 19 November 1863. Available at the Library of Congress, Washington DC: https://bit.ly/3KJpQ7m (last accessed on 2 September 2022).

MCCANN TRUTH CENTRAL. "Truth about Politics'. 3 October 2012. Available at: https://bit.ly/3ekD3rk (last accessed on 2 September 2022).

MINISTRY OF SCIENCE & TECHNOLOGY, GOVERNMENT OF INDIA. 'Research and Development Statistics 2019-20'. December 2020. Available at: https://bit.ly/3Rgr6Bh (last accessed on 2 September 2022).

MOHAN, Sanal. Modernity of Slavery: Struggles against Caste Inequality in Colonial Kerala. New Delhi: Oxford University Press, 2015.

MUKHERJEE, Arun P. 'B.R. Ambedkar, John Dewey, and the Meaning of Democracy. New Literary History 40(2) (2009): 345-70.

OXFAM INDIA. Inequality Kills: India Supplement 2022'. 17 January 2022. Available at: https://bit.ly/3uLr9fc (last accessed on 12 July 2022).

PAREL, Anthony J. 'Introduction: Gandhian Freedoms and Self-Rule' in Anthony J. Parel (ed.), Gandhi, Freedom, and Self-Rule. New York and Oxford: Lexington Books, 2000, pp. 1-24.

PATTERSON, Orlando. Freedom, Volume 1: Freedom in the Making of Western Culture. New York: Basic Books, 1992.

PEW RESEARCH CENTER. 'Beyond Distrust: How Americans View Their Government'. 23 November 2015. Available at: https://pewrsr.ch/3RBMuRx (last accessed on 2 September 2022).

PINTER, Harold. 'Art, Truth and Politics'. Nobel Lecture, 2005. Available at: https://bit.ly/3Sel5ow (last accessed on 30 July 2022).

REDDY, Sanjay. 'A Rising Tide of Demands: India's Public Institutions and the Democratic Revolution' in Devesh Kapur and Pratap B. Mehta (eds), Public Institutions in India: Performance and Design. New Delhi: Oxford University Press, 2005, pp. 457-75.

SARUKKAI, Sundar. 'JRD Tata and the Ethics of Philanthropy'. London and New York: Routledge, 2020.

SARUKKAI, Sundar. 'Science and the Ethics of Curiosity'. Current Science 97(6) (2009): 756-67.

SARUKKAI, Sundar. 'To Question and Not to Question: That Is the Answer' in Romila Thapar et al., 'The Public Intellectual in India'. New Delhi: Aleph, in association with the Book Review Literary Trust, 2015, pp. 41-61.

SARUKKAI, Sundar. 'Voice and the Metaphysics of Protest'. *Postcolonial Studies* 24(1) (2021): 4-10.

SARUKKAI, Sundar. *'What Is Science?'* Delhi: National Book Trust, 2012.

SHAPIN, Steven. 'The Way We Trust Now: The Authority of Science and the Character of the Scientists' in Pervez Hoodbhoy, Daniel Glaser and Steven Shapin (eds), *Trust Me: I Am a Scientist*. London: British Council, 2004, pp. 42-63.

SHETH, D.L. *'At Home with Democracy: A Theory of Indian Politics'*. Singapore: Palgrave Macmillan, 2018.

STROUD, Scott. 'Pragmatist Riddles in Ambedkar's "Riddles of Hinduism".' *Forward Press*, 1 June 2019. Available at https://bit.ly/3Q2sfME (last accessed on 20 June 2022).

SURI, K.C. 'India's Democracy — An Exception or a Model?' in K.C. Suri and Achin Vanaik (eds), *Political Science, Volume 2: Indian Democracy*. New Delhi: Oxford Scholarship Online, 2013, pp. 1-16.

TAYLOR, Charles. 'The Meaning of Secularism'. *The Hedgehog Review* 12(3) (Fall 2010): 23-34.

THAPAR, Romila. *'Voices of Dissent: An Essay'*. London: Seagull Books, 2020.

◉

நன்றி

ஒருமுறை நண்பர் ஒருவர், சுந்தர் சருக்கையின் எழுத்துகளை நான் தொடர்ந்து தமிழில் கொண்டுவருவதால், அவர் கொடுத்துவைத்தவர் என்றார். அவருக்குப் பதில் சொல்லும் விதமாக நான் இப்படிச் சொன்னேன்: ‘அவருடைய எழுத்துகளை மொழியாக்கம் செய்வதன் ஊடாக என்னுடைய சிந்தனைகளுக்கான மொழியை நான் உருவாக்கிக்கொள்வதால் நான்தான் கொடுத்துவைத்தவன்.’ நான் இதுவரை செய்திருக்கும் எல்லா மொழியாக்கங்களும் என்னிடம் உள்ள கேள்விகளோடு தொடர்புடையவைதான். அவ்வாறு இல்லாத எழுத்துகளை நான் மொழியாக்கத்துக்கு எடுத்துக்கொள்வதில்லை. இந்தப் புத்தகமும் அப்படியானதுதான். இதைத் தமிழில் கொண்டுவர அனுமதி தந்த சுந்தர் சருக்கைக்கு என்னுடைய நன்றி. இந்தப் புத்தகத்தைத் தமிழில் கொண்டுவருவது என்று முடிவெடுத்தவுடன், தமிழ்ப் பதிப்புக்கு கோபால் குரு ஒரு முன்னுரை எழுதித்தந்தால் நன்றாக இருக்குமே என்று நினைத்தேன். இதை அவரிடம் பகிர்ந்துகொண்டபோது, உடனடியாக ஒப்புக்கொண்டார். அவருடைய பணிகளுக்கு மத்தியில், இதற்காக நேரம் ஒதுக்கி முன்னுரை எழுதிக்கொடுத்த கோபால் குருவுக்கு எனது மனமார்ந்த நன்றி.

எப்போதும்போல் இந்த மொழியாக்கத்தையும் நண்பர் த. ராஜன் அக்கறையோடு சரிபார்த்துக் கொடுத்தார். இவரது பங்களிப்பு இல்லையென்றால் இந்தப் புத்தகம் இந்த அளவுக்கு வந்திருக்காது. சில நட்புகள் காலத்தால் உறுதிசெய்யப்பட்டவையாக இருக்கின்றன. அப்படியானதுதான் ஓவியர் ஜீவமணியுடனான நட்பு. அவர் வழக்கம்போல், இந்தப் புத்தகத்தையும் மிக நேர்த்தியாக வடிவமைத்துக் கொடுத்திருக்கிறார். எதிர் வெளியீடு அனுஷ், எப்போதும் நான் விரும்புவதுபோல் புத்தகத்தைத் தயாரிக்க ஒப்புக்கொள்வார். இந்த முறையும் நான் வேண்டியபடி மிகச் சிறப்பாகக் கொண்டுவந்திருக்கிறார். பத்மினி, பாலாஜி இல்லாமல் இது எதுவுமே சாத்தியமில்லை. இவர்களுக்கெல்லாம் வெறுமனே நன்றி சொல்வது மட்டும் போதாது. இந்தப் புத்தகத்தில் இவர்களுக்கும் பங்கு உண்டு என்று சொல்வதுதான் பொருத்தமாக இருக்கும்.

சீனிவாச ராமாநுஜம்

குறிப்புகள்